പ്രണയവും പ്രക്ഷോഭവും

pranayavum prakshobhavum
study

•

dr. n rajan

•

first edition
february 2017

•

typesetting & published
chintha publishers, thiruvananthapuram

•

•

cover
midas

•

വിതരണം

ദേശാഭിമാനി ബുക്ക് ഹൗസ്

H O തിരുവനന്തപുരം-695 035
phone: 0471-2303026, 6063026
www.chinthapublishers.com
chinthapublishers@gmail.com

ബ്രാഞ്ചുകൾ

ഹെഡ്ഡാഫീസ് ബ്രാഞ്ച് കുന്നുകുഴി • സ്റ്റാച്യു തിരുവനന്തപുരം • കെ എസ് ആർ ടി സി ബസ് സ്റ്റേഷൻ ആലപ്പുഴ • കെ എസ് ആർ ടി സി ബസ് സ്റ്റേഷൻ എറണാകുളം • മച്ചിങ്ങൽ ലെയിൻ തൃശൂർ • ഐ ജി റോഡ് കോഴിക്കോട് • മാവൂർ റോഡ് കോഴിക്കോട് • എൻ ജി ഒ യൂണിയൻ ബിൽഡിങ് കണ്ണൂർ • സെൻട്രൽ ബസ് ടെർമിനൽ കോംപ്ലക്സ് താവക്കര കണ്ണൂർ

CO - 2478 / 4111
ISBN - 978-93-86364-50-0

പ്രണയവും പ്രക്ഷോഭവും
(പഠനം)

ഡോ. എൻ രാജൻ

ചിന്ത പബ്ലിഷേഴ്സ്
തിരുവനന്തപുരം-695 035

ഡോ. എൻ രാജൻ

ജനനം : തൊടുപുഴ താലൂക്കിലെ പുറപ്പുഴ ഗ്രാമത്തിൽ. അച്ഛൻ: പി നീലകണ്ഠകൈമൾ, അമ്മ: ഭഗീരഥി കുഞ്ഞമ്മ, മൂന്നു പതിറ്റാണ്ടുകാലം മഞ്ചേരി എൻ എസ് എസ് കോളേജിൽ മലയാളവിഭാഗം അദ്ധ്യാപകനായിരുന്നു. സാഹിത്യവിമർശകനും സാംസ്കാരിക പ്രവർത്തകനും. പുരോഗമനകലാസാഹിത്യസംഘം പ്രവർത്തകൻ. സി എൻ ശ്രീകണ്ഠൻ നായരുടെ നാടകങ്ങളെക്കുറിച്ചുള്ള ഗവേഷണ പ്രബന്ധത്തിന് കാലിക്കറ്റ് സർവ്വകലാശാലയിൽനിന്ന് പി എച്ച് ഡി ബിരുദം നേടി. *പ്രക്ഷോഭത്തിന്റെ ജ്വാലകൾ, കവിത — വായനയും പ്രതികരണവും, ദുരന്താവബോധത്തിന്റെ സാക്ഷാൽക്കാരം, കളങ്കമേറ്റ ആശ്രമങ്ങൾ* എന്നീ സാഹിത്യപഠനഗ്രന്ഥങ്ങളുടെ കർത്താവ്, സാഹിത്യവിമർശനത്തിനുള്ള തായാട്ട്- സ്മാരകശക്തി അവാർഡ് ലഭിച്ചിട്ടുണ്ട്. മികച്ച കോളേജദ്ധ്യാപകന് കാലിക്കറ്റ് സർവ്വകലാശാല നല്കുന്ന പ്രൊഫ. എം എം ഗനി അവാർഡിന് അർഹനായി.

ഭാര്യ : ഡോ. എം വിജയലക്ഷ്മി

മകൾ : അപർണ്ണ

മരുമകൻ : ഡോ. സുമോദ്

കൊച്ചുമകൻ : ആഗ്നേയ്

വിലാസം : വിപഞ്ചിക, മേലാക്കം 676123
മഞ്ചേരി - 3

ഫോൺ : 0483- 2767511

ഉള്ളടക്കം

പ്രസാധകക്കുറിപ്പ്

നവോത്ഥാനം സൃഷ്ടിച്ച സാമൂഹിക പരിസരത്തുനിന്ന് പില്ക്കാലത്ത് നിരവധി കൃതികൾ രചിക്കുകയുണ്ടായി. 'പ്രണയം' എന്നത് ആധുനിക ജനാധിപത്യ സമൂഹത്തിലെ ഒരു മുഖ്യപ്രമേയമായി വരുന്നതും ഇക്കാലത്താണ്. ആണും പെണ്ണും തമ്മിലുള്ള വൈയക്തിക അനുഭൂതികളുടെ തലം മാത്രമായിരുന്നില്ല ഇതിനുള്ളത്. അത് സാമൂഹികമായ സംഘർഷങ്ങളെയും ആന്തരികവും ബാഹ്യവുമായ നിരവധി അനുഭവങ്ങളെയും തുറന്നിട്ടും പ്രണയം സ്വതന്ത്രവും സുരക്ഷയുമായി മാറി. മലയാള സാഹിത്യത്തിലെ ശ്രദ്ധേയമായ കൃതികളിലെ പ്രണയവും പ്രക്ഷോഭവും അടയാളപ്പെടുത്തുന്നുണ്ട്. ഇത്തരം കൃതികളിലൂടെയുള്ള അന്വേഷണമാണ് ഈ പുസ്തകം.

ചിന്ത പബ്ലിഷേഴ്സ്

ആമുഖം

പത്തൊമ്പതാം നൂറ്റാണ്ടിന്റെ അവസാനദശകങ്ങൾ മുതൽ സ്വാതന്ത്ര്യപ്രാപ്തിവരെയുള്ള കാലയളവാണ് കേരളത്തിന്റെ നവോത്ഥാന കാലഘട്ടമായി കണക്കാക്കിവരുന്നത്. സാമൂഹ്യജീവിതത്തിന്റെ സമസ്ത മേഖലകളിലും പുതിയ മൂല്യബോധം ഉണരുന്ന കാലമാണത്. നിരവധി പ്രക്ഷോഭങ്ങളിലൂടെ അനേകം സാമൂഹ്യാനാചാരങ്ങളെ കേരളീയസമൂഹം ഉന്മൂലനം ചെയ്തത് അക്കാലത്താണ്. സ്വാതന്ത്ര്യസമരപ്രസ്ഥാനവും സാമുദായികപരിഷ്കരണ സംരംഭങ്ങളും സൃഷ്ടിച്ച സാമൂഹ്യ-രാഷ്ട്രീയ ചലനങ്ങളാണ് നവോത്ഥാനത്തിന്റെ പ്രത്യക്ഷസാന്നിദ്ധ്യം വിളിച്ചറിയിച്ചത്. നവോത്ഥാനം സൃഷ്ടിച്ച ഉണർവ്വും ഉത്തേജനവും സാഹിത്യമേഖലയെയും ചലനാത്മകമാക്കി. സാഹിത്യകൃതികൾ പുതിയ ആശയങ്ങൾ പ്രക്ഷേപിച്ചു തുടങ്ങി. പല പുതിയ കൃതികളും നിലനില്ക്കുന്ന ജീർണ്ണിച്ച സാമൂഹ്യാവസ്ഥയെ വിമർശിക്കുകയും മൂല്യാധിഷ്ഠിതമായ ഒരു ജീവിതവ്യവസ്ഥയ്ക്കുവേണ്ടിയുള്ള പോരാട്ടത്തിന്റെ അനിവാര്യത ഉദ്ഘോഷിക്കുകയും ചെയ്തു. വ്യക്തി-കുടുംബ-സമൂഹ ജീവിതങ്ങളിലെ അനാശാസ്യതകൾക്കെതിരെ സമൂഹമനസ്സാക്ഷിയെ ഉണർത്താൻ എഴുത്തുകാർ പ്രേരണ ചെലുത്തി. പത്തൊമ്പതാം നൂറ്റാണ്ടിന്റെ ഉത്തരാർദ്ധത്തിലാണ് നോവൽ എന്ന സാഹിത്യരൂപം മലയാളിക്കു പരിചിതമായിത്തുടങ്ങുന്നത്. പില്ക്കാലത്ത് നോവലിന്റെ പ്രചാരം വർദ്ധിക്കുകയും അത് ഏറെ പ്രചാരമുള്ള ജനകീയ സാഹിത്യരൂപമായി പരിണമിക്കുകയും ചെയ്തു. നോവൽ വായനക്കാരുടെ എണ്ണം അടുത്ത നൂറ്റാണ്ടാകുമ്പോൾ പതിന്മടങ്ങു വർദ്ധിക്കുന്നുണ്ട്. സാമൂഹ്യജീവിതപരിണാമങ്ങളെ സമഗ്രമായി പ്രതിഫലിപ്പിക്കാൻ നോവലിന് കഴിഞ്ഞു. ചില ചരിത്രസന്ധികളിൽ സാമൂഹ്യമാറ്റങ്ങളുടെ ആധികാരികരേഖയായി

പ്പോലും നോവലുകൾ മാറുന്നുണ്ട്. അതുകൊണ്ട് നവോത്ഥാനമൂല്യങ്ങൾ സാമൂഹ്യപരിവർത്തനത്തിൽ ചെലുത്തിയ സ്വാധീനത്തെ അളക്കാൻ, സാമൂഹ്യമാറ്റങ്ങളുടെ പശ്ചാത്തലത്തിൽ എഴുതപ്പെട്ട നോവലുകളുടെ അപഗ്രഥനത്തിനു കഴിയും.

ഏതുകാലത്തും സർഗ്ഗാത്മക സാഹിത്യകൃതികളുടെ മുഖ്യപ്രമേയമായി പ്രണയം കടന്നുവരാറുണ്ട്. നവോത്ഥാനകാലഘട്ടത്തിലെ സാഹിത്യകൃതികളിലെ പ്രണയസങ്കല്പം അക്കാലത്ത് സമൂഹത്തിൽ ഉരുത്തിരിഞ്ഞുവന്ന പ്രക്ഷോഭ പ്രവണതകളുമായി അഭേദ്യബന്ധം പുലർത്തുന്നു. നവോത്ഥാനകാലത്തെ പ്രധാന നോവലുകളുടെ ഉള്ളടക്കത്തെ അപഗ്രഥിച്ചുകൊണ്ട് പ്രണയവും പ്രക്ഷോഭവുമായുള്ള ബന്ധത്തെ പരിശോധിക്കുന്നതിന് സവിശേഷപ്രസക്തിയുണ്ടാകും. നവോത്ഥാന മൂല്യങ്ങൾ നോവലിന്റെ പ്രമേയഘടനയിൽ പ്രത്യക്ഷപ്പെടുന്ന അനുഭവം കാഴ്ചവെക്കുന്ന ആദ്യ നോവൽ *ഇന്ദുലേഖ*യാണ്. പരമ്പരാഗത ജീവിതമൂല്യങ്ങളും നവോത്ഥാനാശയങ്ങളും തമ്മിലുള്ള ഏറ്റുമുട്ടൽ പരിമിതികളോടെയാണെങ്കിലും *ഇന്ദുലേഖ*യിൽ പ്രകടമാകുന്നുണ്ട്. വിദ്യാഭ്യാസത്തിന്റെയും വ്യക്തിസ്വാതന്ത്ര്യത്തിന്റെയും സ്ത്രീ-പുരുഷബന്ധത്തിന്റെയും സ്വത്തവകാശത്തിന്റെയും സംബന്ധം പോലുള്ള അനാചാരങ്ങളുടെയും ഒക്കെ കാര്യത്തിൽ ഈ സംഘർഷാത്മകത പ്രത്യക്ഷപ്പെടുന്നു. അതിനിടയിൽ ഒരു പ്രണയം പ്രതിസന്ധികളിൽപ്പെടുകയും അവയെ അതിജീവിക്കുകയും ചെയ്യുന്നു. അങ്ങനെ പ്രണയവും പ്രക്ഷോഭവും *ഇന്ദുലേഖ*യുടെ ഇതിവൃത്തഘടനയിലെ സജീവ ധാരകളാകുന്നു. അവയുടെ പരസ്പരാഭിമുഖ്യം വിലയിരുത്താനാണ് ഈ പഠനത്തിൽ ശ്രമിക്കുന്നത്.

*ഇന്ദുലേഖ*യ്ക്ക് ശേഷം പരിവർത്തനോന്മുഖ ആശയങ്ങൾ ആവിഷ്കരിക്കപ്പെടുന്ന ശ്രദ്ധേയമായ നോവലാണ് *അപ്ഫന്റെ മകൾ.* നമ്പൂതിരി സമുദായത്തിനുള്ളിലെ ചില പ്രശ്നങ്ങളെ മാത്രം കേന്ദ്രീകരിക്കുന്ന നോവലാണിത്. അത് ഈ നോവലിന്റെ പരിമിതിയായിത്തോന്നാം. എന്നാൽ സാമുദായിക നവീകരണാശയങ്ങളിലൂടെയാണ് കേരളത്തിൽ നവോത്ഥാനമൂല്യങ്ങൾ അരങ്ങേറുന്നത് എന്നോർക്കണം. സമുദായത്തിൽ മാനവികതയെ പ്രതിഷ്ഠിക്കാനുള്ള സംരംഭമായിരുന്നു അവ. സംബന്ധം എന്ന ദുഷിച്ച ആചാരത്തിന് അറുതിവരുത്താനും നമ്പൂതിരി യുവാക്കൾക്ക് സ്വജാതി വിവാഹാവകാശം സ്ഥാപിച്ചെടുക്കാനുള്ള പ്രവർത്തനങ്ങളാണ് നോവലിന്റെ കഥാപരിണാമത്തെ അർത്ഥവത്താക്കുന്നത്. ഒരു പ്രണയത്തിന്റെ സാക്ഷാൽക്കാരവും മറ്റൊന്നിന്റെ രക്തസാക്ഷിത്വവും അതിനായി ആവിഷ്കരിക്കുന്നു.

കേശവദേവിന്റെയും തകഴിയുടെയും തെരഞ്ഞെടുത്ത ചില നോവലുകളെയാണ് വിശകലനത്തിന് വിധേയമാക്കുന്നത്. പ്രണയവും പ്രക്ഷോഭവും മുഖ്യപ്രതിപാദ്യങ്ങളായി കടന്നുവരുന്ന നോവലുകളെ മാത്രമേ അപഗ്രഥിക്കുന്നുള്ളൂ. കേരള ചരിത്രത്തിലെ പ്രക്ഷുബ്ധമായ ഒരു കാല

ഘട്ടത്തിൽ രചിക്കപ്പെട്ട നോവലുകളെയാണ് പഠനവിധേയമാക്കുന്നത്. മലയാളിയുടെ സാഹിത്യാഭിരുചിയെ തിരുത്തിക്കുറിച്ച കൃതി എന്ന നിലയിലും ഒരു പ്രക്ഷോഭകാരിയുടെ അനുഭവങ്ങൾ ചിത്രീകരിക്കുന്ന കൃതി എന്ന നിലയിലുമാണ് *ഓടയിൽ നിന്ന്* പരിഗണിക്കപ്പെടുന്നത്. പ്രക്ഷോഭകലുഷമായ ഇതിവൃത്തമാണ് *കണ്ണാടി* എന്ന കൃതിക്കുള്ളത്. അതുകൊണ്ട് *കണ്ണാടി* സവിശേഷപരിഗണനന അർഹിക്കുന്നു. ആയിരത്തിത്തൊള്ളായിരത്തി നാല്പതുകളിലെ സാമൂഹ്യ-രാഷ്ട്രീയ പരിവർത്തനങ്ങളുടെ സമരോത്സുകത പ്രതിഫലിക്കുന്ന നോവലുകളാണ് *തോട്ടിയുടെ മകൻ*, *തലയോട്*, *രണ്ടിടങ്ങഴി* എന്നിവ. അവയുടെ അപഗ്രഥനവും പ്രസക്തമാകുന്നു. ഈ നോവലുകളുടെ ഉള്ളടക്കത്തെ വിലയിരുത്തുന്നതിലൂടെ സാമൂഹ്യചലനങ്ങളുമായി അവയെ ചേർത്തുവെച്ച് പഠിക്കാനാണ് മുതിരുന്നത്. പ്രണയ തീവ്രതയുടെയും അതിന്റെ ദുരന്ത പരിണാമത്തിന്റെയും ആവിഷ്കാരമാണ് ബഷീറിന്റെ *ബാല്യകാലസഖി.* മുസ്ലീം സാമുദായിക നവോത്ഥാനത്തിന്റെ അനിവാര്യതയിലേക്കു *ബാല്യകാലസഖി* വിരൽചൂണ്ടുന്നു. സ്വാതന്ത്ര്യസമരത്തിന്റെയും ഖിലാഫത്ത് പ്രസ്ഥാനത്തിന്റെയും കാലഘട്ടങ്ങളിലാണ് ഉറൂബിന്റെ *ഉമ്മാച്ചു*, *സുന്ദരികളും സുന്ദരന്മാരും* എന്നീ നോവലുകളിലെ സംഭവങ്ങൾ സങ്കല്പിച്ചെടുക്കുന്നത്. എന്നാൽ അവയിലെ മുഖ്യപ്രമേയം പ്രണയപരിണാമങ്ങളാണ്. ഈ ഇതിവൃത്തഘടകങ്ങൾ എങ്ങനെ കണ്ണിചേർക്കപ്പെടുന്നു എന്ന അന്വേഷണം കൗതുകകരമാണ്. നവോത്ഥാന കാലഘട്ടത്തിനുശേഷം എഴുതപ്പെട്ട നോവലാണ് *അഗ്നിസാക്ഷി.* അതിന്റെ ഇതിവൃത്തം നവോത്ഥാന മൂല്യങ്ങളിൽ വേരുകളാഴ്ത്തുന്നു. പ്രണയാനുഭവങ്ങൾ ഈ മൂല്യങ്ങളുമായി ചേർത്തുവയ്ക്കുന്നുമുണ്ട്.

ഏതുദേശത്തും ഏതുകാലഘട്ടത്തിലും മനുഷ്യമനസ്സിന്റെ ഉല്ക്കടമായ പ്രചോദനമായി 'സ്വാതന്ത്ര്യതൃഷ്ണ' നിലകൊണ്ടിട്ടുണ്ട്. കേരളത്തിലെ സ്വാതന്ത്ര്യസമരത്തിന് പല മുഖങ്ങളുണ്ടായിരുന്നു. ദേശീയപ്രസ്ഥാനത്തിന്റെ ഭാഗമായിരിക്കുമ്പോൾത്തന്നെ സാമൂഹ്യാനാശാസ്യതകൾക്കെതിരായ പ്രക്ഷോഭം കൂടിയായിരുന്നു അത്. കേരളീയ സമൂഹത്തിന്റെ സ്വാതന്ത്ര്യസങ്കല്പത്തെ നവോത്ഥാനനോവലുകളിൽ നിന്നു വായിച്ചെടുക്കാനുള്ള ശ്രമം കൂടിയാണ് ഈ പഠനം.

1

നവോത്ഥാനത്തിന്റെ പടവുകൾ

ഒന്ന്

സമൂഹത്തിന്റെ സമസ്തമേഖലകളിലും സംഭവിക്കുന്ന ചലനാത്മകതയാണ് നവോത്ഥാനത്തിന്റെ പ്രകടമായ പ്രത്യേകത. സ്തംഭിച്ചു നില്ക്കുന്ന സമൂഹചേതനയെ നവോത്ഥാനചലനങ്ങൾ സ്പർശിച്ചുണർത്തുന്നു. കെട്ടിനിന്നു ജീർണ്ണിക്കുന്ന കാലത്തെ അതു കുത്തിയിളക്കി ഒലിപ്പിച്ചുകൊണ്ടുപോകുന്നു. ചില സവിശേഷ ചരിത്ര സന്ദർഭങ്ങളിൽ ഏതു സമൂഹത്തിലും ഇത്തരം ചലനാത്മകത ദൃശ്യമാകാറുണ്ട്. കൂടുതൽ മെച്ചപ്പെട്ട സാമൂഹ്യാവസ്ഥയിലേക്കുള്ള ചുവടുവയ്പായിരിക്കും നവോത്ഥാനം നിർവ്വഹിക്കുന്ന ചരിത്രദൗത്യം. കേരളീയസമൂഹത്തിൽ ഈ രീതിയിലുള്ള ഒരു ഉണർവ്വും കുതിപ്പും പ്രബുദ്ധതയും ഉണ്ടാകുന്നത് പത്തൊമ്പതാം നൂറ്റാണ്ടിന്റെ അവസാനദശകങ്ങളിലും ഇരുപതാം നൂറ്റാണ്ടിന്റെ പൂർവ്വാർദ്ധത്തിലുമായാണ്. അതുകൊണ്ടാണ് പത്തൊമ്പതാം നൂറ്റാണ്ടിന്റെ അന്ത്യപാദം മുതൽ സ്വാതന്ത്ര്യപ്രാപ്തിവരെയുള്ള കാലമാണ് നമ്മുടെ നവോത്ഥാനകാലം എന്ന് പി ഗോവിന്ദപ്പിള്ള വിലയിരുത്തുന്നത്.[1]

കേരളീയനവോത്ഥാനത്തിന് നിരവധികൈവഴികളുണ്ടായിരുന്നു. നിരവധി പുരോഗമനാത്മകചിന്താസ്രോതസ്സുകൾ ഒഴുകിച്ചേർന്നു രൂപപ്പെട്ട ഒരു സാംസ്കാരിക പ്രവാഹമായി അതിനെ പരിഗണിക്കാം, വ്യത്യസ്ത ജീവിതമേഖലകളിൽ നിലനിന്ന മൂല്യസങ്കല്പങ്ങളുടെ പൊളിച്ചെഴുത്തിലൂടെയാണ് ഇവിടെ നവോത്ഥാന ചലനങ്ങൾ പ്രത്യക്ഷമാകുന്നത്. ജീർണ്ണിച്ച മൂല്യങ്ങളെ വലിച്ചെറിയുകയും പുതിയ മൂല്യങ്ങളെ പ്രതിഷ്ഠിക്കുകയുമാണ് നവോത്ഥാനം ചെയ്തത്. ജാതീയമായ ഉച്ചനീചത്വ

ങ്ങൾക്കും സാമുദായികമായ തരംതിരിവുകൾക്കും എതിരായ ചിന്ത നവോത്ഥാനത്തിന്റെ സാംസ്കാരികമായ ഫലമായിരുന്നു. സ്വാമി വിവേകാനന്ദൻ നിർവ്വചിച്ച 'ഭ്രാന്താലയ'ത്തിൽ നിന്നുള്ള വിമോചന തൃഷ്ണ സമൂഹമനസ്സിനെ തൊട്ടുണർത്തി. സാമുദായിക വികാരങ്ങളുടെ കടപുഴക്കിക്കൊണ്ട് സമത്വബോധവും മതനിരപേക്ഷതാബോധവും വെളിച്ചപ്പെടുന്നത് ഒരു നവോത്ഥാനാനുഭവമായിരുന്നു. അസ്പൃശ്യരായി മാറ്റിനിർത്തപ്പെട്ടവരുടെ അവകാശസംരക്ഷണവ്യഗ്രത മുളപൊട്ടുന്ന ചരിത്രസന്ദർഭവും ഇതായിരുന്നു. അവർണ്ണ സമുദായങ്ങളിൽ പെട്ടവർക്ക് പൊതുനിരത്തുകളിൽ നടക്കുന്നതിനോ, ക്ഷേത്രങ്ങളിൽ പ്രവേശിച്ച് ആരാധന നടത്തുന്നതിനോ ഉള്ള അനുവാദം നിലവിലുണ്ടായിരുന്നില്ല. അവരുടെ കുട്ടികൾക്ക് വിദ്യാലയങ്ങളിൽ പഠിക്കാനുള്ള അവകാശമുണ്ടായിരുന്നില്ല. ഇത്തരം അവകാശനിഷേധങ്ങൾ സാമൂഹ്യാനീതിയാണെന്നും മനുഷ്യത്വരഹിതമാണെന്നുമുള്ള ബോധം കാലക്രമത്തിൽ പ്രബലമായിത്തീരുന്നു. വൈക്കം- ഗുരുവായൂർ സത്യഗ്രഹങ്ങളിലേക്കും ക്ഷേത്രപ്രവേശനവിളംബരത്തിലേക്കുമൊക്കെ സമൂഹത്തെ നയിച്ചത് ഈ ബോധനവീകരണമായിരുന്നു. സാമൂഹ്യജീവിതത്തിന്റെ സർവ്വതലങ്ങളിലും അവകാശബോധത്തിന്റെ കനലുകൾ എരിഞ്ഞു തുടങ്ങുകയും പോരാട്ടങ്ങൾക്കു തിരികൊളുത്തുകയും ചെയ്യുന്ന ചരിത്ര മുഹൂർത്തം അങ്ങനെ സമാഗതമായി. ജന്മിത്തത്തിന്റെ കിരാതവാഴ്ചയ്ക്കെതിരായ രോഷം പുകഞ്ഞുതുടങ്ങുന്നതും ഈ കാലയളവിൽത്തന്നെയാണ്. ദേശീയപ്രസ്ഥാനം ശക്തിപ്പെടുകയും സ്വാതന്ത്ര്യബോധം മനുഷ്യമനസ്സുകളിൽ ജ്വലിച്ചുതുടങ്ങുകയും ചെയ്തു. ചൂഷണത്തിന്റെ നുകങ്ങൾക്കു കീഴിൽ കഴിഞ്ഞിരുന്നവർ, തങ്ങൾക്കുമേൽ നടനമാടുന്ന ചൂഷണാതിക്രമങ്ങളെ തിരിച്ചറിയുന്നതും അവയ്ക്കെതിരെ പൊരുതുവാനുള്ള ഊർജ്ജം സംഭരിക്കുന്നതും നവോത്ഥാനമൂല്യങ്ങളിൽ നിന്നാണ്. സ്ത്രീസമൂഹത്തിന്റെ അഭിശപ്താനുഭവങ്ങളുടെ പശ്ചാത്തലത്തെ അപഗ്രഥിച്ചുകൊണ്ടുള്ള സാമുദായിക നവോത്ഥാനപ്രസ്ഥാനങ്ങളും അക്കാലത്ത് ഉടലെടുക്കുകയുണ്ടായി. കൂട്ടുകുടുംബവ്യവസ്ഥയുടെ അപര്യാപ്തത മനസ്സിലാക്കിയ സമൂഹം നിലവിലുള്ള മനുഷ്യബന്ധങ്ങളെ അഴിച്ചുപണിയുവാനും കാലക്രമത്തിൽ അണുകുടുംബ സങ്കല്പം സാക്ഷാൽക്കരിക്കാനും മുതിർന്നു. സംബന്ധവ്യവസ്ഥയുടെ തിരോധാനവും മക്കത്തായത്തിന്റെ ആവിർഭാവവും ഒരു സമൂഹത്തെയാകെ പുതുക്കിപ്പണിയാനുതകി. അജ്ഞതയ്ക്കും അന്ധവിശ്വാസങ്ങൾക്കും അനാശാസ്യതകൾക്കുമെതിരായ ആശയപ്രചാരണം ആധുനിക വിദ്യാഭ്യാസത്തിന്റെ അനിവാര്യതയെ ഉദ്ഘോഷിച്ചു. 'വിദ്യകൊണ്ടു പ്രബുദ്ധരാകുക' എന്ന സന്ദേശം സമൂഹത്തിന്റെ മുന്നോട്ടുള്ള പ്രയാണത്തിന് പ്രചോദനം നല്കി. ഇങ്ങനെ നിരവധി തലങ്ങളുള്ള നവോത്ഥാനത്തിന്റെ മുഖ്യധാരകളുടെ സ്വാധീനവും പ്രസക്തിയും വിലയിരുത്തേണ്ടതുണ്ട്.

കേരളീയ നവോത്ഥാനത്തിന് പ്രധാനമായും രണ്ടു ശാഖകളു

ണ്ടായിരുന്നു എന്നുപറയാം. സവർണ്ണസമുദായങ്ങളിൽ നടന്ന നവോത്ഥാനപ്രവർത്തനങ്ങളും, കീഴാളവിഭാഗങ്ങളിൽ നടന്ന നവോത്ഥാന സംരംഭങ്ങളുമാണവ. സാമുദായിക പരിഷ്കരണത്തെയാണ് സവർണ്ണ നവോത്ഥാനം ലക്ഷ്യമാക്കിയത്. തങ്ങളുടെ സമുദായങ്ങളിൽ നിലനിന്ന അനാചാരങ്ങളെയും ജീർണ്ണതകളെയും വലിച്ചെറിഞ്ഞ്, കാലോചിതമായ പരിഷ്കാരങ്ങൾ ആർജ്ജിച്ച് സമുദായങ്ങളെ നവീകരിക്കുക എന്നുള്ളതായിരുന്നു സവർണ്ണ സമുദായങ്ങളിലെ നവോത്ഥാനപ്രവർത്തകരുടെ ലക്ഷ്യം. സ്വന്തം സമുദായങ്ങളുടെ ഔന്നത്യം മാത്രമായിരുന്നു അവരുടെ പ്രവർത്തനങ്ങളുടെ പിന്നിലെ പ്രേരണ. സമുദായത്തിനു പുറത്തുള്ള മനുഷ്യരെയും അവരുടെ ജീവിത പ്രശ്നങ്ങളെയും സവർണ്ണ നവോത്ഥാന പ്രവർത്തകർ പരിഗണിച്ചതേയില്ല. കീഴാള നവോത്ഥാനം കീഴാളർ തങ്ങൾക്കു നിഷേധിക്കപ്പെട്ട അവകാശങ്ങൾ പിടിച്ചു പറ്റുന്നതിനുവേണ്ടി നടത്തിയ പോരാട്ടങ്ങളായിരുന്നു. സാമുദായിക താല്പര്യങ്ങൾക്കുപരിയായ 'വർഗ്ഗവിമോചനം' എന്ന സങ്കല്പമായിരുന്നു കീഴാള നവോത്ഥാനത്തിന്റെ പ്രചോദനസ്വപ്നം. കീഴാളനവോത്ഥാനം കൂടുതൽ വിപ്ലവകരമായിരുന്നു എന്നു നിരീക്ഷിക്കുന്നത് ഈ പശ്ചാത്തലത്തിലാണ്.

നാടുവാഴിത്തത്തിൽനിന്നും മുതലാളിത്തത്തിലേക്കുള്ള സമൂഹ പരിണാമ പശ്ചാത്തലമാണ് നവോത്ഥാനത്തിനുള്ളത്.[2] നാടുവാഴിത്ത വ്യവസ്ഥിതിയിൽ സവർണ്ണർക്ക് ഗുരുതരമായ ജീവിത പ്രശ്നങ്ങളെ അഭിമുഖീകരിക്കേണ്ടി വന്നിട്ടില്ല. എന്നാൽ അവർണ്ണർക്ക് നാടുവാഴിത്തം ഭീതിയുടെയും അപമാനത്തിന്റെയും കാളരാത്രികളായിരുന്നു. എല്ലാ മാനുഷികാവകാശങ്ങളും നിഷേധിക്കപ്പെട്ട ജനസഞ്ചയമായിരുന്നു അവർ. സമൂഹത്തിന്റെ മുഖ്യധാരയിൽനിന്നും പൂർണ്ണമായി തിരസ്കരിക്കപ്പെട്ട അവസ്ഥയിലാണ് അന്ന് അവർ കഴിഞ്ഞുപോന്നത്. അവിടെ നിന്നും കുതറിച്ചാടി മനുഷ്യാവസ്ഥയെ പ്രാപിക്കാനുള്ള വെമ്പലാണ് അവരെ നവോത്ഥാനപാതയിലേക്കെത്തിച്ചത്. സവർണ്ണ നവോത്ഥാനം സാമുദായിക പരിഷ്കരണവും കീഴാളനവോത്ഥാനം വിമോചനപ്പോരാട്ടവുമായി വിലയിരുത്തപ്പെടുന്നത് അതുകൊണ്ടാണ്.

കീഴാളസമൂഹത്തിനുമേൽ ജാതിവ്യവസ്ഥയുടെ കൊടിയ പീഡനങ്ങൾ അടിച്ചേല്പിക്കപ്പെട്ടിരുന്നു. സമൂഹത്തിൽ ഒരു മനുഷ്യജീവിക്കു ലഭിക്കേണ്ട യാതൊരു പരിഗണനയും കീഴാളനു കിട്ടിയിരുന്നില്ല. കീഴാളരെ നികൃഷ്ട ജന്മങ്ങളായി പൊതുസമൂഹത്തിൽ നിന്നു വേർതിരിച്ചു നിർത്തിയിരുന്ന സാമൂഹ്യാവസ്ഥയാണ് ഇവിടെ നിലനിന്നിരുന്നത്. വിദ്യാഭ്യാസത്തിനും വഴി നടക്കാനും ക്ഷേത്രാരാധാനയ്ക്കും അവർക്ക് അനുവാദം ഇല്ലായിരുന്നു. നവോത്ഥാന ചിന്തകളിലൂടെയും പ്രവർത്തനങ്ങളിലൂടെയും ആ ദുരവസ്ഥയെ ഭേദിക്കുവാനാണ് കീഴാളർ ശ്രമിച്ചത്. പുഴുക്കളെപ്പോലെ പിടഞ്ഞിരുന്നവർ മനുഷ്യരാകാൻ നടത്തിയ ക്ലേശങ്ങളായിരുന്നു അവ. "കീഴാളർ നടത്തിയിട്ടുള്ള ഓരോ സമരവും

അവരുടെ ആത്മാഭിമാനവും അതോടൊപ്പം മനുഷ്യരാശിയുടെ അന്തസ്സും ആവിഷ്കരിക്കുവാനുള്ള സമരവുമായിരുന്നു.''[3] എന്ന നിഗമനം അർത്ഥവത്താണ്.

സവർണ്ണനവോത്ഥാന പ്രവർത്തനങ്ങൾ സ്ഫോടനാത്മകമായ പ്രതികരണങ്ങൾ സൃഷ്ടിച്ചത് നമ്പൂതിരി സമുദായത്തിലാണ്. ജീർണ്ണത ഗ്രസിച്ചുകഴിഞ്ഞിരുന്ന സമുദായാവസ്ഥയാകാം അതിനുകാരണം. അനാചാരങ്ങളും അനാശാസ്യതകളും കൊടികുത്തി വാണിരുന്ന സമുദായത്തിൽ അഭിശപ്തജീവിതം നയിക്കേണ്ടിവന്നവർ തങ്ങളെ വീർപ്പുമുട്ടിച്ചിരുന്ന ദുരവസ്ഥയ്ക്കെതിരെ പ്രതികരിക്കുകയായിരുന്നു. ബഹുഭാര്യത്വവും വൃദ്ധവിവാഹവും സ്ത്രീവിദ്യാഭ്യാസ വിലക്കും അന്തർജ്ജനങ്ങളുടെ ജീവിതം ദുരിതപൂർണ്ണമാക്കിയിരുന്നു. വൃദ്ധരായ നമ്പൂതിരിമാർ വേളികഴിച്ച നമ്പൂതിരിയുവതികൾ വൈകാതെ വിധവകളായിത്തീർന്നിരുന്നു. വിധവാവിവാഹം അനുവദിക്കാത്ത സാമുദായിക നിയമം നിത്യവൈധവ്യത്തിന്റെ കാരാഗൃഹത്തിൽ നിരവധി സ്ത്രീജന്മങ്ങളെ തളച്ചിട്ടു. തറവാട്ടിലെ മൂത്തസഹോദരനുമാത്രമേ 'വേളി' എന്ന സ്വജാതി വിവാഹം അനുവദിച്ചിരുന്നുള്ളു. കനിഷ്ഠ സഹോദരന്മാരായ അപ്ഫന്മാരുടെ ജന്മം പട്ടിയുടെയും പൂച്ചയുടെയും ജന്മത്തെക്കാൾ നികൃഷ്ടമായിരുന്നു എന്ന് വി ടി പറയുന്നുണ്ട്. മറ്റ് സവർണ്ണ സമുദായങ്ങളിലെ സ്ത്രീകളുമായി അപ്ഫന്മാർക്കു വിധിച്ചിരുന്ന 'സംബന്ധം' മനുഷ്യബന്ധങ്ങളെ അരാജകത്വത്തിന്റെ ആഴങ്ങളിലേക്കു വലിച്ചെറിയാൻ പോന്ന ഒരേർപ്പാടായിരുന്നു. അത്തരം ബന്ധങ്ങളിൽ പിറക്കുന്ന കുട്ടികളെ സംബന്ധിക്കുന്ന യാതൊരു ഉത്തരവാദിത്വവും അപ്ഫന്മാർ വഹിക്കേണ്ടതില്ല. കുട്ടികൾ അവർക്ക് അസ്പൃശ്യരായിരുന്നു എന്നതാണ് ഏറെ വിചിത്രം. 1906 ൽ രൂപംകൊണ്ട 'നമ്പൂതിരിയോഗക്ഷേമസഭ' സമുദായത്തിലെ അനാചാരങ്ങൾക്കെതിരെ ശബ്ദമുയർത്തി, യോഗക്ഷേമസഭയുടെയും എൻ എസ് എസിന്റെയും പ്രവർത്തനഫലമായി, ഇരുപതാം നൂറ്റാണ്ടിന്റെ തുടക്കത്തിൽത്തന്നെ കേരളീയ സമൂഹത്തിൽ സംബന്ധ വിരുദ്ധവികാരം രൂപംകൊള്ളുകയുണ്ടായി. നൂതനാശയങ്ങൾ പ്രചരിപ്പിക്കുന്നതിനായി പത്രപ്രസിദ്ധീകരണവും സാഹിത്യരചനയും പദയാത്രയും നാടകാവതരണവുമൊക്കെ നമ്പൂതിരിയുവാക്കൾ കണ്ടെത്തിയ മാർഗ്ഗങ്ങളായിരുന്നു. സമുദായത്തിലെ ജീർണ്ണതകൾ മൂടിപ്പൊതിഞ്ഞുവെച്ച് പൊള്ളയായ ജാത്യാഭിമാനം ഉയർത്തിപ്പിടിക്കുക എന്നതല്ല, ജീർണ്ണതകളെ പരസ്യപ്പെടുത്തി അവയ്ക്കെതിരെ സാമുദായികവും സാമൂഹ്യവുമായ വികാരം ജ്വലിപ്പിച്ചെടുക്കുക എന്നതാണ് നവോത്ഥാനത്തിന്റെ വക്താക്കൾ അവലംബിച്ച പ്രവർത്തന രീതി. പരമ്പരാഗത വിദ്യാഭ്യാസ രീതിയിൽ നിന്നു വ്യതിചലിച്ച് പുതിയ വിദ്യാഭ്യാസ രീതി സ്വീകരിക്കണമെന്ന് നിർദ്ദേശമുണ്ടായി. യോഗക്ഷേമസഭയുടെ സമ്മേളനങ്ങളിൽ ആധുനിക വിദ്യാഭ്യാസത്തിനുവേണ്ടിയുള്ള ആഹ്വാനങ്ങൾ മുഴങ്ങി. സംസ്കൃതവിദ്യാഭ്യാസത്തിനുപകരം ഇംഗ്ലീഷ് വിദ്യാഭ്യാസം

സ്വീകരിക്കപ്പെടുകയാണ്. വേദാഭ്യാസനത്തിനുവേണ്ടി ചെലവിട്ടവർഷങ്ങൾ, ജീവിതത്തിലെ പാഴായിപ്പോയകാലയളവാണെന്ന് ഇ എം എസിനെപ്പോലുള്ളവർ തിരിച്ചറിയുന്നുണ്ട്. ഇംഗ്ലീഷ് വിദ്യാഭ്യാസം നേടുന്ന പുതിയ തലമുറ സ്വാതന്ത്ര്യബോധം ആർജ്ജിക്കുന്നു. പുതിയ മൂല്യബോധം ഉൾക്കൊള്ളുന്നു. സമത്വസങ്കല്പങ്ങളും ജനാധിപത്യവ്യവസ്ഥകളും അവരെ പ്രചോദിപ്പിച്ചിരുന്നു. വിദ്യാഭ്യാസത്തിന്റെ മഹത്ത്വം മനസ്സിലാക്കിയ അവർ അടുത്ത തലമുറയുടെ പഠനത്തിന് മറ്റെന്തിനെക്കാളും പ്രാധാന്യം നല്കി. യാഥാസ്ഥിതികരുടെ എതിർപ്പിനെ പുതിയ ചിന്താഗതിക്കാർക്കു നേരിടേണ്ടിവന്നു. നവോത്ഥാന പ്രവർത്തനങ്ങളിൽ വ്യാപൃതരായിരുന്ന പലരും പിന്നീട് ദേശീയ പ്രസ്ഥാനത്തിലും കമ്യൂണിസ്റ്റ് പ്രസ്ഥാനത്തിലും എത്തിച്ചേരുന്നുണ്ട്.

ഇരുപതാം നൂറ്റാണ്ടിന്റെ തുടക്കത്തിൽ നായർ സമുദായത്തിലും പരിവർത്തന സംരംഭങ്ങൾ ഉടലെടുക്കുകയുണ്ടായി. ഇതിനുപിന്നിലെ പ്രചോദനശക്തി ചട്ടമ്പി സ്വാമികളുടെ ജീവിതവീക്ഷണവും പരിഷ്കരണവ്യഗ്രതയുമായിരുന്നു. അനാചാരങ്ങളോടുള്ള അസഹിഷ്ണുതയും ബ്രാഹ്മണാധിപത്യത്തോടുള്ള എതിർപ്പും ചട്ടമ്പിസ്വാമികളുടെ ചിന്തകളിലെ അടിസ്ഥാന സമീപനങ്ങളായിരുന്നു. ബ്രാഹ്മണ വിധേയത്വം മൂലം ജീർണ്ണിച്ച വ്യവസ്ഥിതിയും നിരവധി അനാചാരങ്ങളും നായർ സമുദായത്തിൽ അടിഞ്ഞുകൂടിയിരുന്നു. കൂട്ടുകുടുംബ വ്യവസ്ഥ, മരുമക്കത്തായദായക്രമം, നമ്പൂതിരി സംബന്ധം തുടങ്ങിയ ദുഷിച്ചതും കാലഹരണപ്പെട്ടതുമായ ആചാരങ്ങൾക്കെതിരായ ചിന്ത സമുദായത്തിൽ ശക്തമായി പ്രചരിച്ചു. മദ്ധ്യതിരുവിതാംകൂറിലെ നായർ തറവാടുകളിൽ ഒരു സ്ത്രീ പല പുരുഷന്മാരെ ഭർത്താക്കന്മാരായി സ്വീകരിക്കുന്ന സമ്പ്രദായം നിലനിന്നിരുന്നു. ഈ സമ്പ്രദായത്തിന്റെ ജീർണ്ണ മുഖത്തുനോക്കി 'ഇതു ശരീയാണോ?' എന്നു ചട്ടമ്പി സ്വാമികൾ ചോദിച്ചു. അച്ഛനാരെന്നു തിരിച്ചറിയാനാവാത്ത കുട്ടിയുടെ അവസ്ഥയെ പരിഹാസവും രോഷവും കലർന്ന ശബ്ദത്തിൽ സ്വാമികൾ വിചാരണ ചെയ്യുന്നു. "കച്ചേരിയിൽ പോകുന്ന അച്ഛൻ. പള്ളിക്കൂടത്തിൽ പോകുന്ന അച്ഛൻ, വയലിൽ പോകുന്ന അച്ഛൻ, വീട്ടിൽ നില്ക്കുന്ന അച്ഛൻ, ഇങ്ങനെ പോകുന്നു അച്ഛന്മാരുടെ വിവരണപ്പട്ടിക: ഇതുശരിയാണോ?" നവോത്ഥാന സംരംഭങ്ങളുടെ ഉലയിൽ ചുട്ടുപഴുത്ത ഇത്തരം വാക്കുകളാണ് അനാശാസ്യതകളെ പ്രതിക്കൂട്ടിലേറ്റിക്കൊണ്ട് ചട്ടമ്പിസ്വാമികൾ ഉച്ചരിച്ചത്. 1912 ൽ നായർ റഗുലേഷൻ പാസായതോടെ കൂട്ടുകുടുംബവും മരുമക്കത്തായവും അവസാനിച്ചു. മക്കത്തായം, ആളോഹരിഭാഗം എന്നിവ നിലവിൽ വന്നു. പില്ക്കാലത്ത് വിദ്യാഭ്യാസമേഖലയിൽ ശ്രദ്ധകേന്ദ്രീകരിച്ച് പ്രവർത്തിക്കാൻ എൻ എസ് എസിന് കഴിഞ്ഞത് നവോത്ഥാനമൂല്യങ്ങളുടെ സ്വാധീനവും പ്രേരണയുംമൂലമാണ്.

സവർണ്ണനവോത്ഥാനത്തിന് പരിമിതികൾ കണ്ടെത്താൻ കഴിയുമെങ്കിലും ആധുനിക കേരളീയ സമൂഹനിർമ്മിതിയിൽ അത് നല്കിയ

സംഭാവനകൾ വിലപ്പെട്ടതാണ്. സമുദായങ്ങൾക്കുള്ളിലെ കുടുംബ വ്യവസ്ഥയെയും മനുഷ്യബന്ധങ്ങളെയും പിന്തുടർച്ചാവകാശസമ്പ്രാദയത്തെയും മാറ്റിമറിച്ചത് അവഗണിക്കാനാവാത്ത പരിഷ്കാരം തന്നെയാണ്. ആഭിജാത്യം എന്നാൽ അധ:പതനമാണെന്ന് മുത്തരിങ്ങോട്ട് ഭവത്രാതൻ നമ്പൂതിരിപ്പാട് *അപ്ഫന്റെ മകളിൽ* കണ്ടെത്തുന്നതും, 'തൊഴിലാണ് ഭർത്താവ് ' എന്ന് *തൊഴിൽ കേന്ദ്രത്തിലേക്ക്* എന്ന നാടകം പ്രഖ്യാപിക്കുന്നതും അവർണ്ണരെ കടത്താത്ത അമ്പലങ്ങൾക്ക് തീ കൊളുത്തണമെന്ന് വി ടി ഭട്ടതിരിപ്പാട് പ്രഖ്യാപിക്കുന്നതും വാരപൂരത്തിന് നടന്ന് പരാന്നഭോജികളായി ജീവിക്കുന്നതിന് പകരം കീഴാള മാതൃക സ്വീകരിച്ച് അദ്ധ്വാനിച്ചുജീവിക്കാൻ ഇ എം എസ് ആഹ്വാനം ചെയ്യുന്നതും പുതിയൊരു ജനകീയസംസ്കാര നിർമ്മിതിയുടെ അനിവാര്യതയിലേക്കുള്ള ഗംഭീരമായ ചുവടുവെയ്പുകളായിരുന്നു.[4] ഈ ചുവടുവെയ്പുകൾ യാഥാർത്ഥ്യമാകുന്നത് സവർണ്ണ നവോത്ഥാന പ്രവർത്തനങ്ങളുടെ ഊർജ്ജം സമൂഹം ഉൾക്കൊണ്ടത്കൊണ്ടാണ്. ശ്രീനാരായണഗുരുവിന്റെ അരുവിപ്പുറം പ്രതിഷ്ഠയോടു കൂടിയാണ് സാമുദായിക വേർതിരിവുകൾക്കെതിരെ പ്രത്യേക്ഷനീക്കങ്ങൾ കേരളത്തിൽ ആരംഭിക്കുന്നത്. എല്ലാ ജാതി-മത വിഭാഗങ്ങളിലും പെട്ടവർക്ക് ആരാധന അനുവദിച്ചുകൊണ്ടുള്ള പ്രഖ്യാപനമായിരുന്നു അരുവിപ്പുറം പ്രതിഷ്ഠ. അരുവിപ്പുറം ക്ഷേത്രനടത്തിപ്പിനായി ആരംഭിച്ച യോഗം പിന്നീട് എസ് എൻ ഡി പി ആയി പരിവർത്തനം പ്രാപിക്കുകയായിരുന്നു. അതിന്റെ സ്ഥാനം തിരുവനന്തപുരത്തേക്കുമാറുകയും ചെയ്തു. "ഈഴവസമുദായത്തിൽ വൈദികവും ലൗകികവുമായ വിദ്യാഭ്യാസത്തെയും കൃഷി, കച്ചവടം, കൈത്തൊഴിൽ തുടങ്ങിയ വ്യവസായങ്ങളെയും അഭിവൃദ്ധിപ്പെടുത്തുന്നതിനും അവയുടെ പ്രചരണത്തിനായി ക്ഷേത്രം, സന്ന്യാസി മഠം, പള്ളിക്കൂടം, സഹായികധനം മുതലായവ ഏർപ്പെടുത്തുന്നതിനും പ്രോത്സാഹിപ്പിക്കുകയും നടത്തുകയും ചെയ്യുക." - എന്നതാണ് എസ് എൻ ഡി പി അതിന്റെ പ്രഖ്യാപിത ലക്ഷ്യമായി അംഗീകരിച്ചത്. കേരളത്തിലെ ആദ്യത്തെ അർത്ഥപൂർണ്ണമായ നവോത്ഥാനസംരംഭമാണ് എസ് എൻ ഡി പി എന്ന് ഗോവിന്ദപ്പിള്ള നിരീക്ഷിക്കുന്നുണ്ട്. ഈഴവ സമുദായത്തിൽ നിലനിന്ന ഒട്ടേറെ അനാചാരങ്ങൾ അവസാനിപ്പിക്കണമെന്ന് ഗുരു ആഹ്വാനം ചെയ്തു. ഈഴവസമുദായത്തിന് മാത്രമല്ല, കേരളത്തിനാകെ ഗുരു നല്കിയ ഉജ്ജ്വലമായ സന്ദേശം "വിദ്യകൊണ്ട് പ്രബുദ്ധരാവുക, സംഘടനകൊണ്ടു ശക്തരാവുക" എന്നതായിരുന്നു. ഈ സന്ദേശം പ്രവർത്തിപഥത്തിലെത്തുന്നതാണ് നവോത്ഥാന ചരിത്രഘട്ടത്തിൽ കേരളത്തിലുണ്ടായ ഏറ്റവും വലിയ മുന്നേറ്റം. നാരായണഗുരുവിന്റെ നവോത്ഥാന സങ്കല്പം സമസ്തജീവിത മേഖലകളെയും സ്പർശിച്ചുകൊണ്ടുള്ള പുരോഗതിയിൽ അധിഷ്ഠിതമായിരുന്നു. സാർവ്വത്രിക വിദ്യഭ്യാസത്തിന്റെയും ഇംഗ്ലീഷ് വിദ്യാഭ്യാസത്തിന്റെയും സ്ത്രീ വിദ്യാഭ്യാസത്തിന്റെയും ആവശ്യകത അദ്ദേഹം ഊന്നിപ്പറയുന്നുണ്ട്.

ആധുനിക രീതിയിലുള്ള വ്യവസായ സംരഭങ്ങൾ ആരംഭിക്കണമെന്നും അദ്ദേഹം അഭിപ്രായപ്പെട്ടിരുന്നു. കലാ-സാഹിത്യപ്രവർത്തനങ്ങളും വായനശാലാ പ്രവർത്തനങ്ങളും ഊർജ്ജിതമാക്കണമെന്നും ഗുരു വിവക്ഷിച്ചിരുന്നു. ഇങ്ങനെ സാമൂഹ്യജീവിതത്തിനാകെ ഉണർവ്വ് നല്കുന്നതും സമൂഹത്തെയാകെ മുന്നോട്ട് നയിക്കാൻ പര്യാപ്തവുമായ ഒരു നവോത്ഥാനത്തെയാണ് ഗുരു പ്രതിനിധാനം ചെയ്യുന്നത്.

അരുവിപ്പുറം പ്രതിഷ്ഠ കേരളീയസമൂഹമനസ്സിനെ ഇളക്കിമറിച്ച വിപ്ലവാത്മകമായ ഒരു ചുവടുവയ്പായിരുന്നു. അന്നത്തെ നിലയ്ക്ക് ക്ഷേത്രത്തിൽ പ്രവേശിക്കാൻ പോലും അർഹതയോ അവകാശമോ ഇല്ലാതിരുന്ന ഒരാളാണ് വിഗ്രഹപ്രതിഷ്ഠ നടത്തിയത്. വിമർശിച്ചവരുടെയും പരിഹസിച്ചവരുടെയും മുന്നിൽ "താൻ പ്രതിഷ്ഠിച്ചത് ഈഴവ ശിവനെയാണ്" എന്ന വെല്ലുവിളിയാണ് അദ്ദേഹം ഉയർത്തിയത്. അവകാശങ്ങൾ നിഷേധിക്കപ്പെട്ട ജനവിഭാഗങ്ങളുടെ അവകാശങ്ങളും അഭിമാനവും പ്രതീകാത്മകമായി സ്ഥാപിച്ചെടുക്കുകയാണ് അദ്ദേഹം ചെയ്തത്. മതനിരപേക്ഷതയുടെ വിശാല പരിവേഷത്തോടെയാണ് ഗുരു തന്റെ സംരംഭങ്ങൾ തുടങ്ങുന്നത് എന്നുള്ളത് ശ്രദ്ധേയമാണ്. തുടർന്ന് പലയിടങ്ങളിലും വിഗ്രഹപ്രതിഷ്ഠ അദ്ദേഹം ആവർത്തിച്ചു. 'അവശന് ആത്മജ്ഞാനമണയുവാൻ കണ്ണാടി പ്രതിഷ്ഠിച്ചത്.' ഈ പ്രക്രിയയിലെ വിപ്ലവാത്മകമായ ഒരു വഴിത്തിരിവായിരുന്നു. വായനശാലകളും വിദ്യാലയങ്ങളും സ്ഥാപിക്കുന്നതിലേക്ക് അദ്ദേഹം തിരിയുന്നതും ശ്രദ്ധിക്കേണ്ടതാണ്.

അയിത്ത ജാതികളിൽപ്പെട്ടവരുടെ വിദ്യാഭ്യാസാവകാശങ്ങൾ നേടിയെടുക്കാൻ അയ്യങ്കാളിയുടെ നേതൃത്വത്തിൽ നടന്ന പ്രക്ഷോഭങ്ങൾ നവോത്ഥാനചരിത്രത്തിലെ ആവേശനിർഭരമായ അനുഭവങ്ങളാണ്. 1907 ൽ 'സാധുജനപരിപാലന സംഘം' എന്ന സംഘടനയ്ക്ക് അദ്ദേഹം രൂപം നല്കി. കീഴാള നവോത്ഥാനചരിത്രത്തിലെ ഉജ്ജ്വലാദ്ധ്യായമാണ് അയ്യങ്കാളിയുടെ പ്രവർത്തനങ്ങൾ. "പുലയകുട്ടികൾക്ക് പഠിക്കാനാവുന്നില്ലെങ്കിൽ, വയലുകളിൽ പണിയെടുക്കാൻ ആളുണ്ടാവില്ലെന്ന്" പണിമുടക്കിന്റെ കർക്കശഭാഷയിലുള്ള താക്കീതാണ് മേലാളവർഗ്ഗത്തിനു മുന്നിൽ അയ്യങ്കാളി മുഴക്കിയത്. വിദ്യാഭ്യാസാവശ്യങ്ങൾ മുന്നോട്ടുവെക്കുന്നതോടൊപ്പം പുലയരുടെ വസ്ത്രധാരണരീതി കാലോചിതമായി പരിഷ്കരിക്കണമെന്നും അയ്യങ്കാളി നിർദ്ദേശിച്ചു. അദ്ദേഹത്തിന്റെ നിർബ്ബന്ധത്താൽ പുലയർ മാന്യമായി വസ്ത്രധാരണം നടത്താൻ തയ്യാറായി. തങ്ങൾ അണിഞ്ഞിരുന്ന പ്രാകൃതമായ ആഭരണങ്ങൾ വലിച്ചെറിഞ്ഞ് പരിഷ്കൃതാഭരണങ്ങൾ അണിയാൻ അവർ തയ്യാറായി. സവർണ്ണവിഭാഗവുമായി പ്രത്യക്ഷമായ ഒരേറ്റുമുട്ടലിനു ഇതുവഴിവെച്ചു. അയ്യങ്കാളിയുടെ സമയോചിതമായ ഇടപെടലിലൂടെ, ദളിതരുടെ ആവശ്യങ്ങൾ വലിയൊരളവിൽ സവർണ്ണരെക്കൊണ്ട് അംഗീകരിപ്പിക്കാൻ കഴിഞ്ഞു. സവർണ്ണർകൂടി പങ്കെടുത്ത ഒരു പൊതുചടങ്ങിൽ വെച്ചാണ് പുലയ

സ്ത്രീകൾ അവരണിഞ്ഞിരുന്ന പ്രാകൃതാഭരണങ്ങളായ 'കല്ലയും മാലയും' അറുത്തെറിഞ്ഞ് ചരിത്രം സൃഷ്ടിച്ചത്. പണ്ഡിറ്റ് കറുപ്പന്റെയും കൃഷ്ണാതി ആശാന്റെയും നേതൃത്വത്തിൽ 1913 ൽ എറണാകുളത്ത് വെച്ച് 'സമസ്ത കൊച്ചി പുലയ മഹാസഭ' രൂപീകരിച്ചു. സഭയുടെ പ്രവർത്തനഫലമായി എറണാകുളത്ത് ഹരിജൻ ഹോസ്റ്റൽ സ്ഥാപിക്കുകയും ഹോസ്റ്റലിൽ താമസിച്ച് ധാരാളംപേർ മഹാരാജാസ് കോളേജിൽ പഠിക്കുകയും ചെയ്തു. 'പാലിയംസത്യഗ്രഹം' പോലുള്ള ഐതിഹാസിക സമരങ്ങൾ ദളിത് മുന്നേറ്റ ചരിത്രത്തിലെ വഴിത്തിരിവാണ്. കോൺഗ്രസിലെയും പിന്നീട് കമ്യൂണിസ്റ്റ് പാർട്ടിയുടെയും രാഷ്ട്രീയ പ്രവർത്തനങ്ങളിൽ കാലക്രമത്തിൽ ദളിത് നവോത്ഥാന പ്രവർത്തകരും അണിചേരുകയുണ്ടായി. പണ്ഡിറ്റ് കറുപ്പൻ സാഹിത്യകാരൻ മാത്രമായിരുന്നില്ല. അരയസമുദായനവോത്ഥാനപ്രവർത്തനങ്ങളുടെ സംഘാടകൻ കൂടിയായിരുന്നു. ജാതീയമായ ഉച്ചനീചത്വങ്ങൾക്കെതിരായ ആശയപ്രചാരണമാണ് തന്റെ സാഹിത്യരചനകളിലൂടെ അദ്ദേഹം നിർവ്വഹിച്ചത്.

സ്ത്രീവിരുദ്ധനിലപാടുകൾ കേരളീയ സമൂഹത്തിന്റെ പൊതുസ്വഭാവമായിരുന്നുവെന്നു പറയേണ്ടിയിരിക്കുന്നു. നമ്പൂതിരി സമുദായത്തിൽ അതെത്ര മാരകമായിത്തീർന്നിരുന്നുവെന്നു സൂചിപ്പിച്ചുവല്ലോ. ഇതര സമുദായങ്ങളിലെ സ്ഥിതിയും വ്യത്യസ്തമായിരുന്നില്ല. കേരളത്തിലെ സ്ത്രീകൾക്ക് മാറുമറച്ച് മാന്യമായി വസ്ത്രധാരണം ചെയ്യാനുള്ള സ്വാതന്ത്ര്യം പൊതുവേ നിഷേധിക്കപ്പെട്ടിരുന്നു. മാറ് മറച്ച് വസ്ത്രധാരണം ചെയ്യുന്നത് അഹങ്കാരത്തിന്റെ ലക്ഷണമായും മതവിരുദ്ധതയുടെ പ്രകടനമായും മുദ്രയടിക്കപ്പെട്ടിരുന്നു. ഈ പശ്ചാത്തലത്തിലാണ് 'ചാന്നാർ സമര'ത്തിന് വിപ്ലവാത്മകമായ പരിവേഷം ലഭിക്കുന്നത്. 1822 മുതൽ മൂന്നുപതിറ്റാണ്ടുകാലം നീണ്ടുനിന്ന പ്രക്ഷോഭമാണ് 'ചാന്നാർ സമരം'. സ്ത്രീകൾക്ക് മാറ് മറച്ച് വസ്ത്രധാരണം ചെയ്യാനുള്ള അവകാശം സ്ഥാപിച്ചെടുക്കുകയായിരുന്നു 'ചാന്നാർ സമര'ത്തിന്റെ ലക്ഷ്യം. ശീലവഴക്ക്, മേൽമുണ്ടുവഴക്ക്, മുലമാറാപ്പുവഴക്ക് തുടങ്ങിയ പേരുകളിലും ചാന്നാർ ലഹള പരാമർശിക്കപ്പെടുന്നു. ആറ്റിങ്ങൽ രാജ്ഞിയുടെ മുന്നിൽ മാറ് മറച്ചുകൊണ്ട് ഒരു സ്ത്രീ ചെന്നപ്പോൾ അവളുടെ മുലകൾ ഛേദിച്ചുകളയാൻ രാജ്ഞി കല്പ്പിച്ചതായ ഒരു സംഭവത്തെ ഇളംകുളം കുഞ്ഞൻപിള്ള പരാമർശിക്കുന്നുണ്ട്. ക്രിസ്തുമതം സ്വീകരിച്ച ചാന്നാർ സമുദായത്തിൽ പെട്ടവർ ക്രിസ്ത്യൻവേഷമണിഞ്ഞുനടന്നു. ഇതിൽ അസഹിഷ്ണുക്കളായ സവർണ്ണർ ആ വേഷം വലിച്ചുകീറിക്കൊണ്ടാണ് പ്രതികരിച്ചത്. അങ്ങനെയായിരുന്നു ലഹളയുടെ തുടക്കം. അന്നത്തെ ദിവാനായിരുന്ന വെങ്കിട്ടറാവു സവർണ്ണരുടെ നിലപാടിന് അനുകൂലമായി ഉത്തരവിറക്കുകയാണുണ്ടായത്. ഇത്തരം ഒരു സമരം നടന്നുവെന്നതാണ് അതിന്റെ ജയപരാജയങ്ങളേക്കാൾ പ്രസക്തം. മൗലികാവകാശങ്ങൾ സംരക്ഷി

ക്കുവാൻ, അടിച്ചമർത്തപ്പെട്ടവർ അധികാരിവർഗ്ഗത്തിന്റെ കടന്നാക്രമണങ്ങൾക്കെതിരെ നടത്തിയ ചെറുത്തുനില്പ് എന്ന ദൗത്യമാണ് ചാന്നാർ ലഹള നിർവ്വഹിച്ചത്.

വൈക്കം സത്യഗ്രഹവും ഗുരുവായൂർ സത്യഗ്രഹവും കേരളീയ നവോത്ഥാന സംഭവങ്ങളുടെയും രാഷ്ട്രീയ സാമൂഹ്യപരിവർത്തനങ്ങളുടെയും ചരിത്രത്തിലെ അവിസ്മരണീയമായ അദ്ധ്യായങ്ങളാണ്. ദേശീയ പ്രാധാന്യം കൈവരിച്ച സംഭവങ്ങളാണവ. ജാതിവ്യവസ്ഥയ്ക്കെതിരായ പോരാട്ടം കേരള നവോത്ഥാനത്തിന്റെ ഊർജ്ജസ്രോതസ്സുകളിലൊന്നായിരുന്നു. അതിന്റെ പ്രത്യക്ഷപ്രകടനമാണ് വൈക്കം സത്യഗ്രഹത്തിൽ ദൃശ്യമാകുന്നത്. ജാതീയമായി നീചത്വം കല്പിച്ചിരുന്ന അവർണ്ണർക്ക് വൈക്കം ക്ഷേത്രപരിസരത്തിലൂടെയുള്ള നിരത്തിൽ പ്രവേശനം വിലക്കിയിരുന്നു. ആ നിരത്തിൽ സഞ്ചാര സ്വാതന്ത്ര്യം അനുവദിക്കുക എന്ന പരിമിത ആവശ്യം മാത്രമാണ് വൈക്കം സത്യഗ്രഹം ഉയർത്തിയത്. ആ ആവശ്യം ഉന്നയിച്ചുകൊണ്ട് ഇരുപത് മാസത്തോളം സമരം നടന്നു. പില്ക്കാല നവോത്ഥാന മുന്നേറ്റങ്ങൾക്ക് വൈക്കം സത്യഗ്രഹം നല്കിയ പ്രചോദനവും പ്രേരണയുമാണ് ആ സമരത്തെ ശ്രദ്ധേയമാക്കുന്നത്. കേരളത്തിലെ അയിത്തോച്ചാടനപ്രക്ഷോഭങ്ങളിൽ പ്രഥമസ്ഥാനത്ത് നിലകൊള്ളുന്നത് വൈക്കം സത്യഗ്രഹമാണ്. ക്ഷേത്ര പ്രവേശനവിളംബരത്തിലേക്ക് തിരുവിതാംകൂർ രാജഭരണകൂടത്തെ നയിച്ചതിനുപിന്നിലെ മുഖ്യപ്രേരണ വൈക്കം സത്യഗ്രഹമാണെന്നു പറയാം. വൈക്കം സത്യഗ്രഹസമരവുമായി ബന്ധപ്പെട്ട് ഗാന്ധിജി കേരളത്തിലെത്തുകയും ശ്രീനാരായണഗുരുവുമായി കൂടിക്കാഴ്ച നടത്തുകയും ചെയ്തു. അയിത്തോച്ചാടനവും ക്ഷേത്രപ്രവേശനവും കോൺഗ്രസിന്റെ പ്രഖ്യാപിത ലക്ഷ്യങ്ങളായി അംഗീകരിക്കാൻ കാക്കിനാട കോൺഗ്രസ് സമ്മേളനത്തിൽ ടി കെ മാധവൻ ആവശ്യപ്പെട്ടിരുന്നു ഈ ആവശ്യങ്ങൾ ദേശീയപ്രസ്ഥാനത്തിന്റെ ഭാഗമാക്കാൻ വൈക്കം സത്യഗ്രഹം പ്രയോജനപ്പെട്ടു. കേരളീയ സമൂഹത്തിൽ ദേശീയപ്രസ്ഥാനത്തിന് ആഴത്തിൽ വേരോട്ടമേകാനും വൈക്കം സത്യഗ്രഹമുതകി. അവശജനങ്ങളുടെ ഉണർവ്വിന് ദേശവ്യാപകമായ ഉത്തേജനം നല്കി എന്നത് വൈക്കം സത്യഗ്രഹം നിർവ്വഹിച്ച ചരിത്രദൗത്യമാണ്.

1931 ലെ ഗുരുവായൂർ സത്യഗ്രഹം നവോത്ഥാനചരിത്രത്തിലെ മറ്റൊരു പ്രധാന ചുവടുവെയ്പാണ്. അവർണ്ണർക്ക് ക്ഷേത്രപ്രവേശനം അനുവദിക്കണമെന്നതായിരുന്നു പ്രക്ഷോഭത്തിന്റ ആവശ്യം. അവർണ്ണരുടെ ക്ഷേത്ര പ്രവേശനത്തിനുവേണ്ടിയുള്ള സമരങ്ങൾ ശക്തിപ്പെടുത്തുക എന്നുള്ളത് കോൺഗ്രസിന്റെ രാഷ്ട്രീയതീരുമാനം തന്നെയായിരുന്നു. കേളപ്പന്റെയും എ കെ ഗോപാലന്റെയും പി കൃഷ്ണപിള്ളയുടെയും മറ്റും പങ്കാളിത്തം ഗുരുവായൂർ സത്യഗ്രഹത്തിന് ചരിത്രത്തിൽ സവിശേഷസ്ഥാനം നേടിക്കൊടുക്കുന്നു. കാസർഗോഡുനിന്ന് ഗുരുവാ

യൂർ വരെ എ കെ ജിയുടെ നേതൃത്വത്തിൽ നടത്തിയ ജാഥ സത്യഗ്ര ഹത്തിന് ജനകീയ പ്രചാരം നല്കി. എ കെ ജി ക്കു മർദ്ദനമേറ്റതോടെ സാഹചര്യങ്ങൾ പ്രക്ഷുബ്ധമായി. സത്യഗ്രഹികൾ ക്ഷേത്രത്തിനുള്ളിൽ കയറാൻ ശ്രമിക്കുകയും അധികാരികൾ ഒരു മാസത്തോളം ക്ഷേത്രം അടച്ചിടുകയും ചെയ്തു. ഈ കാലയളവിൽ സത്യഗ്രഹം നിർത്തി വെച്ചെങ്കിലും ക്ഷേത്രം തുറന്നതോടെ സത്യഗ്രഹം പുനരാരംഭിച്ചു. സത്യഗ്രഹം ക്ഷേത്രപരിസരത്ത് സംഘർഷാവസ്ഥ സൃഷ്ടിച്ചു. ക്ഷേത്രം പലപ്പോഴും അടച്ചിടേണ്ടിവന്നു. 1932 സെപ്തംബർ മുതൽ കേളപ്പൻ നിരാഹാരവ്രതം തുടങ്ങി. അതോടെ പ്രക്ഷോഭത്തിൽ ഉന്നയിച്ച ആവശ്യങ്ങൾക്ക് ജനപിന്തുണയേറിവന്നു. പൊന്നാനി താലൂക്കിൽ നടത്തിയ ഹിതപരിശോധനയിൽ ബഹുഭൂരിപക്ഷം ആളുകളും ക്ഷേത്രപ്രവേശനത്തിന് അനുകൂലമായി അഭിപ്രായം രേഖപ്പെടുത്തി. സമരത്തിന്റെ തീക്ഷ്ണത വർദ്ധിച്ചപ്പോൾ ക്ഷേത്രം ഉടമയായ സാമൂതിരി ഗാന്ധിജിയുടെ മുന്നിൽ സമരം അവസാനിപ്പിക്കണം എന്ന അപേക്ഷ സമർപ്പിച്ചു. മൂന്നുമാസത്തിനകം അവർണ്ണർക്ക് ക്ഷേത്രപ്രവേശനം അനുവദിക്കണം എന്ന അന്ത്യശാസനം നല്കിക്കൊണ്ട് ഗാന്ധിജി സത്യഗ്രഹം നിർത്തിവെയ്പിച്ചു. ഇല്ലെങ്കിൽ സത്യഗ്രഹം പുനരാരംഭി ക്കുമെന്ന താക്കീതും നല്കിയിരുന്നു. എന്നാൽ സാമൂതിരി വാക്കു പാലിച്ചില്ല. സത്യഗ്രഹം പുനരാരംഭിച്ചുമില്ല. രാജഗോപാലാചാരി മദി രാശിയിൽ മന്ത്രിസഭ രൂപീകരിച്ചതിന് ശേഷമാണ് ക്ഷേത്രപ്രവേശന നിയമം പാസാക്കി അവർണ്ണർക്ക് ക്ഷേത്ര പ്രവേശനാനുവാദം നല്കി യത്.

വൈക്കം-ഗുരുവായൂർ സത്യഗ്രഹ സമരങ്ങൾ അവർണ്ണർക്ക് ക്ഷേത്രപ്രവേശനാനുമതി ലഭ്യമാക്കാൻ നടന്നപോരാട്ടങ്ങളിലെ അവി സ്മരണീയാദ്ധ്യായങ്ങളാണ്. പ്രഖ്യാപിത ലക്ഷ്യങ്ങൾ കൈവരിക്കാൻ ആ പ്രക്ഷോഭങ്ങൾക്കു കഴിഞ്ഞില്ല. പക്ഷേ, സമൂഹമനസ്സാക്ഷിയെ ഉണർത്തുവാനും സമൂഹത്തെ ചലനാത്മകമാക്കുവാനും ആ സമര ങ്ങൾക്ക് കഴിഞ്ഞു. അയിത്തോച്ചാടനപ്രവർത്തനങ്ങളെയും പ്രക്ഷോഭ ങ്ങളെയും ആ സമരങ്ങൾ ഊർജ്ജസ്വലമാക്കി. സമൂഹത്തെ ബോധവല് ക്കരിക്കാനും യാഥാസ്ഥിതിക മനോഭാവത്തെ ഉലച്ചുണർത്താനും കഴിഞ്ഞു. പ്രക്ഷോഭങ്ങൾ സമൂഹമനസ്സിൽ നവോത്ഥാനമൂല്യങ്ങൾ വിന്യസിക്കുന്നതിന്റെ മികച്ച ദൃഷ്ടാന്തങ്ങളാണ് വൈക്കം-ഗുരുവായൂർ സത്യഗ്രഹങ്ങൾ. ആ സമരങ്ങളുടെ ചുവടുപിടിച്ച് പിന്നീടു നടന്ന പ്രധാനപ്രക്ഷോഭങ്ങൾ 'കല്പാത്തിസമരവും' 'ശുചീന്ദ്രം സമര'വും 'പാലിയം സത്യഗ്രഹ'വുമാണ്. ക്ഷേത്രപരിസരങ്ങളിലുള്ള നിര ത്തുകളിലൂടെ അവർണ്ണരുടെ സഞ്ചാരസ്വാതന്ത്ര്യവും അവരുടെ ക്ഷേത്രപ്രവേശനനുവാദവുമാണ് ഈ പ്രക്ഷോഭങ്ങളിലെല്ലാം ഉയർ ത്തപ്പെട്ട ആവശ്യങ്ങൾ. പാലക്കാട്ട് തമിഴ് ബ്രാഹ്മണർ തിങ്ങിവസിക്കുന്ന കല്പാത്തിയിലെ ശിവക്ഷേത്രത്തിൽ അവർണ്ണർക്ക് പ്രവേശനം

അനുവദിച്ചിരുന്നില്ല. ഗുരുവായൂർ സത്യഗ്രഹത്തിൽനിന്നും പ്രചോദനമുൾക്കൊണ്ട അവർണ്ണയുവാക്കൾ, ക്ഷേത്രത്തിലെ രഥോൽസവം കാണുന്നതിനായി വിലക്കു ലംഘിച്ചുകൊണ്ട് സമീപനിരത്തുകളിൽ പ്രവേശിച്ചു. സവർണ്ണപ്രമാണിമാർ അവരെ മർദ്ദിച്ച് ഓടിച്ചു. ക്രൈസ്തവർക്കും മുസ്ലീങ്ങൾക്കും ആ നിരത്തുകളിൽ സഞ്ചരിക്കുന്നതിനു വിലക്കുണ്ടായിരുന്നില്ല. അവർണ്ണരുടെ മതം മാറ്റത്തിന് ഇത് വഴിവെച്ചു. ശുചീന്ദ്രം ക്ഷേത്രത്തിനുസമീപമുള്ള നിരത്തിൽ അവർണ്ണർക്ക് സഞ്ചാരസ്വാതന്ത്ര്യം ആവശ്യപ്പെട്ടുകൊണ്ട് 1936 ൽ നടന്ന സമരം വളരെയേറെ ശ്രദ്ധിക്കപ്പെട്ടെങ്കിലും സമരം വിജയിച്ചില്ല. അവസാനം ഹൈക്കോടതി വിധിയെത്തുടർന്നാണ് അവർണ്ണർക്ക് അവിടെ പൊതുനിരത്തിൽ സഞ്ചരിക്കാനായത്. ഇന്ത്യയ്ക്കു സ്വാതന്ത്ര്യം ലഭിച്ചിട്ടും അവർണ്ണർക്കു പൊതുവഴിയിലൂടെ സഞ്ചരിക്കാനുള്ള സ്വാതന്ത്ര്യം പലയിടത്തും നിഷേധിക്കപ്പെട്ടിരുന്നു. ഇതിനെതിരെ നടന്ന പ്രക്ഷോഭങ്ങളിൽ ഏറെ പ്രാധാന്യം കൈവരിച്ച ഒന്നാണ് 1948 ലെ പാലിയം സത്യഗ്രഹം. ചേന്ദമംഗലത്തുള്ള പാലിയത്തച്ചന്മാരുടെ വക ക്ഷേത്രപരിസരത്തിലെ നിരത്തിലൂടെയുള്ള അവർണ്ണരുടെ സഞ്ചാര സ്വാതന്ത്ര്യമായിരുന്നു സമരത്തിന്റെ ലക്ഷ്യം. എസ് എൻ ഡി പിയും കമ്മ്യൂണിസ്റ്റ് പാർട്ടിയും പുലയമഹാജനസഭയുമൊക്കെ സമരത്തിലുണ്ടായിരുന്നു. കൊടുങ്ങല്ലൂർ കോവിലകത്തെ തമ്പുരാട്ടിമാർ ഉൾപ്പെടെ പല സവർണ്ണരും ഈ സമരത്തിൽ പങ്കെടുത്തിട്ടുണ്ട്. സമരസേനാനികൾ ഭീകരമായി മർദ്ദിക്കപ്പെടുകയും എ ജി വേലായുധൻ മരിക്കുകയും ചെയ്തു. ഇന്ത്യൻ ഭരണഘടന നിലവിൽ വന്നപ്പോഴാണ് അവർണ്ണരുടെ പൊതുനിരത്തുകളിൽ സഞ്ചരിക്കുവാനും ക്ഷേത്രാരാധന നടത്തുവാനുമുള്ള മൗലികാവകാശങ്ങൾ അംഗീകരിക്കപ്പെട്ടത്. അവർണ്ണജനങ്ങളുടെ സഞ്ചാരസ്വാതന്ത്ര്യവും ആരാധനാസ്വാതന്ത്ര്യവുമാണ് ഈ പ്രക്ഷോഭങ്ങളിലെല്ലാം ഉന്നയിക്കപ്പെട്ട ആവശ്യങ്ങൾ. സൂക്ഷ്മവിശകലനത്തിൽ പൗരസ്വാതന്ത്ര്യത്തിനും പൗരാവകാശങ്ങൾക്കും വേണ്ടിയുള്ള പോരാട്ടം തന്നെയായിരുന്നു അവ. സ്വാതന്ത്ര്യം, സമത്വം, സാമൂഹ്യനീതി തുടങ്ങിയ മൂല്യങ്ങൾ ഈ പ്രക്ഷോഭങ്ങളുടെ പ്രചോദനശക്തികളാണ്.

നാടുവാഴിത്തവുമായുള്ള വിച്ഛേദകാലമാണ് കേരളത്തെ സംബന്ധിച്ചിടത്തോളം നവോത്ഥാനകാലം എന്നു നിരീക്ഷിക്കപ്പെട്ടിട്ടുണ്ട്. നമ്പൂതിരി മേധാവിത്വവും മരുമക്കത്തായവും സംബന്ധവും കൂട്ടുകുടുംബവുമെല്ലാം തിരോധാനം ചെയ്യപ്പെടുന്നത് അതിന്റെ പ്രത്യക്ഷ ദൃഷ്ടാന്തമാണ്. ജന്മി-നാടുവാഴിത്തവ്യവസ്ഥിതി പണിയാളർക്കുമേൽ അടിച്ചേല്പിച്ച നിഷ്ഠൂരവ്യവസ്ഥകൾ ചോദ്യം ചെയ്യപ്പെടുന്നതും നവോത്ഥാനചരിത്രത്തിലെ നിർണ്ണായകഘട്ടത്തെ സൂചിപ്പിക്കുന്നു. അടിസ്ഥാനവിഭാഗങ്ങളുടെ ഗൗരവമുള്ള ജീവിതപ്രശ്നങ്ങൾ സമൂഹമനസ്സാക്ഷിക്കു മുന്നിൽ ഉയർത്തിക്കൊണ്ടുവരുന്ന സന്ദർഭമാണത്. അധ:

കൃതർ ചൂഷണത്തിന്റെ ഇരകളായിത്തീരുന്ന ദുരവസ്ഥയെക്കുറിച്ചുള്ള തിരിച്ചറിവ് പൊതുബോധത്തിന്റെ ഭാഗമായിത്തീരുന്നു. ഇത്തരം പ്രശ്നങ്ങളെ രാഷ്ട്രീയാടിത്തറയിൽനിന്നുകൊണ്ടു സമീപിക്കാൻ സമൂഹം തയ്യാറായി. ദേശീയപ്രസ്ഥാനവും പിന്നീട് കമ്യൂണിസ്റ്റ് പ്രസ്ഥാനവും അടിത്തട്ടിലുള്ളവരുടെ ജീവിതത്തിലേക്കാഴ്ന്നിറങ്ങി പ്രവർത്തിച്ചു. അതേതുടർന്ന് ബഹുജനസമരങ്ങൾ ശക്തിപ്പെട്ടു. കർഷകത്തൊഴിലാളികളും ഇതര തൊഴിൽ മേഖലകളിൽ പ്രവർത്തിക്കുന്നവരും സംഘടിപ്പിക്കപ്പെട്ടു. മർദ്ദനങ്ങളെയും ഭരണകൂടഭീകരതകളെയും നേരിട്ടുകൊണ്ടുതന്നെ പ്രക്ഷോഭങ്ങൾ വളർന്നു. കയ്യൂർ, കരിവെള്ളൂർ, മുനയൻകുന്ന് സമരങ്ങളെല്ലാം അങ്ങനെ ചരിത്രത്താളുകളിൽ രേഖപ്പെടുത്തപ്പെട്ടു.

നവോത്ഥാനചലനങ്ങൾ ആധുനിക ജനാധിപത്യസമൂഹ നിർമ്മാണത്തിന് പ്രേരകമായി ഭവിച്ചു. കേരളത്തെ സംബന്ധിച്ചിടത്തോളം സ്വാതന്ത്ര്യസമരം ബ്രിട്ടീഷ് ആധിപത്യത്തിനെതിരായ പോരാട്ടം മാത്രമായിരുന്നില്ല. ജന്മിത്തത്തിന്റെ നൃശംസതകളെയും ജാതിവ്യവസ്ഥയുടെ അസംബന്ധതകളെയും ദുഷിച്ച നിയമങ്ങളെയും നമ്മുടെ സ്വാതന്ത്ര്യബോധം ചോദ്യംചെയ്തു. സമഗ്രമായ ഒരു സ്വാതന്ത്ര്യസങ്കല്പമാണ് നമ്മെ നയിച്ചത്. നവോത്ഥാനമൂല്യങ്ങളുടെ കനൽവെളിച്ചത്തിലാണ് ആ സ്വാതന്ത്ര്യബോധം വികാസംകൊള്ളുന്നത്.

ജനാധിപത്യാവകാശങ്ങൾ സ്ഥാപിച്ചെടുക്കാൻ നടന്ന ജനകീയ പോരാട്ടങ്ങൾക്ക് കരുത്തേകിയത് നവോത്ഥാനചിന്തകളും ആശയങ്ങളുമാണ്. ദേശാഭിമാനം, സ്വാതന്ത്ര്യബോധം, ജനാധിപത്യാശയങ്ങൾ, സമത്വ-സാഹോദര്യസങ്കല്പങ്ങൾ എന്നിവയൊക്കെ മനുഷ്യമനസ്സുകളിൽ പ്രകമ്പനങ്ങൾ സൃഷ്ടിക്കുമ്പോഴാണ് സാമൂഹ്യപുരോഗതി എന്ന പരികല്പന യാഥാർത്ഥ്യപ്രതീതി കൈവരിക്കുന്നത്. പൗരാവകാശങ്ങൾ മുന്നോട്ടുവെച്ചുകൊണ്ടുള്ള ജനകീയ പ്രക്ഷോഭങ്ങളുടെ പ്രതീതിയുണർത്തുന്ന കേരളചരിത്രത്തിലെ ആദ്യസംഭവം 1891 ജനുവരിയിൽ നടന്ന മലയാളിമെമ്മോറിയലാണ്. കേവലം ഒരു പരാതിസമർപ്പിക്കലായി ആ പ്രക്ഷോഭത്തെ പരിമിതപ്പെടുത്തിക്കൂടാ. അതിനുപിന്നിലുണ്ടായിരുന്ന സാമൂഹ്യവികാരവും ഐക്യബോധവും ശ്രദ്ധേയമാണ്. ഉയർന്ന ഉദ്യോഗപദവികൾ മറ്റു സംസ്ഥാനങ്ങളിലെ ബ്രാഹ്മണർക്കും പ്രമാണിമാർക്കും നല്കുന്നതിലും കേരളത്തിലെ അഭ്യസ്തവിദ്യരെ അവഗണിക്കുന്നതിലും പ്രതിഷേധം രേഖപ്പെടുത്തിക്കൊണ്ടുള്ള ഭീമഹർജ്ജി തയ്യാറാക്കി തിരുവിതാംകൂർ മഹാരാജാവിനു സമർപ്പിക്കുക എന്നതായിരുന്നു മലയാളി മെമ്മേറിയലിന്റെ സമരരീതി. തദ്ദേശീയരുടെ ഉദ്യോഗലബ്ധി എന്ന ആവശ്യത്തോടൊപ്പം ദേശാഭിമാനത്തിന്റെ പ്രചോദനവും ഈ സംരംഭത്തിന്റെ പിന്നിലുണ്ടായിരുന്നു. ഭരണകൂടസംവിധാനങ്ങൾ സാമൂഹ്യനീതിയിൽ അധിഷ്ഠിതമായിരിക്കണം എന്ന വീക്ഷണത്തിന്റെ ഭാഗമായി ഇതിനെ പരിഗണിക്കാം. ഔദ്യോഗികമേഖല അപ്രാപ്യമായിരുന്ന ഈഴവസമുദായത്തിന്റെ വ്രണിതവികാരങ്ങളും ഈ

പ്രക്ഷോഭനീക്കങ്ങളിൽ പ്രതിഫലിച്ചു. ഡോ. ടി പല്പു, കെ പി ശങ്കര മേനോൻ, നീധിരിവക്കീൽ തുടങ്ങിയവരുടെ നേതൃത്വത്തിലാണ് പ്രക്ഷോഭം സംഘടിപ്പിച്ചത്. *മലയാളി* എന്ന പ്രസിദ്ധീകരണം പ്രക്ഷോഭത്തിനു പിന്നിൽ ആശയപ്രചരണം നടത്തി. കേരളത്തിലെ ആദ്യത്തെ ജനകീയ പ്രക്ഷോഭമായി മലയാളിമെമ്മോറിയലിനെ കണക്കാക്കി വരുന്നു. ലക്ഷ്യം നേടുന്നതിൽ ഈ പ്രക്ഷോഭം വിജയിച്ചു എന്നു പറയാനാവില്ല. മഹാരാജാവിന്റെ നിർദ്ദേശപ്രകാരം ദിവാനുമായി സമരനേതാക്കൾ വിശദമായി ചർച്ചനടത്തിയെങ്കിലും പ്രയോജനമൊന്നും ഉണ്ടായില്ല. എന്നാൽ ജനകീയപ്രശ്നങ്ങൾ ജനപങ്കാളിത്തത്തോടെ അധികാരികളുടെ മുന്നിൽ ഉന്നയിക്കുന്നതിന്റെ പ്രഥമമാതൃകയായി മലയാളിമെമ്മോറിയൽ ചരിത്രത്തിൽ സ്ഥാനം നേടുന്നു.

ഇരുപതാം നൂറ്റാണ്ടിൽ കേരളത്തിലുണ്ടായ രാഷ്ട്രീയമുന്നേറ്റങ്ങൾ നവോത്ഥാനപ്രവണതകളുടെ തുടർച്ചയായിരുന്നു. സാമൂഹ്യപരിവർത്തനത്തിന്റെ സ്വാഭാവികമായ തുടർച്ചയും അനന്തരപരിണാമവുമാണ് സ്വാതന്ത്ര്യ പ്രാപ്തി വരെയുള്ള സംഭവങ്ങൾ. നിരവധിപോരാട്ടങ്ങളുടെ ഫലമായാണ് കേരളീയ സമൂഹം ജനാധിപത്യവല്ക്കരിക്കപ്പെടുന്നത്. പരിവർത്തനസംരംഭങ്ങൾ വ്യക്തമായ രാഷ്ട്രീയസ്വഭാവങ്ങൾ ആർജ്ജിച്ചുതുടങ്ങുന്നത് ആയിരത്തിത്തൊള്ളായിരത്തി മുപ്പതുകളിലാണ്. തിരുവിതാംകൂറിൽ 1924 ൽ ശ്രീമൂലംതിരുനാൾ മഹാരാജാവ് അന്തരിച്ചപ്പോൾ പ്രായപൂർത്തി തികയാത്ത ശ്രീ ചിത്തിരതിരുനാൾ ഭരണാധികാരിയായി. അതേത്തുടർന്ന് ഫലത്തിൽ ദിവാൻ സി പി രാമസ്വാമി അയ്യർ സർവ്വ അധികാരവും കൈയാളുകയാണുണ്ടായത്. ശ്രീ മൂലം പ്രജാസഭ, ശ്രീ ചിത്രാ സ്റ്റേറ്റ് കൗൺസിൽ എന്നീ സഭകൾ നിലവിൽ വന്നു. ഈ സഭകളിലേക്കുള്ള പ്രതിനിധികളുടെ തിരഞ്ഞെടുപ്പ് നികുതിനല്കുന്നതിനുള്ള ശേഷിയെ അടിസ്ഥാനമാക്കിയായിരുന്നു വ്യവസ്ഥപ്പെടുത്തിയിരുന്നത്. സഭകളുടെ അധികാരം വളരെ പരിമിതമായിരുന്നു. എങ്കിലും ജനാധിപത്യ സംവിധാനങ്ങളിലേക്കുള്ള ചുവടുവെയ്പായി അവ പരിഗണിക്കപ്പെടുന്നു. അവർണ്ണർക്കും പിന്നോക്ക വിഭാഗങ്ങൾക്കും ഈ സംവിധാനത്തിൽ അർഹമായ പ്രാതിനിധ്യം ലഭിക്കുന്നില്ലെന്നു പരാതിയുയർന്നു. ഈ പരിമിതി ഉദ്യോഗനിയമനങ്ങളെ സംബന്ധിച്ചും നിലനില്ക്കുന്നതായി ചൂണ്ടിക്കാണിക്കപ്പെട്ടു. ക്രമേണ ഈ അവസ്ഥയ്ക്കെതിരായ പ്രക്ഷോഭം ഉരുത്തിരിഞ്ഞുവന്നു. പ്രക്ഷോഭത്തിനു നേതൃത്വം നല്കാനായി 'സംയുക്ത രാഷ്ട്രീയസഭ' രൂപം കൊണ്ടു. സഭ അധികാരികൾക്കു സമർപ്പിച്ച നിവേദനങ്ങൾ നിഷ്ഫലമായിത്തീർന്നു. ഈ സാഹചര്യത്തിൽ പ്രജാസഭയിലേക്കും സ്റ്റേറ്റ് കൗൺസിലിലേയ്ക്കുമുള്ള തിരഞ്ഞെടുപ്പ് ബഹിഷ്കരിക്കുക എന്ന സമരപരിപാടി 'സംയുക്തരാഷ്ട്രീയ സഭ' അവലംബിച്ചു. 'നിവർത്തന പ്രക്ഷോഭം' എന്ന പേരിലാണ് ഈ സമരം അറിയപ്പെടുന്നത്. പ്രക്ഷോഭം നാൾതോറും ശക്തിപ്രാപിച്ചുവന്നു. 1935 ൽ കോഴഞ്ചേരിയിൽ നടത്തിയ

ഒരു പ്രസംഗത്തെത്തുടർന്ന് സമരനേതാവായിരുന്ന സി കേശവനെ അറസ്റ്റുചെയ്തു. അതു കൂടുതൽ പ്രക്ഷുബ്ധാവസ്ഥ ഉളവാക്കി. ദിവാൻ സി പി പ്രക്ഷോഭത്തെ നിശിതമായി നേരിട്ടു. 1938 ൽ സ്റ്റേറ്റ് കോൺഗ്രസ് രൂപീകരിച്ചതോടെ കേരളീയ സമൂഹം സ്വാതന്ത്ര്യസമരപ്പാതയിലേക്ക് കുതിച്ചെത്തി. ആധുനികകേരളത്തിന്റെ രൂപീകരണത്തിന് നിവർത്തനപ്രക്ഷോഭവും സ്വാതന്ത്ര്യ സമരപ്രസ്ഥാനവും കമ്യൂണിസ്റ്റ് പ്രസ്ഥാനവും നിർണ്ണായക സംഭാവനകളാണ് നല്കിയത്. ഒരു ജനാധിപത്യ സമൂഹത്തിന്റെ അടിസ്ഥാനഘടകങ്ങളായ ഉത്തരവാദിത്തഭരണം, പ്രായപൂർത്തിവോട്ടവകാശം എന്നീ ആവശ്യങ്ങൾ ഉന്നയിച്ചുകൊണ്ട് കമ്യൂണിസ്റ്റ് പാർട്ടി നടത്തിയ പുന്നപ്ര-വയലാർ സമരവും അതിന്റെ രക്താഭിഷിക്തമായ പര്യവസാനവും ജനകീയ പ്രക്ഷോഭങ്ങളുടെ കൂട്ടത്തിൽ സവിശേഷ പ്രാധാന്യമർഹിക്കുന്നു. സ്വാതന്ത്ര്യപ്രാപ്തിയെത്തുടർന്ന് ഭാഷാസംസ്ഥാനങ്ങൾ രൂപീകരിക്കുന്ന സന്ദർഭത്തിൽ 'സ്വതന്ത്രതിരുവിതാംകൂർ'വാദം സി പി ഉന്നയിച്ചു. ഇതിനെതിരെ 'ഐക്യകേരളം' എന്ന ആശയം ശക്തിപ്പെടുകയും 1956 നവംബർ ഒന്നിന് ആ സങ്കല്പം യാഥാർത്ഥ്യമായിത്തീരുകയും ചെയ്തു. 'കേരളം മലയാളികളുടെ മാതൃഭൂമി' എന്ന സ്വപ്നമാണ് ഇവിടെ സാക്ഷാല്ക്കരിക്കപ്പെട്ടത്. നവോത്ഥാനസങ്കല്പങ്ങളുടെ രാഷ്ട്രീയ സാഫല്യമായി കേരളപ്പിറവിയെ കണക്കാക്കാം.

കൊളോണിയൽ വിദ്യാഭ്യാസവും മിഷണറിമാരുടെ പ്രവർത്തനവും അച്ചടിവിദ്യയും പത്രപ്രവർത്തനവുമെല്ലാം നവോത്ഥാനാശയങ്ങൾക്ക് കരുത്തുപകർന്ന ഘടകങ്ങളാണ്. പാശ്ചാത്യവിദ്യാഭ്യാസം തുറന്നിട്ട മനസ്സിന്റെ ജാലകങ്ങളിലൂടെയാണ് ആധുനികജനാധിപത്യസങ്കല്പങ്ങളും സ്വാതന്ത്ര്യബോധവും മലയാളിയെ വിളിച്ചുണർത്തിയത്. ഭരണകൂടവിമർശനങ്ങളിലൂടെ നിർഭയമായ പത്രപ്രവർത്തനം നടത്തി അപായകരമായിജീവിച്ച സ്വദേശാഭിമാനി രാമകൃഷ്ണപിള്ളയെപ്പോലുള്ളവർ നവോത്ഥാനചൈതന്യത്തിന്റെ ആൾരൂപങ്ങളായി നിലകൊള്ളുന്നു. അനാചാരങ്ങളുടെ കടപുഴക്കിക്കൊണ്ടുള്ള മുന്നേറ്റത്തിന് നിരവധി വ്യക്തികളുടെയും പ്രസ്ഥാനങ്ങളുടെയും പ്രേരണയും സ്വാധീനവും കാരണമാവുകയുണ്ടായി. സഹോദരൻ അയ്യപ്പനിലൂടെ കടന്നുവന്ന യുക്തിവാദം ഓരോ പ്രശ്നത്തെയും കാര്യകാരണബോധത്തോടെ വിശകലനം ചെയ്യുവാനുള്ള കരുത്തും ആത്മവിശ്വാസവും പകർന്നുതന്നു. അങ്ങനെ അന്ധവിശ്വാസങ്ങളുടെ നെടുങ്കോട്ടകൾ തകർക്കാനായി.

ചുരുക്കത്തിൽ, കേരളനവോത്ഥാനം അനേകം പ്രവണതകളുടെ സംയോഗമാണെന്നു പറയാം. സാമുദായിക പരിഷ്കരണം, അയിത്തോച്ചാടനം, അവശരുടെയും അവർണ്ണരുടെയും അവകാശസംരക്ഷണം, അനാചാരങ്ങൾക്കെതിരായ പോരാട്ടം, സാർവ്വത്രിക വിദ്യാഭ്യാസത്തിന് വേണ്ടിയുള്ള പ്രക്ഷോഭം, സമൂഹത്തിന്റെ ആധുനികവല്ക്കരണം, ജനാ

ധിപത്യവ്യവസ്ഥിതിയുടെ രൂപീകരണം, സ്വാതന്ത്ര്യത്തിലേക്കുള്ള ചുവടുവെയ്പുകൾ, ജാതി- ജന്മി-നാടുവാഴിത്ത മേല്ക്കോയ്മകളിൽ നിന്നുള്ള മോചനതൃഷ്ണ, സ്ത്രീത്വത്തിന്റെ അഭിശപ്താവസ്ഥയിലുള്ള അസഹിഷ്ണുത- തുടങ്ങിയ പ്രവണതകൾ നവോത്ഥാനത്തിന്റെ മുഖ്യ ധാരകളായിരുന്നു. ഈ കൈവഴികളെല്ലാം കൂടിച്ചേർന്നുണ്ടായ സാമൂഹ്യ -രാഷ്ട്രീയ സാംസ്കാരിക പ്രവാഹങ്ങളുടെ സമ്മർദ്ദമാണ് ആധുനിക കേരളത്തിന്റെ രൂപീകരണത്തിന് അരങ്ങൊരുക്കിയത്. മാനവികതയുടെ സാക്ഷാൽക്കാരമാണ് നവോത്ഥാനത്തിന്റെ വിവക്ഷ. നമ്പൂതിരിയെ മാത്രമല്ല സകലസമുദായത്തിൽപ്പെട്ടവരെയും മനുഷ്യരാക്കുവാനാണ് നവോത്ഥാനം യത്നിച്ചത്. ജാതിസമുദായ പരിഗണനക്കൾക്കതീതമായി എല്ലാ മനുഷ്യരെയും തുല്യരായിക്കാണാനുള്ള സമഭാവനയും സമത്വബോധവുമാണ് നവോത്ഥാനം പ്രദാനം ചെയ്യുന്നത്. നവോത്ഥാനം സ്ത്രീ-പുരുഷബന്ധത്തെ പുനർനിർവ്വചിക്കുന്നു. പുരുഷാധിപത്യം സ്ത്രീക്കു കല്പിച്ചു കൊടുത്ത അടിമയുടെയും വിനീതവിധേയയുടെയും സ്വത്വസങ്കല്പങ്ങളിൽനിന്ന് അത് അവളെ മോചിപ്പിക്കുന്നു. പുരുഷനോടൊപ്പം ശിരസ്സുയർത്തി അഭിമാന ബോധത്തോടുകൂടി ജീവിക്കുവാനും ഏതു പ്രവർത്തനമേഖലയിലും കടന്നുചെല്ലുവാനും നവോത്ഥാനം അവൾക്കു കരുത്തേകി. പൗരോഹിത്യത്തിന്റെ നിർദ്ദേശങ്ങൾക്കും നിയന്ത്രണങ്ങൾക്കും വിധേയമായി വിശ്വാസികൾ ജീവിച്ചുപോന്ന ഒരു കാലഘട്ടത്തിന്റെ അശാസ്ത്രീയതയെ നവോത്ഥാനം വിചാരണചെയ്തു. ഏതാണ്ട് ഒരു നൂറ്റാണ്ടുകൊണ്ട് വളർന്നു വികസിച്ചു ഫലപ്രാപ്തി യിലെത്തിയ പ്രസ്ഥാനമാണ് നവോത്ഥാനം. സാഹിത്യചരിത്രത്തിലും അത് നിർണ്ണായകമായ സ്വാധീനം ചെലുത്തുകയുണ്ടായി.

രണ്ട്

അഭിരുചികൾ തിരുത്തപ്പെടുമ്പോഴാണ് സാഹിത്യചരിത്രത്തിൽ പുതിയ അദ്ധ്യായങ്ങൾ പിറവികൊള്ളുന്നത്. നിലവിലുണ്ടായിരുന്ന സാഹിത്യാഭിരുചി തിരുത്തലിനുവിധേയമായ ഒരു കാലയളവാണ് നവോത്ഥനകാലം. ജീവിത സങ്കല്പങ്ങളിലും മൂല്യബോധത്തിലുമുണ്ടായ പുതിയ അവബോധം സാഹിത്യകൃതികളുടെ ഉള്ളടക്കത്തിലും ആവിഷ്കാര രീതിയിലും പ്രതിഫലിച്ചു. കൃതികളുടെ പ്രമേയഘടനയിലേക്ക് സാമൂഹ്യജീവിതത്തിന്റെ സംഘർഷ തലങ്ങൾ എത്തിച്ചേർന്നു. പുതിയ ആശയങ്ങളും പഴയ സമീപനങ്ങളും തമ്മിലുള്ള സംഘർഷത്തിന്റെ വ്യത്യസ്തവിതാനങ്ങൾ കൃതികളിൽ ആവിഷ്കരിക്കപ്പെട്ടു. നവോത്ഥാന പ്രവണതകളുടെ ഊർജ്ജസ്രോതസ്സുകൾ എഴുത്തുകാർക്ക് പ്രചോദനത്തിന്റെ ഉറവിടങ്ങളായി.

ജീർണ്ണത ഗ്രസിച്ച വ്യവസ്ഥിതിയെ വിചാരണയ്ക്കു വിധേയമാക്കിക്കൊണ്ടാണ് മലയാളത്തിലെ എഴുത്തുകാർ നവോത്ഥാനമൂല്യങ്ങളെ

ഏറ്റുവാങ്ങിയത്. നമ്പൂതിരി ഇല്ലങ്ങളുടെ അകത്തളങ്ങളിൽ വീർപ്പുമുട്ടിക്കഴിഞ്ഞിരുന്ന അന്തർജ്ജനങ്ങളുടെ ജീവിതവ്യഥകൾ ആ സമുദായത്തിൽപ്പെട്ട എഴുത്തുകാർ തന്നെ ബാഹ്യലോകത്തെ വിളിച്ചറിയിച്ചു. വി ടി, പ്രേംജി, എം ആർ ബി, മുത്തിരിങ്ങോട്ട് തുടങ്ങിയവരുടെ കൃതികൾ അങ്ങനെയാണ് നവോത്ഥാനദൗത്യം നിറവേറ്റിയത്. ബഹുഭാര്യാത്വത്തിന്റെയും വൃദ്ധവിവാഹത്തിന്റെയും സംബന്ധത്തിന്റെയും അകാലവൈധവ്യത്തിന്റേയും കെടുതികൾ പുറംലോകം അറിഞ്ഞുതുടങ്ങുന്നത് അവരുടെ രചനകളിലൂടെയാണ്. സ്ത്രീ വിദ്യാഭ്യാസത്തിന്റെ ആവശ്യകത വിളംബരം ചെയ്യുന്ന നാടകമാണ് *ഋതുമതി*. അതോടൊപ്പം പെൺകുട്ടികളുടെ വസ്ത്രധാരണരീതിയിൽ കാലോചിതമായ പരിഷ്കാരം ആവശ്യമാണെന്നും അത് സ്വീകരിക്കാനുള്ള അവകാശം അവർക്കുണ്ടെന്നും ആ നാടകം പ്രഖ്യാപിക്കുന്നുണ്ട്. ഉല്പതിഷ്ണുക്കളായ എഴുത്തുകാർ അസ്വാതന്ത്ര്യത്തിൽ പിടയുന്നവർക്ക് മുന്നിൽ വ്യക്തി സ്വാതന്ത്ര്യത്തിന്റെ വിശാലഭൂമികയിലേക്കുള്ള ജാലകങ്ങൾ തുറന്നിടുകയായിരുന്നു. തുടർന്ന് ജാതിവ്യവസ്ഥയുടെയും ജന്മിത്തത്തിന്റെയും തിക്താനുഭവങ്ങൾ സാഹിത്യകൃതികളുടെ മുഖ്യപ്രതിപാദ്യമായിത്തീരുന്നു. കവിതയും നാടകവും കഥയും നോവലുമൊക്കെ, തിളച്ചുമറിയുന്ന ഒരു കാലഘട്ടത്തിന്റെ ഉൾച്ചൂടേറ്റ് ത്രസിച്ചു. കൃതികളിൽ ആവിഷ്കരിക്കുന്ന വ്യക്തിഗതാനുഭവങ്ങൾ സാമൂഹ്യ ജീവിതത്തിന്റെ സംഘർഷനിർഭരതയുമായി കണ്ണിചേർക്കപ്പെട്ടു.

പത്തൊമ്പതാം നൂറ്റാണ്ടിന്റെ ഉത്തരാർദ്ധത്തിലാണ് നോവൽ എന്ന സാഹിത്യരൂപം നമുക്കു പരിചിതമായിത്തീരുന്നത്. ഇതിവൃത്തം, കഥാപാത്രങ്ങൾ, ആവിഷ്കാരരീതി നോവലിൽ ആവിഷ്കരിക്കപ്പെടുന്ന ജീവിതദർശനം എന്നിവയാണ് നോവലിന്റെ അവിഭാജ്യഘടകങ്ങളായി കണക്കാക്കപ്പെടുന്നത്. ഇതിവൃത്തത്തിന്റെ സ്ഥലകാലപശ്ചാത്തലത്തിൽ ഒരു സമൂഹമുണ്ടാകും. ആ സമൂഹത്തിൽ സംഭവിക്കുന്ന മാറ്റങ്ങൾ ഇതിവൃത്തത്തെ സ്വാധീനിക്കുകയും ചെയ്യും. ഒരു പ്രത്യേക സമൂഹവും പ്രത്യേക കാലഘട്ടവും ഏതു നോവലിന്റെയും പശ്ചാത്തലഭൂമികയിൽ സങ്കല്പിക്കപ്പെട്ടിരിക്കും. കാലദേശങ്ങളുടെ ചട്ടക്കൂടിനുള്ളിലാകും നോവലിലെ കഥയും സംഭവങ്ങളും നിബന്ധിക്കപ്പെടുക. അതുകൊണ്ടുതന്നെ ഒരു സവിശേഷ ചരിത്രസന്ദർഭത്തിലെ സാമൂഹ്യചലനങ്ങളെ പ്രതിഫലിപ്പിക്കാൻ ഇതിവൃത്തത്തിനു കഴിയും.

നവോത്ഥാനം കേരളീയ സമൂഹത്തിൽ സൃഷ്ടിച്ച ഉണർവ്വിന്റെ സ്വാധീനം സർഗ്ഗാത്മകതയുടെ ഊർജ്ജമായി നമ്മുടെ നോവൽ സങ്കല്പത്തെ വികസിപ്പിച്ചു. ജീവൽ സാഹിത്യസംഘടനയുടെയും പുരോഗമനസാഹിത്യപ്രസ്ഥാനത്തിന്റെയും പ്രവർത്തനങ്ങൾ സാഹിത്യവും സമൂഹവും തമ്മിലുള്ള ബന്ധം ദൃഢപ്പെടുത്തുന്നതിനും എഴുത്തുകാർക്ക് അതുസംബന്ധിച്ച ദിശാബോധം നല്കുന്നതിനും ഉതകി. സാഹിത്യകൃതികൾ ജീവിതയാഥാർത്ഥ്യങ്ങളോടു സത്യസന്ധത പുലർത്തണ

മെന്നും എഴുത്തുകാർ നിർദ്ധനരുടെയും നിരാലംബരുടെയും ചേരിയിൽ നിലകൊള്ളണമെന്നും പുരോഗമന സാഹിത്യപ്രസ്ഥാനം ആഹ്വാനം ചെയ്തു. പരിവർത്തന പ്രവണതകൾ ഉത്തേജനം പകർന്ന ഒരു ചരിത്രസന്ധിയിൽ സാമൂഹ്യവൈരുദ്ധ്യങ്ങൾ ഇല്ലാതാക്കാൻ പ്രേരിപ്പിക്കുന്ന ഇതിവൃത്തമാണ് നോവലുകൾ കാഴ്ചവെച്ചത്. നിലനില്ക്കുന്ന സാമൂഹ്യ-രാഷ്ട്രീയ സംവിധാനങ്ങളുടെ അപര്യാപ്തതകളിലേക്കു വിരൽചൂണ്ടുവാനും അവയെ വിമർശനവിധേയമാക്കുവാനും നോവലിസ്റ്റുകൾ മുതിർന്നു.

പരിവർത്തനത്തിന്റ പാതയിലേക്കു വിരൽചൂണ്ടുന്ന ആദ്യനോവലാണ് *ഇന്ദുലേഖ.* സവർണ്ണനവോത്ഥാനത്തിന്റെ ആദ്യാങ്കുരങ്ങളുടെ പ്രതിഫലനമാണ് *ഇന്ദുലേഖ*യിലുള്ളത്. സമൂഹത്തിന്റെ ഉന്നതശ്രേണിയിൽ നിലനിന്ന അനാശാസ്യതകളെയും അനാചാരങ്ങളെയും *ഇന്ദുലേഖ* പ്രതിക്കൂട്ടിലേറ്റുന്നു. സംബന്ധവ്യവസ്ഥയുടെ അസംബന്ധതകളെയും അതുളവാക്കുന്ന പ്രശ്ന സങ്കീർണ്ണതകളെയും അപഗ്രഥിക്കുന്നു. ഇംഗ്ലീഷ് വിദ്യാഭ്യാസത്തിന്റെ അനിവാര്യത ഉദ്ഘോഷിക്കുന്നു. സമൂഹത്തിന്റെ പാശ്ചാത്യവല്ക്കരണത്തിലൂടെ സാംസ്കാരികോന്നതി ഇച്ഛിക്കുന്നു. എന്നാൽ പരിവർത്തനത്തിന്റെ ചക്രവാളത്തിലേക്കു ദൃഷ്ടികൾ ഊന്നുമ്പോൾ ഒരുപാടു പരിമിതികൾ ചന്തുമേനോനെ വലയം ചെയ്യുന്നുണ്ട്. സവർണ്ണപ്രഭുക്കളുടെ ജീവിതവൃത്തങ്ങളിൽ മാത്രം അദ്ദേഹത്തിന്റെ മനസ്സ് അഭിരമിക്കുന്നു. പാർശ്വവല്ക്കരിക്കപ്പെട്ട നിസ്വജീവിതങ്ങൾ അദ്ദേഹത്തിന്റെ പരിഗണനയിൽ വരുന്നില്ല. ചന്തുമേനോന്റെ പിൻഗാമികളായ കേശവദേവും തകഴിയുമൊക്കെ അദ്ദേഹത്തിന്റെ പരിമിതികളെ മറികടക്കുന്നുണ്ട്. സാഹിത്യകൃതികളുടെ പ്രമേയ പരിസരങ്ങളിൽ നിന്നും മാറ്റിനിർത്തപ്പെട്ടവരുടെ ജീവിതാനുഭവങ്ങളെ കൃതികളുടെ കേന്ദ്രസ്ഥാനത്തു പ്രതിഷ്ഠിക്കുകയാണവർ ചെയ്തത്. ഒരു റിക്ഷാത്തൊഴിലാളിയുടെ ജീവിതാനുഭവങ്ങൾ നോവലിലെ പ്രമേയമാക്കാമെന്നവർ തെളിയിച്ചു. കുട്ടനാട്ടിലെ പറയരുടെയും പുലയരുടെയും അടിമത്തത്തിൽ നിന്നുള്ള ഉയിർത്തെഴുന്നേല്പ് നോവലിലെ പ്രമേയമാകുമ്പോൾ ആവേശം മുറ്റിയ അനുഭവമാകുമെന്ന് അവർ കാണിച്ചുതന്നു. തൃക്കുന്നപ്പുഴയിലെ മുക്കുവപ്പെണ്ണിന്റെ പ്രണയദുരന്തം എക്കാലത്തും ആസ്വദിക്കപ്പെടുന്ന തീക്ഷ്ണമായ കഥ പ്രമേയമാകുമെന്ന് അവർ സമർത്ഥിച്ചു. അങ്ങനെയാണ് കേശവദേവിന്റെയും തകഴിയുടെയും തലമുറ നിലനിന്ന സാഹിത്യാഭിരുചിയെ തിരുത്തിയത്. കേരളീയനവോത്ഥാനത്തിന്റ ചൈതന്യധാരകളേറ്റുവാങ്ങിയ സർഗ്ഗപ്രതിഭകളായിരുന്നു ദേവും തകഴിയുമൊക്കെ. ചന്തുമേനോനിൽ നിന്നും കാതങ്ങൾ മുന്നോട്ടുപോകുവാൻ അവർക്ക് കഴിഞ്ഞതും അതുകൊണ്ടാണ്.

നവോത്ഥാനത്തിന്റെ വെളിച്ചം വഴി കാണിച്ച എഴുത്തുകാർ സാമൂഹ്യമാറ്റത്തിന്റെ കലാപസാന്നിദ്ധ്യം പ്രജ്ഞയിൽ ഏറ്റുവാങ്ങിയവരാണ്. കുലീന നാട്യങ്ങളെയും അധികാരകേന്ദ്രങ്ങളെയും അവർ വെല്ലുവിളിച്ചു. ചൂഷണത്തിന്റെ ശക്തികളെ പ്രതിക്കൂട്ടിലേറ്റി. ഈ കലാപതൃഷ്ണ

ഇതിവൃത്തഘടനയിലും പാത്ര സ്വഭാവചിത്രീകരണത്തിലും കാഴ്ചപ്പാടിന്റെ പ്രക്ഷേപണത്തിലും അവർ സന്നിവേശിപ്പിച്ചു. സാമൂഹ്യപ്രാധാന്യമുള്ള പ്രമേയങ്ങൾ സ്വീകരിക്കുമ്പോഴും അവ ആവിഷ്കാരം കൊള്ളുന്നത് വ്യക്തികളായ കഥാപാത്രങ്ങളുടെ അനുഭവങ്ങളിലൂടെയും പ്രതികരണങ്ങളിലൂടെയുമാണ്. അതുകൊണ്ട് വ്യക്തികൾക്കും വ്യക്തിബന്ധങ്ങൾക്കും പ്രസക്തി കൈവരുന്നു. വ്യക്തിബന്ധങ്ങൾ സവിശേഷതലങ്ങളിലേക്കു വികസിക്കുന്നു എന്നത് നവോത്ഥാനനോവലുകളുടെ മുഖമുദ്രയാണ്.

നോവൽ ജനകീയസാഹിത്യരൂപമായിത്തീരുന്നു എന്നത് ഒരു നവോത്ഥാന സാഹിത്യാനുഭവമാണ്. നോവൽ വായനക്കാർ സമൂഹത്തിന്റെ എല്ലാ വിഭാഗത്തിലും ഉൾപ്പെടുന്നവരാണ്. കഥയും കഥാപാത്രങ്ങളും സ്വന്തം ജീവിതപരിസരങ്ങളിൽ നിന്നാണെന്ന് ഈ വായനക്കാർ തിരിച്ചറിയുന്നു. കഥാപാത്രങ്ങളുടെ ജീവിതാനുഭവങ്ങൾ സ്വന്തം ജീവിതത്തിൽ നിന്നും ചീന്തിയെടുത്ത ഏടുകളായി അവർ മനസ്സിലാക്കുന്നു. “നവോത്ഥാനം കാലോചിതമായ പരിഷ്കാരങ്ങൾ നടപ്പിൽ വരുത്തി സാഹിത്യത്തെയും സംസ്കാരത്തെയും രാഷ്ട്രീയത്തെയും ജനകീയപഥങ്ങളിലേക്കു നയിക്കുകയും നവീകരിക്കുകയും ചെയ്യുന്നു.”[5] എന്നത് ഉജ്ജ്വലമായ ഒരു കേരളയീനുഭവമാണ്.

നവോത്ഥാനത്തിന്റെ നാളുകളിലാണ് പ്രണയം ഒരാദർശമായി സാഹിത്യകൃതികളിൽ പ്രത്യക്ഷപ്പെടുന്നത്. രണ്ട് വ്യക്തികൾക്കിടയിൽ നിലനില്ക്കുന്ന കേവല വികാരം എന്ന അവസ്ഥയിൽ നിന്നും സാമൂഹ്യസംഘർഷങ്ങളാൽ പരീക്ഷിക്കപ്പെടുന്ന ഒരാദർശം എന്ന അവസ്ഥയിലേക്ക് നവോത്ഥാന നോവലുകളിൽ പ്രണയം ഉയർത്തപ്പെടുന്നു. കഥാപാത്രങ്ങളുടെ പ്രണയം സഫലമാകാതെ പോകുന്നത് സാമൂഹ്യവ്യവസ്ഥിതിയുടെ പ്രാതികൂല്യം മൂലമാണെന്നുവരുന്നു. പ്രണയസാഫല്യം അത്തരം പ്രതിസന്ധികളെ വെല്ലുവിളിച്ചും അതിജീവിച്ചും കൈവരിക്കുന്ന ജീവിതവിജയമായി കൊണ്ടാടപ്പെടുന്നു. അങ്ങനെ വ്യവസ്ഥിതിയെ കീഴടക്കി മാതൃകാലോകം സൃഷ്ടിക്കാനുള്ള ഉപാധിയായി പ്രണയം മാറുന്നു. വ്യക്തിഗതാനുഭവങ്ങളിൽ നിന്ന് സാമൂഹ്യാനുഭവങ്ങളുടെ തലത്തിലേക്ക് പ്രണയം പരിവർത്തനം ചെയ്യപ്പെടുന്നു. നവോത്ഥാനകാലത്തെ സാമൂഹ്യാവസ്ഥയിൽ പ്രക്ഷോഭവാസനയുടെ സാന്നിദ്ധ്യം പ്രകടമാണ്. അക്കാലത്തെ നോവലുകളുടെ പ്രമേയഘടനയിൽ പ്രണയവും പ്രക്ഷോഭവും മുഖ്യസ്ഥാനം വഹിച്ചുകൊണ്ട് പ്രത്യക്ഷപ്പെടുന്നു. ഇവ എങ്ങനെ പരസ്പരം ബന്ധപ്പെട്ടിരിക്കുന്നു എന്ന അന്വേഷണം പ്രസക്തമാണ്.

ആദർശലോകം സൃഷ്ടിക്കാനുള്ള ഉപാധിയായി സാഹിത്യകൃതികളിൽ പ്രണയം മാറുന്നു എന്ന് പ്രൊഫ. എം എൻ വിജയൻ നിരീക്ഷിക്കുന്നുണ്ട്.[6] നവോത്ഥാനനോവലുകളിലെ പ്രമേയഘടകങ്ങളായ പ്രണയസങ്കല്പവും പ്രക്ഷോഭവാസനയും തമ്മിലുള്ള ഇഴയടുപ്പം

പരിശോധിക്കേണ്ടിയിരിക്കുന്നു.

കുറിപ്പുകൾ

1. *കേരളനവോത്ഥാനം ഒരു മാർക്സിസ്റ്റുവീക്ഷണം*, പു. 20
2. *കേരളീയനവോത്ഥാനത്തിന്റെ ചരിത്രവും വർത്തമാനവും*, പു,29
3. ടി. പു 22-23
4. ടി പു, 41
5. *കേരളനവോത്ഥാനം ഒരു മാർക്സിസ്റ്റു വീക്ഷണം*, പു 20-21
6. എം എൻ വിജയൻ, *നവോത്ഥാനത്തിന്റെ പാഠങ്ങൾ നമ്മുടെ സാഹിത്യം നമ്മുടെ സമൂഹം*, പു. 19

2

സമരോത്സുകത നഷ്ടപ്പെട്ട പ്രണയം

നവോത്ഥാനത്തിന്റെ സർഗ്ഗാത്മക പശ്ചാത്തലത്തിൽ *ഇന്ദുലേഖ*യുടെ ഇതിവൃത്തത്തെ അപഗ്രഥിക്കുമ്പോൾ ആ കൃതിയുടെ സാദ്ധ്യതയും പരിമിതിയും നമ്മുടെ ശ്രദ്ധയിൽപ്പെടുന്നു. കേരളീയ സമൂഹത്തിന്റെ സംക്രമണദശയാണ് *ഇന്ദുലേഖ*യുടെ പശ്ചാത്തലത്തിലുള്ളത്. നിലനില്ക്കുന്ന വ്യവസ്ഥിതിയും അതിന്റെ ആചാരസംഹിതയും മൂല്യബോധവും ഒരു മാറ്റത്തിനു വിധേയമാകുന്ന ഘട്ടത്തെ നോവലിന്റെ ഇതിവൃത്തം അടയാളപ്പെടുത്തുന്നു.

*ഇന്ദുലേഖ*യുടെ ഇതിവൃത്തഘടനയ്ക്ക് നിരവധി തലങ്ങളുണ്ട്. ഉപരിപ്ലവമായിനോക്കുമ്പോൾ ഇന്ദുലേഖയുടെയും മാധവന്റെയും പ്രണയത്തിന് വിഘ്നങ്ങളുണ്ടാവുകയും ആ വിഘ്നങ്ങളെ അവർ അതിജീവിക്കുകയും പ്രണയസാഫല്യം കൈവരിക്കുകയും ചെയ്യുന്ന കഥയാണത്. ശപഥത്തിന്റെ കഥയായും സംബന്ധത്തിന്റെ കഥയായും *ഇന്ദുലേഖ* പരിഗണിക്കപ്പെടുന്നു. അതോടൊപ്പംതന്നെ കേരളസമൂഹത്തിന്റെ പരിണാമചരിത്രത്തിലെ ഒരു കാലഘട്ടത്തെ ഈ നോവൽ പ്രതിനിധാനം ചെയ്യുന്നുണ്ട്. സാമൂഹ്യാനാചാരങ്ങളെയും സമൂഹത്തിലെ ജീർണ്ണതകളെയും മറികടക്കാനുള്ള ആശയസംവേദനത്തിന്റെ കാലഘട്ടമാണത്. വ്യത്യസ്ത വീക്ഷണങ്ങൾ തമ്മിലുള്ള സംഘർഷവും *ഇന്ദുലേഖ*യുടെ ഇതിവൃത്തത്തെ രൂപപ്പെടുത്തുന്ന പ്രധാന ഘടകമാണ്. *ഇന്ദുലേഖ*യുടെയും മാധവന്റെയും പ്രണയസാഫല്യത്തിനുണ്ടാകുന്ന മുഖ്യവിഘ്നം പഞ്ചുമേനോന്റെ ശപഥമാണ്. മാധവൻ ശിന്നനെ ഇംഗ്ലീഷ് പഠിപ്പിക്കാനൊരുങ്ങുന്നതിലുള്ള എതിർപ്പും അസഹിഷ്ണുതയുമാണ് 'ഇന്ദുലേഖയെ മാധവനുകൊടുക്കില്ലാ' എന്ന ശപഥം ചെയ്യാൻ പഞ്ചുമേനോനെ

പ്രേരിപ്പിക്കുന്നത്. അങ്ങനെ പ്രണയവിഘ്നത്തിന് കാരണമായിത്തീരുന്നത് ഇംഗ്ലീഷ് വിദ്യാഭ്യാസത്തോട് പഴയ തലമുറയിൽപ്പെട്ട പഞ്ചുമേനോനുള്ള എതിർപ്പാണെന്നു വരുന്നു. വ്യത്യസ്ത തലമുറകളുടെ കാഴ്ചപ്പാടുകൾ തമ്മിലുള്ള അന്തരം ഒരു പ്രണയവിഘ്നത്തിനു ഹേതുവായി പരിണമിക്കുന്നു. ആ പ്രശ്നത്തെ സംബന്ധിച്ച സമഗ്രമായ വിശകലനം ഇതിവൃത്തഘടനയിലെ സൂക്ഷ്മമായ കണ്ണിയായിത്തീരുന്നു. *ഇന്ദുലേഖ*യിലെ കഥാപാത്രങ്ങൾ പൊതുവേ, രണ്ടു വിഭാഗങ്ങളിൽപ്പെട്ടവരാണെന്നു കണ്ടെത്താം. ഇംഗ്ലീഷ് വിദ്യാഭ്യാസം സിദ്ധിച്ചവരോ അതിന്റെ ശ്രേഷ്ഠത മനസ്സിലാക്കിയവരോ ആണ് ഒരു വിഭാഗം. ഇംഗ്ലീഷ് വിദ്യാഭ്യാസം ലഭിക്കാത്തവരും, അജ്ഞരും നിസ്സഹായരും വിഡ്ഢികളുമാണ് മറുവിഭാഗം. ഇരുവിഭാഗങ്ങളും തമ്മിലുള്ള അന്തരത്തിലാണ് ചന്തുമേനോന്റെ സാസ്കാരികബോധവും ചരിത്രബോധവും ഊന്നൽ നല്കുന്നത്.

*ഇന്ദുലേഖ*യുടെ കർത്താവ് ഒരു പരിഷ്കരണവാദിയാണെന്ന് സന്ദേഹമേതുമില്ലാതെ പറയാം. അദ്ദേഹത്തെ സംബന്ധിച്ചിടത്തോളം കൗതുകത്തിനു കണ്ടെത്തിയ ഒരു വിനോദോപാധിയായിരുന്നില്ല നോവൽ രചന. പാശ്ചാത്യനോവൽ ബുക്കുകളുടെ മാതിരിയിൽ ഒന്നെഴുതുമ്പോൾ ജീർണ്ണത ഗ്രസിച്ച തന്റെ കാലഘട്ടത്തെയും അതിന്റെ ആചാരസംഹിതകളെയും നീതിബോധത്തെയും തിരുത്തുവാനുള്ള വ്യഗ്രത അദ്ദേഹത്തെ പ്രലോഭിപ്പിച്ചിട്ടുണ്ട്. സമകാലികസമൂഹത്തിന്റെ പിഴവുകളെ തിരുത്താൻ അദ്ദേഹം കണ്ടെത്തിയ മാർഗ്ഗം ആംഗലവല്ക്കരണമാണ്. ഇംഗ്ലീഷ് വിദ്യാഭ്യാസത്തിലൂടെ രൂപംകൊള്ളുന്ന ഒരു സാംസ്കാരിക നവീകരണത്തെയാണ് ചന്തുമേനോൻ വിവക്ഷിച്ചത്. സാമൂഹ്യ ജീർണ്ണതകൾക്കുള്ള പരിഹാരം ഇംഗ്ലീഷ് വിദ്യാഭ്യാസമാണെന്ന് ചന്തുമേനോൻ കരുതി. നോവലിലെ നായികാനായകന്മാർക്കുണ്ടാകുന്ന പ്രണയവിഘ്നങ്ങളെ മറികടക്കുന്നതിന് ഇംഗ്ലീഷ് പഠിച്ചുനേടിയ അറിവും അനുഭവങ്ങളും അവർ പ്രയോജനപ്പെടുത്തുന്നുണ്ട്. ഇംഗ്ലീഷ് പഠിക്കാത്ത ഒരു വിഭാഗം ആളുകൾ കടുത്ത പ്രയാസങ്ങൾ അനുഭവിക്കുകയും അവഹേളനങ്ങൾ ഏറ്റുവാങ്ങുകയും ചെയ്യുന്നതായി ചിത്രീകരിക്കുന്നുണ്ട്. ഇതിവൃത്തഘടനയുടെ എല്ലാ പഴുതുകളിലും ഇംഗ്ലീഷ് വിദ്യാഭ്യാസത്തിന്റെ അനിവാര്യത ഉദ്ഘോഷിക്കുന്നു. എല്ലാ പ്രശ്നങ്ങളെയും പ്രതിസന്ധികളെയും അതിജീവിക്കാൻ കെല്പുനല്കുന്ന പ്രതിവിധിയായി ഇംഗ്ലീഷ് വിദ്യാഭ്യാസത്തെ ചന്തുമേനോൻ കണ്ടിരുന്നതായി തോന്നിപ്പോകും. എന്നാൽ സൂക്ഷ്മ വിശകലനത്തിൽ മറ്റൊരു വശം തെളിഞ്ഞു വരുന്നുണ്ട്. ഇംഗ്ലീഷ് വിദ്യാഭ്യാസം ആർജ്ജിക്കാത്ത ചെറുശ്ശേരി നമ്പൂതിരിയെപ്പോലുള്ള പരമ സാത്വികരായ കഥാപാത്രങ്ങളെ ചന്തുമേനോൻ ഭാവന ചെയ്യുന്നുണ്ട്. അറിവിന്റെയും സംസ്കാരത്തിന്റെയും ആൾരൂപങ്ങളായി അത്തരം കഥാപാത്രങ്ങൾ നിലകൊള്ളുന്നു. ഇന്ദുലേഖയും മാധവനും ഇംഗ്ലീഷ് വിദ്യാഭ്യാസം മാത്രമല്ല, പാരമ്പര്യാധി

ഷ്ഠിത സംസ്കൃത വിദ്യാഭ്യാസവും ലഭിച്ചവരാണ്. അതിന്റെ സംസ്കാരം ഉൾക്കൊണ്ടവരുമാണ്. പരോക്ഷമായി അവർ പ്രണയവികാരം പ്രകടിപ്പിക്കുന്നത് സംസ്കൃതശ്ലോകങ്ങൾ ചൊല്ലിക്കൊണ്ടാണ്. പാരമ്പര്യവിദ്യാഭ്യാസം സിദ്ധിച്ച സംസ്കാര സമ്പന്നരെ ചന്തുമേനോൻ കാണാതെ പോകുന്നില്ല. അതേസമയം പാരമ്പര്യത്തിന്റെ ജീർണ്ണതകളെ അദ്ദേഹം വിമർശന വിധേയമാക്കുന്നുമുണ്ട്. അതുകൊണ്ടാണ് 'നോവലിന്റെ കേന്ദ്രസ്ഥാനത്ത് പ്രതിഷ്ഠിച്ചിരിക്കുന്നത് ഇംഗ്ലീഷ് വിദ്യാഭ്യാസത്തെയല്ല പാരമ്പര്യം എന്ന ദുർഭൂതത്തെയാണ്''[1] എന്ന നിഗമനം പ്രസക്തമാകുന്നത്.

നാടുവാഴിത്ത പാരമ്പര്യത്തിന്റെ ജീർണ്ണത ഏറ്റവും കൂടുതൽ പ്രകടമാകുന്നത് അക്കാലത്തെ ലൈംഗിക ജീവിതത്തിലായിരുന്നു. കുത്തഴിഞ്ഞ ലൈംഗിക ജീവിതം നയിക്കുന്ന നമ്പൂതിരി പ്രഭുത്വത്തിന്റെ പ്രഭാവകാലം *ഇന്ദുലേഖ*യിൽ ചിത്രീകരിക്കുന്നു. ലൈംഗിക സംതൃപ്തി പരമോന്നത സുഖമായി കരുതിയിരുന്ന അഭിജാതസമൂഹമാണ് അന്നുണ്ടായിരുന്നത്. "എനിക്ക് സ്ത്രീകളെ വളരെ ഭ്രമമാണ്. പുരുഷന് സ്ത്രീസുഖത്തിനുമീതെ ഒരു സുഖം എന്താണുള്ളത്?'' എന്ന സൂരിനമ്പൂതിരിപ്പാടിന്റെ വാക്കുകൾ ആ അഭിജാതസമൂഹത്തിന്റെ വികലധാരണകളെ വെളിപ്പെടുത്തുന്നു. സൂരി നമ്പൂതിരിക്ക് ഒരേ സമയം ഇരുപതോളം സംബന്ധങ്ങൾ ഉണ്ട് എന്ന് സൂചിപ്പിക്കുന്നുണ്ട്. സ്ത്രീയെ ഭോഗവസ്തു മാത്രമായി കരുതിയിരുന്ന പുരുഷസമൂഹം സ്ത്രീവിദ്യാഭ്യാസത്തെക്കുറിച്ചോ സ്ത്രീ സ്വാതന്ത്ര്യത്തെക്കുറിച്ചോ ചിന്തിച്ചിരുന്നില്ല. ആ കാലഘട്ടത്തിലെ സ്ത്രീ സമൂഹത്തെ ഭരിച്ചിരുന്നതും അരാജക വീക്ഷണമായിരുന്നു. പരമാവധി സ്വത്തും സമ്പത്തും സ്വായത്തമാക്കാൻ സവർണ്ണ സ്ത്രീകൾ ഉദ്യമിച്ചിരുന്ന കാലമായിരുന്നു അത്. പെണ്ണുങ്ങൾക്ക് നന്നായിത്തീർന്നാൽ തറവാട് നന്നാക്കണമെന്നും പണം സമ്പാദിക്കലാണ് ജീവിതത്തിന്റെ ലക്ഷ്യമെന്നും പണത്തിന് മീതെ ഒന്നുമില്ലെന്നും പഞ്ചുമേനോന്റെ ഭാര്യ കുഞ്ഞിക്കുട്ടിയമ്മ ഇന്ദുലേഖയെ ഉപദേശിക്കുന്നത് ശ്രദ്ധേയമാണ്. "ഈ ചണ്ടിനായന്മാരുടെ പെണ്ണുങ്ങൾക്കും എന്താണ് ചെയ്തുകൂടാത്തത്." എന്നു ചന്തുമേനോൻ ഒരു കഥാപാത്രത്തെക്കൊണ്ട് ചോദിക്കുന്നതും അർത്ഥവത്താണ്. കുടുംബത്തിനുവേണ്ടി സമ്പാദിക്കുക എന്നത് സവർണ്ണ സ്ത്രീകളുടെ ജീവിതലക്ഷ്യമായിരുന്നു. അതിനുവേണ്ടി സമ്പന്നബ്രാഹ്മണരുടെ മുന്നിൽ നായർ തറവാടുകളുടെ വാതിലുകൾ എപ്പോഴും തുറന്നിട്ടിരുന്നു. സംബന്ധത്തെ ധനസമ്പാദനത്തിനുള്ള ഉപാധിയായി സ്ത്രീകൾ കണക്കാക്കിയിരുന്നു. നാടുവാഴിത്തത്തിന്റെയും മരുമക്കത്തായത്തിന്റെയും ദുഷിച്ച സ്വാധീനം മനുഷ്യബന്ധങ്ങളെ സംബന്ധിച്ച വിശുദ്ധ സങ്കല്പങ്ങൾക്ക് മാരകമായി പരിക്കേല്പിച്ചിരുന്നു. നായർ സ്ത്രീകൾക്ക് യഥേഷ്ടം ഭർത്താവിനെ സ്വീകരിക്കാനും കൈവെടിയാ

നുമുള്ള സ്വാതന്ത്ര്യം മരുമക്കത്തായം അനുവദിച്ചുകൊടുത്തിരുന്നു. ഈ സ്വാതന്ത്ര്യം യൂറോപ്പിലും അമേരിക്കയിലും പോലും ഉണ്ടായിരുന്നില്ലെന്ന് മാധവനോടുള്ള സംഭാഷണമദ്ധ്യേ ഇന്ദുലേഖ ചൂണ്ടിക്കാട്ടുന്നുണ്ട്. അതേസമയം സ്ത്രീക്ക് പുരുഷന് തുല്യം പഠിപ്പ് അറിവ്, സ്വതന്ത്രത എന്നിവ ആവശ്യമാണെന്നും അവൾ വാദിക്കുന്നു. സ്വാതന്ത്ര്യം നിഷേധിക്കുന്നതിനെതിരായ പ്രതിഷേധവും സ്വാതന്ത്ര്യം ദുരുപയോഗം ചെയ്യുന്നതിനെതിരായ വിമർശനവും ഇന്ദുലേഖയുടെ വാക്കുകളിൽ കുടിക്കൊള്ളുന്നു. ആരോഗ്യകരമായ സ്ത്രീ-പുരുഷ ബന്ധമാണ് ഇന്ദുലേഖ ഇച്ഛിക്കുന്നത്. അതിനുവേണ്ടി ഒരേ സമയം സൂരി നമ്പൂതിരിപ്പാടിന്റെ വിടത്വത്തെയും പഞ്ചുമേനോന്റെ പ്രമാണിത്തത്തെയും അവൾ നിഷേധിക്കുന്നു എന്ന് കെ പി ശരത്ചന്ദ്രൻ കണ്ടെത്തുന്നു.[2] കല്യാണിക്കുട്ടിക്ക് സൂരി നമ്പൂതിരിപ്പാടിനു മുന്നിൽ കീഴടങ്ങേണ്ടി വരുന്നത് അവൾക്ക് ഇംഗ്ലീഷ് വിദ്യാഭ്യാസം ഇല്ലാത്തതുകൊണ്ടല്ല മറിച്ച്, അവൾ പരതന്ത്രയായതു കൊണ്ടാണെന്നും ശരത്ചന്ദ്രൻ നിരീക്ഷിക്കുന്നുണ്ട്. ഈ പാരതന്ത്ര്യം നാടുവാഴിത്തവും കൂട്ടുകുടുംബവ്യവസ്ഥയും ചേർന്ന് സ്ത്രീക്ക് ചാർത്തി കൊടുത്തതാണ്. ഈ ജീർണ്ണാവസ്ഥയിൽ നിന്ന് മോചിതരായി കാമുകീകാമുകന്മാർക്ക് സ്നേഹം പങ്കുവെച്ച് സ്വതന്ത്രരായി ജീവിക്കാൻ കഴിയുന്ന സാമൂഹ്യാന്തരീക്ഷമാണ് ചന്തുമേനോൻ വിഭാവന ചെയ്തത്. അങ്ങനെ നിലവിലുള്ള സ്ത്രീ-പുരുഷ ബന്ധത്തെ പുതുക്കിപ്പണിയുന്ന കാല്പനിക ഭാവനയാണ് ചന്തുമേനോൻ കാഴ്ചവെക്കുന്നത്.

പഞ്ചുമേനോന്റെ ലാളനയേറ്റുവളർന്ന ഇന്ദുലേഖ അയാളുടെ അഭീഷ്ടത്തിനെതിരെ ശിരസ്സുയർത്തി നില്ക്കുന്നു. മാധവനും ഇതേ നിലപാട് കൈക്കൊള്ളുന്നു. മാധവന് അയാളുടെ പിതാവു നല്കുന്ന പിൻബലത്തെക്കുറിച്ചുള്ള വിശ്വാസം കാരണവരെ എതിർക്കാനുള്ള കരുത്തേകുന്നു. വിദ്യാഭ്യാസവും പരിഷ്കാരവും സംസ്കാരവും ആർജ്ജിച്ച ഇന്ദുലേഖ അനിതരസാധാരണമായ വ്യക്തിത്വത്തിന്റെ ഉടമയാണ്. സ്വന്തം ഇച്ഛയ്ക്കനുസരിച്ച് ജീവിതം കരുപ്പിടിപ്പിക്കാനുള്ള മാനസികനില അവൾക്കുണ്ട്. വ്യക്തിയുടെ സ്വയം നിർണ്ണയാവകാശത്തിൽ അവൾ മുറുകെപ്പിടിക്കുന്നു. ചില കാര്യങ്ങളിൽ സ്വേച്ഛപ്രകാരമേ തനിക്കു നടക്കാൻ നിവൃത്തിയുള്ളു എന്നവൾ തുറന്നടിക്കുന്നുണ്ട്. ഇന്ദുലേഖയുടെ ഈ ഉറച്ച നിലപാട് അക്കാലത്തെ സവർണ്ണ സ്ത്രീകളുടെ പൊതുവീക്ഷണത്തിൽനിന്നും അവളെ വേർതിരിച്ചു നിർത്തുന്നു. കുടുംബത്തിനുവേണ്ടി സമ്പാദിക്കുക എന്ന പൊതുവീക്ഷണമല്ല ഉദാത്തമായ പ്രണയത്തെ സാക്ഷാല്ക്കരിക്കുക എന്ന ആദർശാത്മകലക്ഷ്യമാണ് ഇന്ദുലേഖയെ നയിക്കുന്നത്. മാധവനോടുള്ള തന്റെ പ്രണയം തുറന്നു പ്രകടിപ്പിക്കുമ്പോഴും സ്വയം നിയന്ത്രിക്കാനും അതിരുവിടാതിരിക്കാനും ഇന്ദുലേഖ ശ്രദ്ധിക്കുന്നുണ്ട്. താൻ യൗവനയുക്തയായ സ്ത്രീയാ

ണെന്നും തങ്ങൾ കുട്ടികളല്ലെന്നും അവൾ മാധവനെ ഓർമ്മിപ്പിക്കുന്നുണ്ട്. രണ്ട് കൊല്ലങ്ങൾക്കു മുമ്പുതന്നെ മനസ്സിൽ ഭർത്താവായി വെച്ചിരിക്കുന്ന പ്രിയപ്പെട്ടവനുമായി ഇടപഴകുമ്പോൾ അക്കാലത്തെ സ്ത്രീത്വത്തിന് അപരിചിതമായ ആത്മനിയന്ത്രണവും കുലീനതയും ഇന്ദുലേഖ പ്രകടിപ്പിക്കുകയാണ്. പ്രണയത്തിന് ശരീരത്തിനപ്പുറം ഒരു തലമുണ്ടെന്നും കാമപൂരണലക്ഷ്യത്തിനപ്പുറം ആദർശാത്മക പരിവേഷമുണ്ടെന്നും ചന്തുമേനോൻ സമർത്ഥിക്കുകയാണ്. അതിന് അനുയോജ്യമായ ആദർശവ്യക്തിത്വം അദ്ദേഹം നായികാനായകന്മാർക്കു നല്കുന്നു.

സാമൂഹ്യജീർണ്ണതയ്ക്കു കാരണമാകുന്ന കൂട്ടുകുടുംബം, മരുമക്കത്തായം എന്നിവയ്ക്കെതിരെ പ്രതികരിക്കുന്ന യുവതലമുറയെയാണ് ചന്തുമേനോൻ അവതരിപ്പിക്കുന്നത്. സ്വാശ്രയത്വത്തിലധിഷ്ഠിതമായ സ്വതന്ത്ര ജീവിതമാണവരുടെ ലക്ഷ്യം. വ്യക്തിസ്വാതന്ത്ര്യത്തെ സാക്ഷാല്ക്കരിക്കാനുള്ള വെമ്പലാണ് അവരെ നയിക്കുന്നത്. ഇന്ദുലേഖയുടെയും മാധവന്റെയും ലക്ഷ്യം പ്രണയസാഫല്യവും സ്വതന്ത്രജീവിതവുമാണ്. പഞ്ചുമേനോന്റെ ശപഥത്തെക്കുറിച്ചറിയുന്ന മാധവൻ മദിരാശിക്കു പുറപ്പെടാനൊരുങ്ങുമ്പോൾ, എല്ലാവരെയും അറിയിച്ച്, തങ്ങളുടെ വിവാഹം നടത്താൻ ഇനി വൈകരുതെന്നാണ് ഇന്ദുലേഖ ആവശ്യപ്പെടുന്നത്. പഞ്ചുമേനോന്റെ ശപഥത്തെയും എതിർപ്പിനെയും വകവെക്കാതെ മുന്നോട്ടുപോകാനാണ് അവൾ മുതിരുന്നത്. പ്രണയം സമരോത്സുകത കൈവരിക്കുന്ന ഭാവതലമാണ് നോവലിന്റെ ഈ സന്ദർഭം കാഴ്ചവെക്കുന്നത്. പ്രണയത്തിന്റെ കലാപസാദ്ധ്യത ഇവിടെ തെളിഞ്ഞുയരുന്നു. പാരമ്പര്യ ജടിലതയുടെ അടഞ്ഞ ലോകത്തുനിന്ന് സ്വാതന്ത്ര്യത്തിന്റെയും സ്വയംപര്യാപ്തതയുടെയും തുറന്ന ലോകത്തിലേക്കാണ് ചന്തുമേനോന്റെ നായികാനായകന്മാർ യാത്ര ചെയ്യുന്നത്. നാടുവാഴിത്തത്തിന്റെയും ജന്മിത്തത്തിന്റെയും കോട്ടകൾ ഉലഞ്ഞുതുടങ്ങുന്നതിന്റെ സൂചനയാണ് അവരുടെ പെരുമാറ്റം. കൂട്ടുകുടുംബസംവിധാനം തകരണമെന്നും അവയുടെ സ്ഥാനത്ത് ചെറിയ കുടുംബങ്ങൾ രൂപം കൊള്ളണമെന്നുമുള്ള ചന്തുമേനോന്റെ ആഗ്രഹം എല്ലാ മറയും നീക്കി പുറത്തുവരുന്നു. കൂട്ടുകുടുംബവും മരുമക്കത്തായ വ്യവസ്ഥയിലെ കാരണവർ ഭരണവും വ്യക്തിസ്വാതന്ത്ര്യം അനുവദിക്കുന്നില്ല എന്ന പരിമിതിയാണ് അവയോടുള്ള ചന്തുമേനോന്റെ അസഹിഷ്ണുതയ്ക്കു കാരണം. ഇന്ദുലേഖയും മാധവനും ഗോവിന്ദൻകുട്ടി മേനോനുമൊക്കെ ഫ്യൂഡൽ ജീർണ്ണതകളോട് വിട്ടുവീഴ്ചയില്ലാത്ത സമരമനോഭാവം പുലർത്തുന്നു. ഇന്ദുലേഖയും മാധവനും നിലനില്ക്കുന്ന വ്യവസ്ഥിതിയുടെ പിഴച്ച നീതിബോധത്തെ പലപ്പോഴും ചോദ്യം ചെയ്യുന്നുണ്ട്. എന്നാൽ വ്യക്തിസ്വാതന്ത്ര്യം മാത്രമേ അവർ ഇച്ഛിക്കുന്നുള്ളൂ. സ്വന്തം അഭിലാഷപൂർത്തീകരണത്തിനുള്ള വ്യഗ്രത മാത്രമേ അവർ പുലർത്തുന്നുള്ളു. സാമൂഹ്യവ്യ

വസ്ഥയുടെ പരിമിതികളിൽ അവർ ഉൽക്കണ്ഠപ്പെടുന്നില്ല.

നാടുവാഴിത്തത്തിന്റെ ജീർണ്ണാവശിഷ്ടങ്ങൾക്കെതിരായ പ്രക്ഷോഭമാണ് *ഇന്ദുലേഖ*യുടെ ഇതിവൃത്തത്തിന്റെ കാതൽ. മരുമക്കത്തായം, കൂട്ടുകുടംബം, ബ്രാഹ്മണവിധേയത്വം, സംബന്ധം തുടങ്ങിയവയാണ് നാടുവാഴിത്തം സംരക്ഷിച്ചുപോന്ന ദുഷിച്ച സ്ഥാപനങ്ങളും ആചാരങ്ങളും. അവയെ തകർക്കുക എന്നതായിരുന്നു നോവലിസ്റ്റിന്റെ ലക്ഷ്യം. അതിനുള്ള കരുക്കൾ ഈ ഇതിവൃത്തപരിധിക്കുള്ളിൽ നിന്നും അദ്ദേഹം സ്വരൂപിക്കുന്നു. ആദർശാധിഷ്ഠിത പ്രണയവും ഇംഗ്ലീഷ് വിദ്യാഭ്യാസവും അത്തരം കരുക്കളായി നോവലിസ്റ്റ് കണ്ടെത്തുന്നു. മുതലാളിത്തത്തിന്റെ ചുവടുവെയ്പുകളും ദേശീയപ്രസ്ഥാനം സംഭാവനചെയ്യുന്ന ഉണർവ്വും വീണ്ടും കണ്ടെത്തുന്ന കരുക്കൾതന്നെ. ഫ്യൂഡൽ പ്രഭുത്വത്തിന്റെ അപഹാസ്യത വിളംബരം ചെയ്യുന്നത് അതിനെ തകർക്കാൻവേണ്ടിത്തന്നെയാണ്. സൂരിനമ്പൂതിരിപ്പാടും പഞ്ചുമേനോനും പ്രതിനിധാനം ചെയ്യുന്നത് പ്രഭുത്വത്തിന്റെ അപഹാസ്യമുഖത്തെയാണ്. പഞ്ചുമേനോൻ ഒരു ഭീരുവാണ്. യുക്തിബോധത്തോടെ കാര്യങ്ങൾ പറയുന്ന ഇന്ദുലേഖയെ അയാൾ ഭയപ്പെടുന്നുണ്ട്. തന്റെ കുട്ടിക്കാലത്ത് അമ്മാവനെ പേടിച്ചാണ് അയാൾ കഴിഞ്ഞത്. ചെരിപ്പുധരിച്ച സംഭവം ഓർമ്മിക്കുന്നതിൽ നിന്ന് ഇത് വ്യക്തമാകുന്നു. അടിച്ചമർത്തപ്പെട്ട പൗരുഷം അയാളുടെ ഗതകാല അനുഭവസത്യമാണ്. അനന്തരവന്മാരിലും ആശ്രിതരിലും പ്രതികാരബോധത്തോടെ തന്റെ പൗരുഷം അടിച്ചേല്പിക്കാൻ അയാൾ ശ്രമിക്കുന്നു. അതയാളെ കൂടുതൽ അപഹാസ്യനാക്കുകയും ചെയ്യുന്നു. പാരമ്പര്യത്തിന്റെ മൃതഭാരം ചുമക്കുന്നവനാണ് സൂരിനമ്പൂതിരിപ്പാട്. തനിക്കില്ലാത്ത പ്രഭുത്വവും പാണ്ഡിത്യവും ഉണ്ടെന്നു വരുത്താനുള്ള പാഴ്ശ്രമം അയാളെ പരിഹാസ്യനാക്കുന്നു. സൂരിനമ്പൂതിരിപ്പാടിന്റെ വേഷഭൂഷാദികൾ മുതൽ വാക്കുകളിലും ചേഷ്ടകളിലും വരെ ഈ പരിഹാസ്യത നിഴലിക്കുന്നുണ്ട്. ശ്ലോകം ചൊല്ലാൻ ശ്രമിച്ചുപരാജയപ്പെടുന്നതും ഇന്ദുലേഖയുടെ വാഗ്വൈഭവത്തിനും നിശ്ചയദാർഢ്യത്തിനും മുന്നിൽ കീഴടങ്ങുന്നതും അയാളുടെ പരിഹാസ്യതയ്ക്ക് ആഴമണയ്ക്കുന്നു. അതേസമയം തന്നെ *ഇന്ദുലേഖ*യിലെ പ്രധാനകഥാപാത്രങ്ങൾ അധികാരകേന്ദ്രങ്ങളെയും സാമൂഹ്യസാഹചര്യങ്ങളെയും വെല്ലുവിളിക്കുന്ന പൗരുഷമൂർത്തികളാണെന്നതും ഓർമ്മിക്കേണ്ടതുണ്ട്. സാമൂഹ്യജീവിതത്തിലെ വ്യത്യസ്തഭാഗധേയങ്ങളെയാണ് *ഇന്ദുലേഖ*യിലെ കഥാപാത്രങ്ങൾ പ്രതിനിധാനം ചെയ്യുന്നത്. ഫ്യൂഡൽ ജീർണ്ണതയുടെ വക്താക്കളിൽ നന്മയുടെ ഒരംശം പോലും നിഴലിക്കുന്നില്ലായെന്നത് ശ്രദ്ധേയമാണ്, പാരമ്പര്യത്തിന്റെ ജീർണ്ണാവശിഷ്ടങ്ങളോട് ചന്തുമേനോൻ പുലർത്തിയിരുന്ന വെറുപ്പും വിദ്വേഷവും എത്ര തീക്ഷ്ണമായിരുന്നുവെന്ന് ഇതിൽനിന്നും മനസ്സിലാക്കാം.

പുരോഗമനചലനങ്ങൾ യാഥാസ്ഥിതികത്വത്തെ നിഷ്പ്രഭമാക്കുകയും ശിഥിലീകരിക്കുകയും ചെയ്യുന്ന ചിത്രം *ഇന്ദുലേഖ*യുടെ ഇതിവൃത്തഘടനയിൽ തെളിഞ്ഞുവരുന്നുണ്ട്. ജന്മിത്തത്തിന്റെ നാശം ആസന്നമാണെന്നു വ്യക്തമായ സൂചന *ഇന്ദുലേഖ* നല്കുന്നുണ്ട്. വലിയതറവാടുകളിൽ കാരണവർ ഭരണത്തിന്റെ മേല്ക്കോയ്മയ്ക്ക് കീഴിൽ ആശ്രിതരായി കഴിയേണ്ടിവരുന്ന അനന്തരവന്മാരുടെ ദയനീയ സ്ഥിതി കുമ്മിണിയമ്മയുടെ കുട്ടികളുടെ ജീവിതാവസ്ഥ വിളിച്ചറിയിക്കുന്നു. മാധവന് കിട്ടുന്ന പരിഗണന ഒരിക്കലും അവർക്ക് കിട്ടുന്നില്ല. മാധവന്റെ കഴിവുകളും അയാളുടെ അച്ഛന്റെ ധനശേഷിയുമൊക്കെ അതിനു കാരണങ്ങളാകുന്നു. ചാത്തരമേനോൻ കല്യാണിക്കുട്ടി, ഗോപാലൻ തുടങ്ങിയവർക്ക് വിദ്യാഭ്യാസം നിഷേധിച്ചു. അവരെ കന്നിൻകുട്ടികളെപ്പോലെയാണ് വളർത്തിയത്. ഇത്തരം അനീതികൾ കൂട്ടുകുടുംബങ്ങളിൽ അന്തച്ഛിദ്രങ്ങൾ വളർത്താനും അരാജകത്വം സൃഷ്ടിക്കാനും വഴിവെച്ചു. ഗോപാലനെപ്പോലുള്ള അനന്തരവന്മാർ പഞ്ചുമേനോനെ ധിക്കരിക്കാൻ മുതിരുന്നുണ്ട്. ജന്മിത്തത്തിന്റെ അധീശത്വം അങ്ങനെ ചോദ്യം ചെയ്യപ്പെട്ടു തുടങ്ങുകയാണ്. ഈ സാമൂഹ്യ ചലനത്തിന്റെ മുഴക്കം *ഇന്ദുലേഖ*യിൽ പ്രതിദ്ധ്വനിക്കുന്നുണ്ട്. വിദ്യാഭ്യാസത്തിലൂടെ സ്ത്രീ ആർജ്ജിക്കുന്ന സവിശേഷവ്യക്തിത്വം ഇന്ദുലേഖ കൈവരിക്കുന്നു. ശ്രദ്ധേയമായ ഒരു സാമൂഹ്യ മാറ്റത്തിലേക്കാണ് അത് വിരൽചുണ്ടുന്നത്. ഇന്ദുലേഖയുടെ തന്റേടവും സ്വാതന്ത്ര്യബോധവും, പ്രേമനിഷ്ഠയും, വ്യക്തിശുദ്ധിയും നോവലിസ്റ്റ് എടുത്തു കാട്ടുന്നുണ്ട്. അങ്ങനെ സ്ത്രീകളെ കേവലം ഭോഗവസ്തുക്കളും അടിമച്ചരക്കുകളുമായി കരുതിപ്പോന്ന കേരളത്തിൽ സ്ത്രീത്വത്തിന്റെ മഹനീയതകളെക്കുറിച്ച് ആദ്യമായി ഓർമ്മപ്പെടുത്താൻ ചന്തുമേനോനു കഴിഞ്ഞു. [3]

ഫ്യൂഡൽ ജീർണ്ണതയിൽ പുതഞ്ഞുനില്ക്കുന്ന സാമൂഹ്യസ്ഥാപനങ്ങളുടെ നിർമ്മാർജ്ജനമായിരുന്നു ചന്തുമേനോന്റെ വിവക്ഷ. ഉയർന്ന ചിന്തയുടെയും വിദ്യാഭ്യാസത്തിന്റെയും അഭാവത്തിലാണ് മരുമക്കത്തായവും കൂട്ടുകുടുംബവും ശിരസ്സുയർത്തിനിന്നത്. അതുകൊണ്ട് അവയുടെ തിരസ്കാരത്തിന് ഇംഗ്ലീഷ് വിദ്യാഭ്യാസവും അതുവഴിയുള്ള ബോധ നവീകരണവും ആവശ്യമാണെന്ന് ചന്തുമേനോൻ കരുതി. പാശ്ചാത്യവിദ്യാഭ്യാസം നേടിയവരുടെ ബുദ്ധിമണ്ഡലത്തിലാണ് ദേശീയബോധവും സ്വാതന്ത്ര്യതൃഷ്ണയും ഇതൾവിരിഞ്ഞത്. അതുകൊണ്ടാണ് നമ്മുടെ സമൂഹത്തെയും സംസ്കാരത്തെയും വലയംചെയ്യുന്ന ജീർണ്ണതയെ അതിജീവിക്കാനുള്ള ഒരുപാധിയായി ചന്തുമേനോൻ ഇംഗ്ലീഷ് വിദ്യാഭ്യാസത്തെ കണ്ടത്. ഇതല്ലാതെ പാശ്ചാത്യവിദ്യാഭ്യാസത്തോടോ സംസ്കാരത്തോടോ ഉള്ള അന്ധമായ ഭ്രമം അദ്ദേഹത്തെ ബാധിച്ചിരുന്നില്ലെന്നു തിരിച്ചറിയേണ്ടതുണ്ട്. പത്തൊമ്പതാം നൂറ്റാണ്ടിന്റെ

അവസാനമാകുമ്പോഴേക്കും മലബാർസമൂഹത്തിൽ മരുമക്കത്തായ ത്തിന്റെയും നാടുവാഴിത്തത്തിന്റെയും അടിത്തറ ഇളകിത്തുടങ്ങി. ഇംഗ്ലീഷ് വിദ്യാഭ്യാസം നേടിയ യുവാക്കൾ ഔദ്യോഗിക സ്ഥാനങ്ങളിൽ പ്രവേശിച്ചുതുടങ്ങി. കാരണവന്മാരുടെ അധികാര ദണ്ഡിനുകീഴിൽ നിന്നും അവർ മോചിതരായിത്തുടങ്ങി. ഇംഗ്ലീഷ് വിദ്യാഭ്യാസത്തോടുള്ള താല്പര്യം ഇതോടെ വർദ്ധിച്ചു. ഇതൊരു സാമൂഹ്യമാറ്റത്തിന്റെ അടയാളമാണെന്നു നിരീക്ഷിക്കപ്പെടുന്നു.[4] നൂറ്റാണ്ടുകളായി നിലനിന്നു പോന്ന ഒരു വ്യവസ്ഥിതി തകരുന്നതിന്റെ ചെറിയ അടയാളം.

ജീർണ്ണിച്ച നാടുവാഴിത്തത്തിൽ നിന്നും വ്യവസായമുതലാളിത്ത ത്തിലേക്കുള്ള ചുവടുമാറ്റത്തെയാണ് *ഇന്ദുലേഖ*യുടെ ഇതിവൃത്തം പ്രതിനിധാനം ചെയ്യുന്നതെന്ന് വിലയിരുത്തപ്പെട്ടിട്ടുണ്ട്. തന്റെ ഇന്ത്യാ പര്യടനത്തിനിടയിൽ നോവലിലെ നായകനായ മാധവൻ കൽക്കത്തയിൽ വെച്ചു പരിചയപ്പെടുന്ന കേശവചന്ദ്രസേനനും കൂട്ടാളികൾക്കും കഥാഘടനയിൽ നിർണ്ണായക സ്ഥാനം നല്കുന്നുണ്ട്. മാതൃകാജീവിതം നയിക്കുന്ന, വിദ്യാസമ്പന്നരും സംസ്കാരസമ്പന്നരും വ്യവസായപ്രമു ഖരുമായി അവരെ ചിത്രീകരിക്കുകയാണ്. അധികാര കേന്ദ്രങ്ങളിലും ഉദ്യോഗസ്ഥ ശ്രേണികളിലും അവർക്ക് വലിയ സ്വാധീനമുണ്ട്. കേരളക്കാർക്ക് സങ്കല്പിക്കാനാകാത്ത രീതിയിലുള്ള ധനാഢ്യരാണവർ. വ്യവസായപ്രമുഖരും ഉന്നത ഉദ്യോഗസ്ഥരും ചേർന്നുള്ള ഒരധി കാരവർഗ്ഗത്തെയാണ് ചന്തുമേനോൻ അവതരിപ്പിക്കുന്നത്. റെയിൽവേ ഉദ്യോഗസ്ഥർ ഈ വ്യവസായ മുതലാളിമാരുടെ വരുതിയിൽ നില്ക്കുന്നവരാണെന്ന് സൂചനയുണ്ട്. വ്യവസായ മുതലാളിമാരും ഉദ്യോഗസ്ഥമേധാവികളും ചേർന്ന അധികാരിവർഗ്ഗത്തോടൊപ്പമാണ് ചന്തുമേനോന്റെ നില. അവരിലൂടെ ഉരുത്തിരിയുന്ന വരേണ്യനവോത്ഥാന ത്തെയാണ് അദ്ദേഹം ആദർശമാക്കുന്നത്. പാർശ്വവല്ക്കരിക്കപ്പെട്ട നിസ്വ വർഗ്ഗത്തേയോ, അടിത്തട്ടിൽക്കഴിയുന്ന അവർണ്ണ സമൂഹത്തെയോ അദ്ദേഹം പരിഗണിക്കുന്നില്ല. ഭർത്താവിനെ തെരഞ്ഞെടുക്കാനുള്ള അവകാശം സ്ഥാപിച്ചെടുക്കാനുള്ള ശാഠ്യത്തിൽക്കവിഞ്ഞ സാമൂഹ്യ ബോധമൊന്നും നായികയായ ഇന്ദുലേഖ പുലർത്താത്തത് യാദൃച്ഛികമല്ല. ഇന്ദുലേഖയും മാധവനും കല്യാണിക്കുട്ടിയെ പരിഗണിക്കുന്നുപോലുമില്ല? ശിന്നനെ ഇംഗ്ലീഷ് പഠിപ്പിക്കണമെന്നു ശഠിക്കുന്ന മാധവൻ പഞ്ചു മേനോനുമായുള്ള ഏറ്റുമുട്ടൽ പൗരുഷത്തോടെ തുടരുന്നില്ല. ഇന്ദു ലേഖയും മാധവനും വലിയൊരളവോളം സ്വാർത്ഥരാണെന്ന് തോന്നും. നോവലിസ്റ്റിന്റെ വീക്ഷണത്തിന്റെ പരിമിതി ഇവിടെ പ്രകടമാണ്. പതി നെട്ടാം അദ്ധ്യായത്തിലെ സംവാദംപോലും നവോത്ഥാന മൂല്യങ്ങളുടെ തീക്ഷ്ണപ്രഭയിൽ വിലയിരുത്തുമ്പോൾ പരിമിതപ്പെട്ടുപോകുന്നുണ്ട്.

നാടുവാഴിത്ത വ്യവസ്ഥിതിയിലെ മനുഷ്യബന്ധങ്ങളുടെ ജീർണ്ണത തിരിച്ചറിഞ്ഞ ചന്തുമേനോൻ അനാശാസ്യബന്ധങ്ങളെ വിചാരണയ്ക്കു

വിധേയമാക്കുകയാണ്. ജീർണ്ണതയിൽ നിന്നുള്ള മോചനം ആ വ്യവസ്ഥിതിയുടെ പൊളിച്ചെഴുത്തിലൂടെയേ സാധിക്കൂ എന്നദ്ദേഹം മനസ്സിലാക്കി. പഴകി ജീർണ്ണിച്ച ഒരു വ്യവസ്ഥിതിയുടെ തകർച്ചയാണ് നോവലിസ്റ്റ് വിവക്ഷിക്കുന്നത്. ആ തകർച്ചയുടെ പ്രത്യാഘാതങ്ങളെ അദ്ദേഹം സമചിത്തതയോടെ സങ്കല്പിക്കുന്നു. അപ്പോഴും അദ്ദേഹം തന്റെ നിലപാടുതറ കണ്ടെത്തുന്നത് സവർണ്ണ നവോത്ഥാനത്തിന്റെ പരിമിതവൃത്തത്തിനുള്ളിലാണ്.

മലയാളിയുടെ സ്ത്രീപുരുഷബന്ധ സങ്കല്പത്തിന്റെ ജീർണ്ണ മുഖം അഴിയുന്നത് നവോത്ഥാനകാലത്തോടെയാണ്. ഉപരിവർഗ്ഗജാതയായ ഇന്ദുലേഖ അന്നത്തെ പതിവ് സമ്പ്രദായമനുസരിച്ച് സൂരിനമ്പൂതിരി പ്പാടിന് വഴങ്ങേണ്ടതായിരുന്നു. അവളുടെ അസാധാരണവ്യക്തിത്വമാണ് സൂരിനമ്പൂതിരിയെ നിഷേധിക്കാനുള്ള കരുത്തിനു പിന്നിലുള്ളത്. വ്യക്തിസ്വാതന്ത്ര്യത്തെയാണ് ഇന്ദുലേഖ ഉയർത്തിപ്പിടിക്കുന്നത്. വിശ്വാസം, പഠനം, വിവാഹം തുടങ്ങിയ കാര്യങ്ങളിൽ വ്യക്തി സ്വാത ന്ത്ര്യമാണ് പരിഗണിക്കപ്പെടേണ്ടത് എന്ന് ഇന്ദുലേഖയ്ക്കു നിർബ്ബന്ധ മുണ്ട്. വിദ്യാഭ്യാസം ആർജ്ജിക്കുന്ന പുതിയ തലമുറ അന്ധവിശ്വാസ ങ്ങളെയും വിലക്ഷണാചാരങ്ങളെയും തള്ളിക്കളയുന്ന ഒരു തലം ഈ നോവലിന്റെ പ്രമേയ ഘടനയിലുണ്ട്. സൂരിനമ്പൂതിരിപ്പാടുമായുള്ള സംഭാഷണത്തിനിടയിൽ ഇന്ദുലേഖ 'ഞാൻ' എന്ന് ഉച്ചരിക്കുമ്പോൾ നമ്പൂതിരിപ്പാട് ഞെട്ടുന്നു. അയാളുടെ ജളപ്രഭുത്വത്തിനേറ്റ ആഘാതമാ യിരുന്നു അത്. സൂരിനമ്പൂതിരിപ്പാടിനെയും പഞ്ചുമേനോനെയും സംബന്ധിച്ചിടത്തോളം 'ഇംഗിരീസ്' പഠിച്ചതിന്റെ കുഴപ്പമാണത്. സ്വതന്ത്ര വ്യക്തിത്വവും ആത്മാഭിമാനവും ആർജ്ജിച്ച ഇന്ദുലേഖയു ടെയും മാധവന്റെയും മുന്നിൽ സൂരിനമ്പൂതിരിപ്പാടും പഞ്ചുമേനോനും പതറുന്നു.

*ഇന്ദുലേഖ*യിലെ നായികാനായകന്മാർ ഒരു സ്വകാര്യലോകം സൃഷ്ടിക്കുന്നുണ്ട്. ഈ സ്വകാര്യലോകത്തിൽ മറ്റുള്ളവർ പ്രവേശിക്കാൻ അവരവനുവദിക്കുന്നില്ല. തന്റെ പ്രണയകാര്യത്തിൽ സ്വന്തം ഇഷ്ടം മാത്രമേ നടക്കൂ എന്ന് ഇന്ദുലേഖ വ്യക്തമാക്കുന്നുണ്ട്. എന്തെല്ലാം പ്രലോഭനങ്ങളും നിർബ്ബന്ധങ്ങളുമുണ്ടായാലും തന്റെ അനുരാഗത്തിനും മനസ്സിനും വിപരീതമായി എന്തെങ്കിലും ഉണ്ടാവുമെന്നു കരുതരുതെന്ന് അവൾ മാധവന് ഉറപ്പുകൊടുക്കുന്നുണ്ട്. ഇതിനു സമാനമായ നില പാടാണ് മാധവന്റെയും.

നമ്മുടെ സാഹിത്യത്തിലെ പ്രണയസങ്കല്പം കാല്പനികവും ആദർശാത്മകവുമായിത്തീരുന്നത് നോവലുകളിലൂടെയാണ്. അതിനു മുമ്പ് ശരീരാധിഷ്ഠിതമായ പ്രണയസങ്കല്പമായിരുന്നു ഇവിടെ നില നിന്നത്. കാമാധിഷ്ഠിതമായ പ്രണയസങ്കല്പത്തിന്റെ മാംസളഭാവ ത്തെയാണ് മണിപ്രവാളകൃതികളും അച്ചീചരിതങ്ങളും സന്ദേശകാ

വ്യങ്ങളും ആട്ടക്കഥകളുമൊക്കെ വിളംബരപ്പെടുത്തുന്നത്. നോവലുകളിലൂടെ ഉരുത്തിരിഞ്ഞുവന്ന നവീനവും കാല്പനികവുമായ പ്രണയസങ്കല്പത്തിന്റെ ആവിർഭാവത്തിനു പ്രേരണനല്കിയത് ഇംഗ്ലീഷ് വിദ്യാഭ്യാസവും പാശ്ചാത്യസാഹിത്യ പരിചയവുമാണ്. ആദർശാത്മകജീവിതസങ്കല്പം ആധുനിക വിദ്യാഭാസത്തിന്റെ ഫലമായി രൂപംകൊണ്ടതാണ്. ഈ പുതിയ പ്രണയവും ഇവിടെ നിലനിന്നുപോന്ന സ്ത്രീ-പുരുഷബന്ധവൈകല്യവും തമ്മിലുള്ള സംഘർഷം ഒരനിവാര്യതയാത്തീർന്നു. *ഇന്ദുലേഖ*യിൽ ആ സംഘർഷത്തിന്റെ ഭിന്നതലങ്ങൾ പ്രകടമാവുന്നുണ്ട്.

കേരളീയസമൂഹത്തിൽ നിലനിന്നുപോന്ന ശിഥിലമായ സ്ത്രീ-പുരുഷബന്ധത്തിന്റെ ജീർണ്ണമുഖത്തെയാണ് സൂരിനമ്പൂതിരിപ്പാട് പ്രതിനിധാനം ചെയ്യുന്നത്. സ്ത്രീലമ്പടനായ അയാൾ ഇതരസവർണ്ണ സമുദായങ്ങളിലുള്ള സ്ത്രീകളെ സംബന്ധം ചെയ്യുന്നതിൽമാത്രം താല്പര്യമുള്ളയാളാണ്. ലൈംഗികജീവിതത്തിനപ്പുറം മറ്റൊന്നിനെക്കുറിച്ചും അയാൾ ചിന്തിക്കുന്നുപോലുമില്ല. ഇങ്ങനെ വിടത്വത്തിന്റെയും ജളത്വത്തിന്റെയും മൂർത്തിയായ സൂരിനമ്പൂതിരി ഇന്ദുലേഖയുടെ അപൂർവ്വവ്യക്തിത്വത്തിനുമുന്നിൽ നിലതെറ്റിവീണുപോവുന്നു. അവളുടെ പ്രത്യക്ഷമായ പരിഹാസവും പരോക്ഷമായ നിശ്ചയദാർഢ്യവും അയാളെ പിന്മടക്കുന്നു. ഈ പിൻവാങ്ങലിന് വളരെയേറെ പ്രാധാന്യമുണ്ട്. നമ്പൂതിരിയുടെ സ്ത്രീലമ്പടത്തത്തിന് ഉത്തമസ്ത്രീയുടെ വ്യക്തിപ്രഭാവത്തിനുമുന്നിൽ കീഴടങ്ങേണ്ടിവരുന്നു എന്ന പ്രാധാന്യം മാത്രമല്ല അതിനുള്ളത്. ലൈംഗികാസക്തിയും ജീവിതമൂല്യങ്ങളുമായുള്ള ഒരു സംഘർഷത്തിന്റെ തലം ഇവിടെ പ്രകടമാണ്. ദാമ്പത്യജീവിതസങ്കല്പങ്ങൾ പൊളിച്ചെഴുതുകയാണ്. ലൈംഗികസുഖമാണ് സർവ്വോല്ക്കൃഷ്ടം എന്ന സൂരിനമ്പൂതിരിത്വസങ്കല്പം വീണുടയുകയാണ്. ദാമ്പത്യജീവിതത്തിലെ ഒരു ഘടകം മാത്രമാണ് ലൈംഗികത എന്നു സ്ഥാപിച്ചെടുക്കുകയാണ് സാഹിത്യത്തിലാകട്ടെ, മദ്ധ്യകാല മാംസബന്ധങ്ങളുടെ ശിലാഖണ്ഡങ്ങളിലേക്ക് ഊഷ്മളപ്രേമത്തിന്റെ ജീവജ്വാലാസ്പർശനമുണ്ടാക്കിയത് നമ്മുടെ നോവൽ രചയിതാക്കളാണ്. ശുദ്ധമായ റൊമാന്റിക് പ്രേമത്തിന്റെ ജീവത്തായഭാവത്തിന് മലയാളക്കരയിൽ ആ രചനകളിലൂടെയാണ് പുതിയ അർത്ഥതലങ്ങളും ശക്തിഭദ്രതയും വെളിപ്പെട്ടത് എന്ന് ആ മാറ്റത്തെ വിലയിരുത്തിയിട്ടുണ്ട്.[5] കാമചോദനങ്ങളുടെ രൂക്ഷപ്രഭയിൽമാത്രം തെളിഞ്ഞുനിന്നിരുന്ന ദാമ്പത്യ ജീവിതത്തെയും പ്രണയത്തെയും ആദർശാത്മകവും വിശുദ്ധവുമായ ഒരു വിതാനത്തിലേക്ക് ഉയർത്തുകയായിരുന്നു ചന്തുമേനോൻ. നിലവിലിരുന്ന വികലസങ്കല്പങ്ങളെ ഉടച്ചുവാർക്കുന്നു. പുതിയ സങ്കല്പം വിളംബരം ചെയ്യുന്നു. *ഇന്ദുലേഖ*യിലെ പ്രണയത്തിന്റെ പ്രക്ഷോഭാത്മകത ഇതാണ്.

നവോത്ഥാനസാഹിത്യകൃതിയിൽ പ്രക്ഷോഭത്തിന്റെ പശ്ചാത്തലത്തിലാണ് പ്രണയം ആവിഷ്കരിക്കപ്പെടാറുള്ളത്. എന്നാൽ ഇത് കേവലം ഒരാവിഷ്കാരോപാധിയോ ആവിഷ്കാരതന്ത്രമോ അല്ല. കഥ സങ്കല്പിക്കപ്പെടുന്ന പ്രാദേശിക ജീവിതമണ്ഡലത്തിൽനിന്നും ചരിത്ര പശ്ചാത്തലത്തിൽനിന്നും ഇരമ്പിയെത്തുന്ന സമൂഹസാന്നിദ്ധ്യമാണ് പ്രക്ഷോഭപരാമർശങ്ങളിൽ നിറയാറുള്ളത്. ലൈംഗിക അരാജകത്വം കൊടികുത്തിവാണ സമൂഹത്തിൽ ആദർശപ്രണയത്തിന്റെ ഉദാത്ത വിഗ്രഹം പ്രതിഷ്ഠിക്കുവാനാണ് ചന്തുമേനോൻ മുതിർന്നത്. മക്കത്തായവും ചെറിയകുടുംബവും പരസ്പരം മനസ്സിലാക്കുന്ന സ്ത്രീ-പുരുഷന്മാരുടെ പ്രണയവുമായിരുന്നു ചന്തുമേനോന്റെ സാമൂഹ്യ പരിഷ്കരണസങ്കല്പത്തിലെ ആദർശങ്ങൾ. ഇംഗ്ലീഷ് വിദ്യാഭ്യാസവും വ്യക്തിസ്വാതന്ത്ര്യവും അതിനുള്ള ഉപാധികളായി അദ്ദേഹം കണക്കാക്കി. നവോത്ഥാനമൂല്യങ്ങൾ ആ സാമൂഹ്യപരിഷ്കരണ പരിപ്രേക്ഷ്യത്തിന്റെ പ്രചോദന സ്രോതസ്സുകളായിരുന്നു. നാടുവാഴിത്തത്തിന്റെ തിരോധാനവും വ്യവസായമുതലാളിത്തത്തിന്റെ ആവിർഭാവവും സാമൂഹ്യപരിണാമയാഥാർത്ഥ്യങ്ങളായി കടന്നുവന്നു. ഈ പശ്ചാത്തലത്തിലുള്ള പ്രണയകഥയിൽ പ്രക്ഷോഭസാന്നിദ്ധ്യം കടന്നുവരിക സ്വാഭാവികമാണ്. എന്നാൽ *ഇന്ദുലേഖ*യിലെ പ്രണയം തീവ്രപ്രക്ഷോഭത്തിന്റെ പ്രചോദനം ഏറ്റുവാങ്ങുന്നില്ല. അത് ഗൗരവമുള്ള പ്രതിസന്ധികളെ അഭിമുഖീകരിക്കുന്നില്ല. എല്ലാവരുടെയും മൗനസമ്മതവും അനുഗ്രഹാശിസ്സുകളും ആ പ്രണയത്തിനുപിന്നിലുണ്ടായിരുന്നു. പഞ്ചുമേനോന്റെ ശപഥവും സൂരിനമ്പൂതിരിപ്പാടിന്റെ ആഗമനവും മാത്രമാണ് പ്രണയത്തിന് നേരിടേണ്ടിവരുന്ന തടസ്സങ്ങൾ. രണ്ടും കേവലം ദുർബ്ബലമായ തടസ്സങ്ങൾ മാത്രം. ഇന്ദുലേഖയുടെ വ്യക്തിത്വത്തിനുമുന്നിൽ പതറി പരാജിതനാകുന്ന സൂരിനമ്പൂതിരിപ്പാട് സ്വയം ഒഴിഞ്ഞുപോവുന്നു. പഞ്ചുമേനോൻ തന്നെ പ്രായശ്ചിത്തമനുഷ്ഠിച്ച് ശപഥമുക്തി സാദ്ധ്യമാക്കുന്നു. പഞ്ചുമേനോന് ഉള്ളിൽ ഇന്ദുലേഖയെ ഭയമുണ്ടായിരുന്നതിനാൽ സൂരിനമ്പൂതിരിയുമായുള്ള സംബന്ധത്തിന് അവളെ നിർബ്ബന്ധിക്കുന്നില്ല. ചുരുക്കത്തിൽ വായനക്കാർ ആസ്വദിക്കുന്ന ഉദ്വേഗങ്ങൾമാത്രമാണ് പ്രണയവിഘ്നങ്ങളായി പരിണമിക്കുന്നത്. വിഘ്നങ്ങളെ അതിജീവിക്കാൻ അനുകൂലമായ സാഹചര്യങ്ങൾ അനായാസം സംജാതമാകുന്നു. വ്യവസ്ഥിതിയെ വെല്ലുവിളിക്കുന്ന ധീരത പ്രണയികൾ കാഴ്ചവെക്കുന്നില്ല. അതിന്റെ ആവശ്യവും ഉണ്ടാകുന്നില്ല. പ്രണയസാഫല്യത്തിന് തീവ്രമായ പ്രക്ഷോഭമൊന്നും വേണ്ടിവരുന്നില്ല. ശക്തമായ ചെറുത്തുനില്പുകൾ ഇല്ലാതെ തന്നെ പ്രണയം സഫലമാകുന്നു. അങ്ങനെ ഇന്ദുലേഖയിലെ പ്രതിപാദ്യം സമരോത്സുകത നഷ്ടപ്പെട്ട പ്രണയമായി പരിണമിക്കുന്നു.

കുറിപ്പുകൾ

1. *ചന്തുമേനോന്റെ അരങ്ങും അണിയറയും*, പു. 17
2. ടി.പു. 19.
3. ടി. പു 88
4. ഇ വി രാമകൃഷ്ണൻ , ഒരു *സംബന്ധത്തിന്റെ കഥ- ഇന്ദുലേഖ പുറകോട്ടു വായിക്കുമ്പോൾ*, ഇന്ദുലേഖ - *വായനയുടെ ദിശകൾ*, പു. 15.
5. *മലയാളനോവലിന്റെ വേരുകൾ*, പു, 131.

3

ത്യാഗോജ്ജ്വലമായ പ്രണയം

നവോത്ഥാനത്തിന്റെ നാളുകളിലാണ് *അപ്ഫന്റെ മകൾ* (1932) രചിക്കപ്പെട്ടത്. ഒരു ലഘുനോവലാണെങ്കിലും പ്രമേയത്തിന്റെ തീവ്രത കൊണ്ട് ശ്രദ്ധേയമായിത്തീരുന്ന കൃതിയാണത്. സാമുദായിക പരിഷ്കരണ സംരംഭങ്ങൾ ഊർജ്ജസ്വലമായിത്തീരുന്ന കാലയളവിൽ സംഭവിച്ച നമ്പൂതിരിത്തറവാടുകളിലെ ആന്തരിക വിസ്ഫോടനങ്ങൾ *അപ്ഫന്റെ മകൾ* രചിക്കുവാൻ പ്രചോദനമേകി.

കേരളനവോത്ഥാനത്തിന്റെ അടിത്തറയായി നിലകൊണ്ടത് സാമുദായിക പരിഷ്കരണ സംരംഭങ്ങളായിരുന്നു. നമ്പൂതിരി സമുദായത്തെ അടിമുടി ഉലയ്ക്കുവാനും വലിയൊരളവിൽ മാറ്റിത്തീർക്കുവാനും നമ്പൂതിരി സമുദായ പരിഷ്കരണയത്നങ്ങൾക്കു കഴിഞ്ഞു. നമ്പൂതിരി സമുദായത്തിൽ ദീർഘകാലമായി നിലനിന്നുവന്ന, കുടുംബബന്ധങ്ങളിലെ അനാശാസ്യതകൾ. ചോദ്യം ചെയ്യപ്പെട്ടുതുടങ്ങുന്ന ചരിത്രസന്ദർഭമാണ് *അപ്ഫന്റെ മകൾക്ക്* പശ്ചാത്തലമൊരുക്കുന്നത്. *ഇന്ദുലേഖയ്*ക്കുശേഷം സവർണ്ണസമൂഹത്തിലെ കുടുംബബന്ധങ്ങളുടെ സങ്കീർണ്ണ പ്രശ്നങ്ങൾ ഗൗരവബോധത്തോടുകൂടി വിമർശന വിധേയമാക്കുകയും നവോത്ഥാന മൂല്യങ്ങളുടെ ചൈതന്യം സ്വാശീകരിക്കുകയും ചെയ്യുന്ന നോവലാണ് *അപ്ഫന്റെ മകൾ.* നമ്പൂതിരി സമുദായ പരിഷ്കരണം ലക്ഷ്യമാക്കി രചിച്ച കൃതികളിലെല്ലാം തന്നെ അന്തർജ്ജനങ്ങളുടെ ദുരിതങ്ങളാണ് പ്രമേയമായി സ്വീകരിച്ചിട്ടുള്ളത്. അന്തർജ്ജനങ്ങളെപ്പോലെ തന്നെ ദുരിതങ്ങളും അവമതിയും സഹിച്ചവരാണ് നമ്പൂതിരി തറവാടുകളിലെ അപ്ഫന്മാർ. തറവാടുകളിൽ കടുത്ത അവഗണനയാണ് അവർക്ക് ഏറ്റുവാങ്ങേണ്ടിവന്നത്. മറ്റുള്ളവരുടെ വെറുപ്പിനും പുച്ഛത്തിനും ഇരകളായി, അഗതികളായി അവർക്ക് കഴി

യേണ്ടിവന്നു. അവരുടെ ഗതികെട്ട ജീവിതാവസ്ഥകൾ വി ടി വിശദീകരിച്ചിട്ടുണ്ട്. അപ്ഫന്മാർക്ക് സ്വജാതി വിവാഹം നിഷേധിച്ചിരുന്നു. ഇതര സവർണ്ണസമുദായങ്ങളിൽപ്പെട്ട സ്ത്രീകളുമായുള്ള 'സംബന്ധം' മാത്രമാണ് അവർക്ക് അനുവദിക്കപ്പെട്ടിരുന്നത്. സംബന്ധത്തിൽ ജനിക്കുന്ന കുട്ടികളെ സ്നേഹിക്കാനോ ലാളിക്കാനോ സംരക്ഷിക്കാനോ ഉള്ള അവകാശം പോലും അപ്ഫന്മാർക്കു ലഭിച്ചിരുന്നില്ല. അപ്ഫന്മാരുടെ മനസ്സുകളിലെ പിതൃഹൃദയത്തിന്റെ തേങ്ങൽ ആരും ശ്രദ്ധിച്ചിരുന്നില്ല. അതുപോലെ തന്നെ പിതൃലാളന അനുഭവിക്കാൻ അവസരം ലഭിക്കാത്ത നിർഭാഗ്യജന്മങ്ങളായിരുന്നു അപ്ഫൻ നമ്പൂതിരിമാരുടെ കുട്ടികളുടേത്. ഇത്തരം അനാഥരായ കുട്ടികളുടെ ഭാഗത്തുനിന്നുകൊണ്ട് ചിന്തിക്കാനും അവരുടെ നിസ്സഹായത വരച്ചു കാട്ടാനുമുള്ള ഒരു ഉദ്യമമാണ് *അപ്ഫന്റെ മകൾ*. അപ്ഫന്മാർക്ക് സ്വജാതി വിവാഹം അനുവദിക്കുക എന്നതാണ് *അപ്ഫന്റെ മകൾ* മുന്നോട്ടു വയ്ക്കുന്ന മുഖ്യ ആവശ്യം.

കേരളത്തിലെ ആഢ്യഗൃഹങ്ങളിൽ അഗ്രിമസ്ഥാനത്തുനിലകൊള്ളുന്ന എടയ്ക്കാട്ടുമനയിൽ കുട്ടികൾ ഏർപ്പെട്ടിരിക്കുന്ന വിനോദകേളി ചിത്രീകരിച്ചുകൊണ്ടാണ് നോവൽ ആരംഭിക്കുന്നത്. കളിവീടുണ്ടാക്കി കളിക്കുന്ന ആ സംഘത്തിൽ കുട്ടികളായ മധുവും ഇട്ടിച്ചിരിയും സുലോചനയും ഉൾപ്പെടുന്നു. കുടുംബനാഥനായി മധു വേഷം കെട്ടുന്നു. ഗൃഹനായികയാകാൻ ഇട്ടിച്ചിരിയും സുലോചനയും ഒരുങ്ങുന്നു. തർക്കപരിഹാരത്തിന് നറുക്കിടുമ്പോൾ ഇട്ടിച്ചിരിക്ക് അനുകൂലമായി നറുക്കു വീഴുന്നു. തറവാട്ടുകാരണവരായ അപ്ഫൻ നമ്പൂതിരിപ്പാടിന്റെ വിജാതീയ പുത്രിയാണു സുലോചന. അദ്ദേഹത്തിന്റെ അന്തരിച്ച ജ്യേഷ്ഠന്റെ മകളാണ് ഇട്ടിച്ചിരി. ആഭിജാത്യമൊന്നും അവകാശപ്പെടാനില്ലാത്ത ആശ്രിത കുടുംബാംഗമാണ് മധു. ഇവർ മൂന്നും ഉൾപ്പെട്ട ഒരു ത്രികോണപ്രണയമാണ് ഇതിവൃത്തത്തിന്റെ ചട്ടക്കൂട് മെനയുന്നത്. ആരാകണം ഗൃഹനായിക എന്ന ബാല്യകാലത്തെ തർക്കം പ്രണയസന്ദിഗ്ദ്ധതയ്ക്ക് ആഴമരുളിക്കൊണ്ടു വികസിക്കുകയാണ്. നോവലിന്റെ തുടക്കത്തിലെ വിനോദകേളി ഇതിവൃത്ത സംഘർഷത്തിന്റെ ശൈശവാവസ്ഥയെ പ്രതിനിധാനം ചെയ്യുന്നു. "അഭിജാതയായ ഒരു നമ്പൂതിരിപ്പെൺകിടാവ് അനഭിജാതനായ ഒരുണ്ണിയുടെ ആത്തേമ്മാരായി കളിച്ചതു പോലും എടയ്ക്കാട്ടു മനയ്ക്കലെ യാഥാസ്ഥിതികർക്കു ഹൃദയവിക്ഷോഭമുണ്ടാക്കി." എന്ന് നോവലിസ്റ്റ് പരാമർശിക്കുന്നുണ്ട്. ആ കാലഘട്ടത്തിന്റെയും ജീവിതവീക്ഷണത്തിന്റെയും യാഥാസ്ഥിതികത്വം എത്രയെന്നു വ്യക്തമാക്കുന്ന മനോഭാവമാണത്.

ഒന്നിനും വഴങ്ങാത്ത സ്വതന്ത്രചിന്താഗതിക്കാരിയാണ് സുലോചന എന്ന് ആദ്യം തന്നെ സൂചിപ്പിക്കുന്നുണ്ട്. അഞ്ചാം ക്ലാസ്സിൽ തോറ്റ അവൾ പിന്നീട് പഠിക്കാൻ കൂട്ടാക്കുന്നില്ല,. പഠിക്കാൻ നിർബ്ബന്ധിച്ചവരോട് അവളുടെ മറുപടി ഇപ്രകാരമായിരുന്നു. "ഞാൻ പഠിപ്പിൽ യാതൊരു

ശ്രദ്ധയും കാണിച്ചിട്ടില്ല. ഒന്നും പഠിക്കാതെയുമില്ല. ചോദ്യങ്ങൾക്കെല്ലാം ശരിക്കുത്തരമെഴുതുകയും ചെയ്തു. ഏതുവിധത്തിലും എന്റെ കുറ്റമല്ല പരീക്ഷയിൽ തോറ്റത്. എന്നിൽ കുറ്റമാരോപിക്കുകയാണുണ്ടായത്. അങ്ങനെയുള്ള ഒരേർപ്പാടുമായി എനിക്കിനി യാതൊരുബന്ധവും വേണ്ട." ഇങ്ങനെ തന്നെ സംബന്ധിക്കുന്ന ഏതുകാര്യത്തിലും കർക്കശനിലപാട് സ്വീകരിക്കുന്ന വ്യക്തിത്വമാണ് സുലോചനയുടേത്. പഠനം തുടർന്നില്ലെങ്കിലും അവൾ മധുവിന്റെ നിർദ്ദേശപ്രകാരം ഇട്ടിച്ചിരിയെയും മറ്റും എഴുത്തും വായനയും പഠിപ്പിക്കാൻ മുതിരുന്നു. അങ്ങനെ നമ്പൂതിരി സ്ത്രീകൾ അക്ഷരം പഠിക്കാൻ തുടങ്ങിയത് വലിയൊരുമാറ്റത്തിന്റെ മുന്നോടിയാണെന്ന് നോവലിസ്റ്റ് പറയുന്നുണ്ട്: "വിജ്ഞാനം ഒരു പണത്തൂക്കം മാമുൽപ്പാറയുടെ ഉള്ളിൽപ്പെട്ടാൽ അവിടെക്കിടന്നമർന്ന് തീപിടിച്ചുപൊട്ടി ആ പാറക്കെട്ടിനെ മുഴുവൻ തവിടുപൊടിയായി തകർക്കുവാൻ മതിയായ പല ഉൽക്കൃഷ്ടാശയങ്ങളെയും അവർ ഉൾക്കൊണ്ടുപോന്നു." അക്ഷരംപഠിക്കുകയും അറിവുനേടുകയും ചെയ്യുന്നവർ സാമൂഹ്യപരിവർത്തനത്തിന്റെ കലാപസന്ദേശം ഉൾക്കൊള്ളും എന്നാണ് അദ്ദേഹം സൂചിപ്പിക്കുന്നത്. അങ്ങനെ മനയുടെ ഉൾത്തളങ്ങളിൽ, ആരുടെയും ശ്രദ്ധയിൽപ്പെടാതെ മാറ്റത്തിന്റെ കനലുകൾ എരിഞ്ഞുതുടങ്ങി. ഈ മാറ്റത്തിന്റെ തുടർച്ചയോ പ്രതിഫലനമോ ആയി ഒരു പ്രണയബന്ധം നാമ്പെടുക്കുന്നതും ചിത്രീകരിക്കുന്നു.

എടയ്ക്കാട്ടുമനയിൽ അപ്ഫൻ നമ്പൂതിരിയുടെ അച്ഛന്റെ ശ്രാദ്ധം ആചരിക്കുന്ന ദിവസം; എവിടെയും തിക്കും തിരക്കുമാണ്. തിരക്കിൽ നിന്നും ബഹളത്തിൽനിന്നുമകന്ന്, മനയിലെ പറമ്പിൽ ഏകാന്തതയിലും നിശ്ശബ്ദതയിലും നിലകൊള്ളുന്ന ഒരു ശാസ്താംകാവ് നോവലിസ്റ്റ് വിരചിക്കുന്നു. ആ ശാസ്താംകാവിലാണ് പ്രണയസമാഗമത്തിനു നാന്ദി കുറിക്കുന്നത്. ഏതോ അദൃശ്യശക്തിയാൽ നയിക്കപ്പെട്ടവനെപ്പോലെ മധു ശാസ്താംകാവിന്റെ വിജനതയിലേക്ക് കടന്നുചെല്ലുന്നു. അവിടെ ഒരൂഞ്ഞാൽ വള്ളിയിൽ അലസയായി ആടിക്കൊണ്ട് ഇട്ടിച്ചിരി സമയം പോക്കുന്നു. അവിടെവെച്ചാണ് കാമുകീകാമുകൻമാർ ആദ്യമായി മനസ്സുതുറക്കുന്നത്. പറയാനുള്ള കാര്യങ്ങളെല്ലാം അവർ തുറന്നു പറയുന്നു. "എനിക്ക് ഏറ്റവും വല്യ ആളാണ്" എന്ന് ഇട്ടിച്ചിരിയും "മറ്റൊരുവന്നു വേൾക്കാനും സമ്മതിക്കരുത്. പിന്നെയൊക്കെ ഞാനായിക്കൊള്ളാം" എന്നു മധുവും അവരവരുടെ മനോഗതങ്ങൾ തുറന്നറിയിക്കുന്നു. ഇവിടെ *ഇന്ദുലേഖ*യിലെ സമാനരംഗം ഓർത്തുപോവുകയാണ്. ഇന്ദുലേഖയും മാധവനും ദീർഘനേരം സംസാരിച്ചിട്ടും ഹൃദയവികാരങ്ങൾ അനാവൃതമാകുന്നില്ല. നിരവധി സംസ്കൃതശ്ലോകങ്ങൾ ഇരുവരും ഉരുവിടുന്നുണ്ടെങ്കിലും അതുകേവലം ഒരു വിനോദമായി കലാശിക്കുകയാണ്. മാധവനെ കബളിപ്പിക്കുന്നതും അയാളിൽ നിരാശനിഴലിപ്പിക്കുന്നതും ഇന്ദുലേഖയ്ക്ക് ഒരു വിനോദമാണ്. എന്നാൽ *അപ്ഫന്റെ മകളിൽ* നായികാനായകന്മാർ അവർക്കുകിട്ടുന്ന പ്രഥമ സന്ദർഭത്തിൽത്തന്നെ

മനസ്സിന്റെ വാതിലുകൾ തുറക്കുകയാണ്. സ്വന്തം അഭിലാഷങ്ങൾ ഇരുവരും മറകൂടാതെ വ്യക്തമാക്കുന്നു. മധുവിനോട് തുറന്നുസംസാരിച്ച ശേഷം ഇട്ടിച്ചിരി അസ്വസ്ഥത പേറുകയും *ബന്ധനസ്ഥനായ അനിരുദ്ധനി*ലെ നായികയുടെ അവസ്ഥയെ പ്രാപിക്കുകയും ചെയ്യുന്നുണ്ട്. പിന്നീടുള്ള അവളുടെ വിചാരങ്ങൾ മനസ്സിന്റെ സന്ദിഗ്ദ്ധതയിൽ നിന്നും രൂപപ്പെടുന്നവയാണ്. "ഞാൻ ഋതുമതിയായ ഒരു കന്യക. അദ്ദേഹമോ, യൗവനയുക്തനായ ഒരു പുരുഷൻ. അദ്ദേഹവുമായി ഒളിവിൽ നിന്നു സംസാരിക്കുകയും സമ്മേളിക്കുകയും ചെയ്ക—ഇതാരാനും കേട്ടാൽ! ഞാൻ ഋതുമതിയാകുന്നതുവരെയും അദ്ദേഹവുമായി സ്വച്ഛന്ദം കളിച്ചു ജീവിച്ചു; ശരിതന്നെ, ഞങ്ങൾ അന്യോന്യം ഉള്ളഴിഞ്ഞു വിശ്വസിക്കുകയും സ്നേഹിക്കുകയും ചെയ്തു. ഈ ജന്മത്തിൽ എനിക്കദ്ദേഹത്തെ മറക്കുവാൻ കഴിയുകയില്ല. പക്ഷേ, ഇതുകൊണ്ടൊക്കെ എന്റെ പ്രവൃത്തി ന്യായമാണെന്ന് ആരെങ്കിലും സമ്മതിക്കുമോ ?... ഞാൻ ഋതുമതിയാവുന്നതിന് മുമ്പുതന്നെ പുറത്തേക്കു പോകരുതെന്നും പുരുഷന്മാരെ കാണരുതെന്നും അമ്മ പലപ്പോഴും പറയാറുണ്ട്. ഇന്നത്തെ കഥവല്ലതും അമ്മയറിഞ്ഞാൽ.... അടുത്ത സംഭവം എനിക്കു ഭ്രഷ്ട് കല്പിക്കലല്ലേ?... ഹാ, ലോകംമുഴുവൻ ഇരുട്ടായതുപോലെ തോന്നുന്നു. ഒന്നു വിചാരിക്കുമ്പോൾ എനിക്കതത്ര സാരമായിത്തോന്നുന്നില്ല. അദ്ദേഹമൊന്നിച്ചാണെങ്കിൽ-- അദ്ദേഹത്തോടുകൂടി ഒരു ദാമ്പത്യം നയിക്കുവാൻ സാധിക്കയാണെങ്കിൽ, സമുദായഭ്രഷ്ടല്ല, രാജ്യഭ്രഷ്ടല്ല ലോക ഭ്രഷ്ട് തന്നെ എനിക്കു പുല്ലാണ്.!" ഇങ്ങനെയാണ് നോവലിസ്റ്റ് അവളുടെ വിചാരധാരകളെ ഭാവനചെയ്യുന്നത്. ഒരേസമയം ഭയചകിതയായ ഒരന്തർജ്ജനത്തിന്റെയും ധീരയായ ഒരു പ്രണയിനിയുടെയും ചിന്തകൾ അവളുടെ ബോധമണ്ഡലത്തിൽ വീണു നിറയുന്നു. സമൂഹത്തിന്റെ യാഥാസ്ഥിതികബോധത്തിൽ നിന്നു പിറവികൊള്ളുന്ന വിചാരങ്ങൾ ഇട്ടിച്ചിരിയെ അലട്ടുന്നു. ആ ബോധത്തിന്റെ വെളിച്ചത്തിൽ തന്റെ പ്രണയത്തെ അവൾ വിലയിരുത്തുന്നു. അതിന്റെ പ്രക്ഷുബ്ധ സാന്നിദ്ധ്യം അവൾ തിരിച്ചറിയുന്നു. ഭയാശങ്കകൾ അസ്വസ്ഥയാക്കുമ്പോഴും പ്രണയവിഘ്നങ്ങളെ വെല്ലുവിളിയോടെ അഭിമുഖീകരിക്കാൻ ശ്രമിക്കുന്നു. പ്രത്യാഘാതങ്ങളെപ്പറ്റി ഉൽക്കണ്ഠപ്പെടുമ്പോഴും പ്രണയത്തിൽ അഭയവും ആശ്വാസവും പ്രതീക്ഷയും അർപ്പിക്കുകയാണ്.

സുലോചനയുടെ പ്രണയം സഫലമാകില്ലെന്ന് നോവലിസ്റ്റ് മുൻകൂട്ടി നിശ്ചയിച്ചിരുന്നതുപോലെ തോന്നിപ്പോകും. മധുവിന്റെയും ഇട്ടിച്ചിരിയുടെയും ശാസ്താംകാവിലെ പ്രണയസംഗമം ഓർമ്മിച്ചുകൊണ്ട് നോവലിസ്റ്റ് ഇങ്ങനെ കുറിച്ചിടുന്നു: "ഭാഗ്യമില്ലാത്ത സുലോചനേ, നീ അതറിഞ്ഞില്ലല്ലോ" ഇതിവൃത്ത പരിസമാപ്തിയെക്കുറിച്ച് വ്യക്തമായ ധാരണയോടുകൂടിത്തന്നെയാണ് നോവലിസ്റ്റ് രചന തുടങ്ങുന്നത്. നോവലിലൂടെ വായനക്കാരോട് സംവേദനം ചെയ്യേണ്ടത് എന്താണ് എന്നു നിശ്ചയിച്ചുറപ്പിച്ചതിനുശേഷമാണ് രചന ആരംഭിക്കുന്നത് എന്നനുമാനിക്കാം.

മധുവിന് സുലോചനയിലുള്ള താല്പര്യം കപടസ്നേഹമാണെന്ന സൂചനയും തുടക്കത്തിലേ നല്കുന്നുണ്ട്. സ്വന്തം ഇല്ലായ്മകളും വേദനയും സഹതാപാർഹമായരീതിയിൽ സുലോചനയോടുവിവരിച്ച് അവളുടെ കാരുണ്യവും സാമ്പത്തികസഹായവും പിടിച്ചുപറ്റാനുള്ള കൗശലം അയാൾ പുലർത്തുന്നതായി തോന്നുന്നു. പുഴയിലെ മണൽപ്പരപ്പിലിരുന്നുള്ള ഇരുവരുടെയും സംഭാഷണം ഇത്തരം ഒരു നിഗമനത്തിലേക്കാണ് വിരൽചൂണ്ടുന്നത്. തന്റെ ജീവിത ദുരിതങ്ങളെക്കുറിച്ച് വാചാലനാകുന്ന മധുവിന്റെ വാക്കുകൾ സുലോചനയുടെ മനസ്സ് ആർദ്രമാക്കുകയും കണ്ണുനിറയ്ക്കുകയും ചെയ്യുന്നു. അവളുടെ നിർദ്ദേശപ്രകാരമാണ് അയാൾ പഠനസഹായത്തിനായി അപ്ഫൻ നമ്പൂതിരിയെ സമീപിക്കുന്നത്. അപ്ഫൻ നമ്പൂതിരി കൈയൊഴിഞ്ഞപ്പോൾ തകർന്നുപോകുന്ന മധുവിനെ സമാശ്വസിപ്പിക്കുന്നത് സുലോചനയാണ്. അർദ്ധരാത്രിയിൽ സ്വന്തംമുറിയിലേക്കു വിളിച്ചുവരുത്തി പഠനത്തിനാവശ്യമായ തുക അവൾ അയാൾക്ക് നല്കുന്നു. അവളുടെ സഹായം കൈപ്പറ്റുന്ന മധുവിന്റെ വാക്കുകൾ – "എനിക്കീ സഹായം ചെയ്വാൻ സുലോചനയെ പ്രേരിപ്പിച്ചത് യാതൊരു സ്നേഹമോ അത് ഒട്ടും കുറയാതെ എനിക്കങ്ങോട്ടുമുണ്ടെന്നു പറയാം. പക്ഷേ, അത് സുലോചനയ്ക്കറിഞ്ഞുകൂടാത്തതല്ല." തികച്ചും യാന്ത്രികമായി ഉരുവിടുന്നതായിത്തോന്നുന്നു. തുടർന്ന് ആ വാക്കുകളെയും സുലോചനയും താനുമായുമുള്ള ബന്ധത്തെയും അയാൾ സ്വയം വിശകലനത്തിനു വിധേയമാക്കുന്നു. മധുവിന്റെ ധർമ്മസങ്കടം ഇവിടെ പ്രകടമാണ്. അയാളുടെ സ്വയം വിശകലനത്തിൽ നിഴലിക്കുന്നത് സുലോചനയോടുള്ള അനുരാഗനിഷേധവ്യഗ്രതയാണ്. സുലോചനയ്ക്ക് തന്നോട് അനുരാഗമില്ലെന്നും തങ്ങളുടെ അടുപ്പം സൗഹാർദ്ദം മാത്രമാണെന്നും സ്ഥാപിച്ചെടുക്കാനുള്ള യുക്തിവിചാരത്തിലാണ് അയാൾ മുഴുകുന്നത്. അവളുടെ സഹായം സ്വീകരിക്കണോ നിഷേധിക്കണോ എന്ന സന്ദിഗ്ദ്ധതയിൽപ്പെട്ടുഴലുകയാണ് അയാളുടെ മനസ്സ്. അവളുടെ വാക്കുകളെയും പ്രവൃത്തികളെയും സൂക്ഷ്മമായി അപഗ്രഥിച്ചശേഷം തങ്ങൾ തമ്മിൽ സൗഹാർദ്ദം മാത്രമാണുള്ളത് എന്ന പ്രായോഗിക നിഗമനത്തിൽ അയാൾ എത്തിച്ചേരുന്നു. കാര്യലാഭത്തിനായുള്ള സ്വാർത്ഥവിചാരം മധുവിനെ നയിച്ചിരുന്നുവെന്നത് അനിഷേദ്ധ്യമാണ്.

മധു മദിരാശിയിൽ പഠിക്കുന്നകാലത്ത് സുലോചന മാസത്തിൽ രണ്ടു കത്തുകൾ വീതം അയാൾക്കെഴുതാറുണ്ടായിരുന്നതായി നോവലിൽ രേഖപ്പെടുത്തുന്നുണ്ട്. ഈ കത്തുകൾ കിട്ടിയകാലത്തൊന്നും അവ സൂക്ഷിച്ചു വെക്കണമെന്ന് മധുവിന് തോന്നിയിരുന്നില്ലാ എന്നും കത്ത് കിട്ടി ദിവസങ്ങൾക്കുശേഷമാണ് അയാൾ മറുപടി എഴുതാറുണ്ടായിരുന്നത് എന്നും തുടർന്ന് വിശദീകരിക്കുന്നു. എന്നാൽ ആ കത്തുകൾ നശിപ്പിക്കാനൊരുങ്ങിയ അയാൾ പിൻവാങ്ങുകയാണ്. കത്തുകൾ നശിപ്പിക്കുന്നത് സുലോചനയുടെ നേർക്കുള്ള അനാദരവാകുമോ എന്ന്

അയാൾ സന്ദേഹിക്കുന്നു. സുലോചന, മധുവിന്റെ മനസ്സിലെ നിഗൂഢമായ ഒരു സാന്നിദ്ധ്യമാണെന്ന് ഇതിൽ നിന്നൂഹിക്കാം. തന്റെ മനസ്സിൽ നിന്ന് അവളെ പൂർണ്ണമായി പറിച്ചെറിയാൻ അയാൾക്ക് കഴിയുന്നില്ല. മധുവിന്റെ എല്ലാ ബാഹ്യനിഷേധങ്ങൾക്കും അതീതമായി സുലോചന അയാളുടെ മനസ്സിൽ ഇടംനേടിയിട്ടുണ്ട്.

മധു പഠനം പൂർത്തിയാക്കിക്കൊണ്ടിരിക്കുമ്പോൾ എടയ്ക്കാട്ടുമനയിൽ ചില സംഭവങ്ങൾ അരങ്ങേറുകയായിരുന്നു. നാല്പത്തിയഞ്ചുവയസ്സുള്ള പാലപ്പറമ്പിൽ മഹൻഭട്ടതിരിയുടെ മൂന്നാംവേളിക്ക് ഇട്ടിച്ചിരിയെ നല്കാനുള്ള തീരുമാനമായിരുന്നു അത്. പാലപ്പറമ്പിൽ അച്ഛൻ നമ്പൂതിരിപ്പാടിന്റെ മകളെ കുട്ടൻനമ്പൂതിരിപ്പാടിന്റെ രണ്ടാം വേളിയാക്കാനും തീരുമാനിക്കുന്നു. ആ നിശ്ചയങ്ങളെക്കുറിച്ചുള്ള നോവലിസ്റ്റിന്റെ വിലയിരുത്തൽ ഇപ്രകാരമാണ്: "അങ്ങനെ ആ രണ്ടുകിഴവന്മാർ മുറുക്കിച്ചവച്ചുതുപ്പുന്ന കൂട്ടത്തിൽ തങ്ങളുടെ അന്ത:പുരങ്ങളിലുള്ള രണ്ടു പെൺകിടാങ്ങളെ അവരുടെ പിറന്നേടത്തെ സ്വസ്ഥജീവിതത്തിൽ നിന്നെടുത്ത്, സാപത്നൃമാകുന്ന മുൾപ്പൊന്തയിലേക്കു വലിച്ചെറിയാനുറച്ചു." ബഹുഭാര്യാത്വം നമ്പൂതിരി സ്ത്രീകളുടെ ജീവിതത്തെ നരകതുല്യമാക്കുന്ന അഭിശപ്തതയാണെന്ന് നോവലിസ്റ്റ് തിരിച്ചറിയുന്നു. സാപത്ന്യം ഇല്ലാതാക്കി ഏകപത്നീവ്രതത്തിന് അംഗീകാരം നേടാനുള്ള വ്യഗ്രതയാണ് അദ്ദേഹം പ്രകടമാക്കുന്നത്. പഠനം പൂർത്തിയാക്കി തിരിച്ചെത്തുന്ന മധു ഇട്ടിച്ചിരിയുടെ പെൺകൊടക്കാര്യം അറിയുന്നു. ആ വിവാഹത്തിൽ നിന്ന് ഇട്ടിച്ചിരിയെ രക്ഷിക്കാൻ മധു സുലോചനയുടെ സഹായം തേടുന്നു. "ഞങ്ങളുടെ സമുദായത്തിൽ ഇങ്ങനെ ഒരിട്ടിച്ചിരി മാത്രമല്ല. എല്ലാ ഇട്ടിച്ചിരിമാരും ഈ നിലയിലുള്ള ഏതെങ്കിലും ഒരു കഷ്ടപ്പാടിൽ ചെന്നു വീഴുകയാണു ചെയ്യുന്നത്. പൂർണ്ണമായ ദാമ്പത്യസുഖം നമ്പൂതിരി സമുദായത്തിലുള്ള ഒരൊറ്റ സ്ത്രീയെങ്കിലും അനുഭവിക്കുന്നില്ല. ഇന്നത്തെ നിലയ്ക്ക് ഒരൊറ്റ കന്യകയ്ക്കെങ്കിലും അതു കിട്ടുവാൻ വഴിയില്ല. ഞങ്ങളുടെ സമുദായത്തിലുള്ള ഓരോ മഹൻ മൂസ്സും ഓരോ വാരിക്കുഴിയാണ്. അതിൽ മൂന്നും നാലും പിടിയാനകൾ മേല്ക്കുമേലെ വന്നുവീഴുന്നു. ചിലവ വീഴ്ചയിൽത്തന്നെ ചാവുന്നു. ചിലവ ആ കുഴിയിൽക്കിടന്നു വലഞ്ഞുചാവുന്നു. ചിലവ പാവു പഠിപ്പിക്കുമ്പോൾ ചാവുന്നു— എല്ലാവരും കഷ്ടപ്പെടുന്നു; കണ്ണീർ പൊഴിക്കുന്നു; സമുദായത്തെ ഈ ദുഃസ്ഥിതിയിൽ നിന്നുദ്ധരിക്കണമെങ്കിൽ സമുദായത്തിലെ കനിഷ്ഠന്മാരെല്ലാം — വിവാഹം ചെയ്യാവുന്ന എല്ലാ ചെറുപ്പക്കാരും - സമുദായത്തിൽനിന്ന് വിവാഹം ചെയ്യുകയേ നിവൃത്തിയുള്ളു."

അയാൾ തുടരുന്നു:

"ഞാൻ പറയുന്നതു കേൾക്കൂ; അപ്പോൾ ഞാൻ എന്റെ സമുദായത്തിൽ നിന്നുതന്നെ വിവാഹം ചെയ്യാൻ ചുമതലപ്പെട്ടവനാണെന്ന് സുലോചന മനസ്സിലാക്കിയല്ലോ, അങ്ങനെ ഞാൻ വിവാഹം ചെയ്യുന്നത് ഇട്ടിച്ചിരിയെ ആയാൽ കൊള്ളാമെന്ന് ആഗ്രഹിക്കുന്നു. അതിന്റെ

കാരണം സുലോചനയ്ക്ക് ഊഹിക്കാൻ വയ്യാത്തതല്ല. എങ്കിലും ഞാനി തേവരെ അത് സുലോചനയിൽനിന്നു മറച്ചുവെച്ചതിൽ കുറ്റക്കാരനാണ്. അതിനു, ഞാനിതാ മാപ്പുചോദിച്ചുകൊള്ളുന്നു.”

ഇട്ടിച്ചിരിയെ വിവാഹംചെയ്യുന്നത് മധുവിനെ സംബന്ധിച്ചിടത്തോളം വ്യക്തിപരമായ ആഗ്രഹവും സാമൂഹ്യമായ ആവശ്യവുമാണ്. രണ്ടു പ്രേരണകളും അയാൾ സുലോചനയോടു വ്യക്തമാക്കിക്കഴിഞ്ഞു. ഒരു വശത്ത് പ്രണയത്തിന്റെ പ്രേരണയും മറുവശത്ത് പ്രക്ഷോഭത്തിന്റെ സാന്നിദ്ധ്യവും മധു അനുഭവിക്കുന്നു. വ്യക്തിഗതമായ പ്രണയ ത്തിന്റെയും സാമുദായികമായ പ്രക്ഷോഭത്തിന്റെയും അനിവാര്യത ഏകീ ഭവിക്കുകയാണിവിടെ പ്രണയവും പ്രക്ഷോഭവും പരസ്പരപൂരകമായി ത്തീരുന്നു.

വിവാഹത്തലേന്ന് ഇട്ടിച്ചിരി അനുഭവിക്കുന്ന മാനസികസംഘർ ഷവും തീവ്രതയോടെ ആവിഷ്കരിക്കുന്നുണ്ട്: “ അത്രമേൽ കലങ്ങി മറിഞ്ഞതും അത്രമേൽ അപകടം പിടിച്ചതും അത്രമേൽ സംഭ്രമജനക വുമായിരുന്നു അവളുടെ വിചാരങ്ങൾ. അമ്മ, മുത്തശ്ശി, സഹോദരീ സഹോദരന്മാർ എന്നീ ബന്ധുക്കൾ. കുലാഭിമാനം, ആചാരം, സർവ്വോ പരി തന്റെ അസ്വാതന്ത്ര്യം എന്നിവ ഒരു വശത്ത്; മറുവശത്ത് തന്റെ ദൃഢരൂഢമായ അനുരാഗം; പിന്നീടൊരുവശത്ത് സാപത്ന്യ ദു:ഖം ഭർത്തൃദണ്ഡനം, വൃദ്ധഭാര്യത്വം എന്നീ മഹാനരകവിഭാഗങ്ങൾ -- ഇവയെല്ലാം കൂടി അവളെയിട്ടു ഞെരുക്കിച്ചതച്ചു. എരിപൊരിക്കൊള്ളിച്ചു; ഭ്രാന്തുപിടിപ്പിച്ചു. ഇവയൊക്കെ, ഏതൊരു മനശ്ശാസ്ത്രജ്ഞനാണ് ശരിക്ക് വിശദീകരിക്കാൻ സാധിക്കുക?”

നായികാനായകന്മാർ അനുഭവിക്കുന്ന ഈ മാനസിക സംഘർഷ ങ്ങൾ വിപ്ലവകരമായ സാമൂഹ്യ ദൗത്യം ഏറ്റെടുക്കുന്നവരുടെ വിധിയാണ്. ഒരുവശത്ത് വീടും ബന്ധുക്കളും രക്തബന്ധവും കുടുംബപരമായ കട പ്പാടുകളും പകർന്നേകുന്ന വിധേയത്വവും, മറുവശത്ത് മഹത്തായ ജീവിതാദർശങ്ങളിലുള്ള ദൃഢവിശ്വാസവും പ്രതിബദ്ധതയും അവരിൽ ഒരുപോലെ സമ്മർദ്ദം ചെലുത്തുന്നു. അവയ്ക്കിടയിൽപ്പെടുന്നതിന്റെ ധർമ്മസങ്കടവും സന്ദിഗ്ദ്ധതയും മധുവും ഇട്ടിച്ചിരിയും അനുഭവിക്കു ന്നുണ്ട്. മധുവിനെയും ഇട്ടിച്ചിരിയെയും ഒരുമിച്ചു ചേർക്കുന്ന സുലോ ചനയുടെ പരിതാപകരമായ അവസ്ഥയാണ് നോവലിന്റെ അവസാന ഭാഗത്ത് ചിത്രീകരിക്കുന്നത്. താൻ സ്നേഹിച്ചയാളുടെ, മറ്റൊരുവളു മായുള്ള വിവാഹം നടത്തിക്കൊടുക്കേണ്ട ദുർവ്വിധിയാണ് സുലോചന യ്ക്കുണ്ടാകുന്നത്. പ്രണയം നേരിടുന്ന പ്രതിസന്ധിക്ക് അതാഴമണയ്ക്കു കയും നോവലിന്റെ ഇതിവൃത്തത്തിന് ദുരന്തഃഛായ നല്കുകയും ചെയ്യുന്നു. സുലോചനയുടെ ത്യാഗസന്നദ്ധത അവിസ്മരണീയമായിത്തീ രുന്നു. വിലപ്പെട്ട ഒരാദർശത്തെ സാക്ഷാൽക്കരിക്കാൻ സ്വന്തം ജീവിതം അവൾ ഹോമിക്കുകയാണ്.

നമ്പൂതിരിയുവാക്കളുടെ സ്വജാതീയവിവാഹം എന്ന ലക്ഷ്യമാണ്

അപ്ഫന്റെ മകൾ ഉന്നയിക്കുന്നത്. നോവലിന്റെ ഇതിവൃത്തം ചെന്നെത്തുന്നത് സ്വജാതീയ പ്രണയം സഫലമാകുകയും വിജാതീയപ്രണയം നിഷ്ഫലമായിത്തീരുകയും ചെയ്യുന്ന സന്ദർഭത്തിലേക്കാണ്. സ്വജാതി വിവാഹം എന്ന ആദർശമേ നോവലിൽ ഉദ്ഘോഷിക്കുന്നുള്ളൂ. 'മിശ്രവിവാഹം' എന്ന വിപ്ലവകരമായ ആശയത്തെ ആശ്ലേഷിക്കാൻ നോവലിന്റെ ഇതിവൃത്തത്തിനു കഴിയാതെ പോകുന്നു. ഇത് നോവലിന്റെ ഒരു പരിമിതിയായിത്തോന്നാം. അന്നത്തെ നമ്പൂതിരി യുവാക്കൾ സംബന്ധത്തെ എതിർത്തു. അത് അന്യസമുദായങ്ങളുമായുള്ള ബന്ധത്തോടുള്ള എതിർപ്പുകൊണ്ടായിരുന്നില്ല. സ്വസമുദായത്തിന്റെ അനാശാസ്യതകളിലുള്ള അസഹിഷ്ണുതകൊണ്ടായിരുന്നു. ഒന്നാമത് സംബന്ധം ആരോഗ്യകരമോ മാതൃകാപരമോ ആയ ഒരു സ്ത്രീ-പുരുഷ ബന്ധമായിരുന്നില്ല. ദാമ്പത്യബന്ധത്തിന്റെ ദാർഢ്യമോ ഉത്തരവാദിത്വമോ സംബന്ധത്തിനുണ്ടായിരുന്നില്ല. സംബന്ധത്തിലുണ്ടാകുന്ന കുട്ടികൾക്ക് അച്ഛനമ്മമാരുടെ സ്നേഹമോ സംരക്ഷണമോ ലഭിച്ചിരുന്നില്ല. അനാഥരെപ്പോലെ അവർക്കു ജീവിക്കേണ്ടിവന്നു. യുവാക്കൾ സംബന്ധത്തെ എതിർക്കാൻ ഇതൊക്കെയാണ് കാരണങ്ങളായത്.

മറ്റൊന്ന് 'മിശ്രവിവാഹം' എന്ന വിപ്ലവകരമായ ആശയത്തെ ഉൾക്കൊള്ളാൻ പാകമായ ഒരു സമൂഹമനസ്സ് അന്ന് രൂപപ്പെട്ടിരുന്നില്ല എന്നതാണ്. തല്ക്കാലം പ്രായോഗികമായത് സ്വജാതീയ വിവാഹം മാത്രമായിരുന്നു. സ്വജാതീയ വിവാഹം പ്രളയാന്തംവരെ നിലനില്ക്കേണ്ടതോ നിലനില്ക്കുന്നതോ അല്ല എന്നും നമ്പൂതിരി കന്യകമാരെ അന്യ സമുദായങ്ങളിലെ പുരുഷന്മാർക്ക് വിവാഹം ചെയ്യാറാകുന്ന കാലം വരെ മാത്രമേ അതാവശ്യമുള്ളൂ എന്നും *അപ്ഫന്റെ മകളുടെ* അവതാരികയിൽ ഇ എം എസ് പറയുന്നുണ്ട്.[1] മിശ്രവിവാഹം സാമൂഹ്യപുരോഗതിയിലേക്കുള്ള വലിയൊരു ചുവടുവയ്പാണ്. ജാതിരഹിത സമൂഹ നിർമ്മാണ യത്നമാണ്. അതിനുമുമ്പ് സംബന്ധം പോലുള്ള ഏർപ്പാടുകളിലെ അനാശാസ്യതകളും ബഹുഭാര്യാത്വം പോലുള്ള വൈകൃതങ്ങളും അവസാനിപ്പിക്കേണ്ടതുണ്ട്. സംബന്ധവും ബഹുഭാര്യത്വവും അവസാനിപ്പിക്കാനുള്ള ഉപാധി എന്ന നിലയിലാണ് സ്വജാതി വിവാഹം എന്ന ആദർശം ഉയർത്തിപ്പിടിക്കുന്നത്. *അപ്ഫന്റെ മകളി*ലെ സ്വജാതീയപ്രണയം സഫലമാകുന്നതിന്റെയും വിജാതീയപ്രണയം നിഷ്ഫലമാകുന്നതിന്റെയും പിന്നിലുള്ള യുക്തി അതാണ്. ഇതിവൃത്തം ഇത്തരം ഒരു പരിണാമം കൈവരിക്കുന്നത് സവിശേഷമായ ഒരു പശ്ചാത്തലത്തിലാണ്. നമ്പൂതിരിത്തറവാടുകളിൽ ജ്യേഷ്ഠനു മാത്രമാണു സ്വജാതി വിവാഹം അനുവദിച്ചിരുന്നത്. അനുജന്മാർ സംബന്ധം ചെയ്യുന്നതായിരുന്നു പതിവുരീതി. അനുജൻമാർ സ്വജാതി വിവാഹം ചെയ്താൽ തറവാട്ടുസ്വത്ത് ആളോഹരിഭാഗം ചെയ്ത് അവർക്കും അവരുടെ സന്തതികൾക്കും കൂടി പങ്കുവെച്ച് നല്കേണ്ടിവരും. ഈ സാമ്പത്തിക പ്രശ്നത്തിൽ ഊന്നിക്കൊണ്ടുള്ള സ്വാർത്ഥ താല്പര്യവും അപ്ഫൻമാർക്ക്

സ്വജാതി വിവാഹം നിഷിദ്ധമാക്കിയതിനു പിന്നിലുണ്ട്. സ്വത്തുക്കൾ കൈകാര്യം ചെയ്തിരുന്നത് ജ്യേഷ്ഠന്മാരായിരുന്നു. അപ്ഫന്മമാർ സാമ്പത്തിക ക്ലേശത്താൽ നട്ടംതിരിയുകയായിരുന്നു.

സ്വന്തം വിജാതീയ സന്തതികളെ അംഗീകരിക്കാൻ അപ്ഫൻമാർ തയ്യാറാകുന്നത് നോവലിന്റെ അവസാനഭാഗത്ത് സൂചിപ്പിക്കപ്പെടുന്നു. മിഥ്യാഭിമാനവും ഉഗ്രപ്രതാപവും ചേർന്ന് കെട്ടിപ്പൊക്കിയ ആചാര ക്കോട്ടകൾ തകർത്ത് നമ്പൂതിപ്പാടിന്റെ പിതൃത്വം വെളിപ്പെടുത്തുന്ന സന്ദർഭം സൃഷ്ടിക്കുന്നത് അപ്ഫൻമാർക്കുണ്ടാകുന്ന മാനസികപരിവർ ത്തനം വ്യക്തമാക്കുവാനാണ്. നോവൽ മുന്നോട്ടുവയ്ക്കുന്ന പരിവർ ത്തനോന്മുഖമായ മറ്റൊരാദർശമാണത്.

വിധവാവിഹവും നമ്പൂതിരിയുവതികളുടെ മിശ്രവിവാഹവും അക്കാലത്ത് നിഷിദ്ധമായിരുന്നു. ജ്യേഷ്ഠൻ നമ്പൂതിരിക്ക് പലപ്പോഴും ഒന്നിലധികം നമ്പൂതിരിയുവതികളെ വിവാഹം ചെയ്യേണ്ടിവന്നിരുന്നു. അങ്ങനെ ബഹുഭാര്യാത്വം നിലനിന്നുപോന്നു. ബഹുഭാര്യാത്വം അവ സാനിപ്പിക്കാനും നമ്പൂതിരിയുവാക്കൾ നിർദ്ദേശിച്ച മാർഗ്ഗം അപ്ഫൻമാർ ഉൾപ്പെടെയുള്ളവരുടെ സ്വജാതി വിവാഹം തന്നെയായിരുന്നു. നോവ ലിന്റെ അവസാനഭാഗത്ത് ഈ നിർദ്ദേശവും ഉന്നയിക്കപ്പെടുന്നു. നമ്പൂതിരിയുവാവിന്റെ സ്വജാതി വിവാഹം സഫലമാകുന്നതായി ചിത്രീ കരിക്കുന്നത് അതുകൊണ്ടാണ്. അപ്ഫന്റെ മകളുടെ— അന്യജാതി യുവതിയുടെ – നമ്പൂതിരിയുവാവുമായുള്ള അനുരാഗം വിഫലമാകു ന്നതും അതുകൊണ്ടുതന്നെ. സുലോചനയുടെ അനുരാഗം പരിഗണി ക്കപ്പെടാതെപോകുന്നത് ഈ പശ്ചാത്തലത്തിലാണ്.

കുത്തഴിഞ്ഞ ജീവിതം നയിക്കുന്ന കുഞ്ചുവിന്റെ വിക്രിയങ്ങൾ ഇതിവൃത്തത്തിൽ പരാമർശിക്കുന്നുണ്ടെങ്കിലും മുഖ്യപ്രമേയവുമായി അത് ഗാഢബന്ധം പുലർത്തുന്നില്ല. വിദ്യാഭ്യാസം നിഷേധിക്കപ്പെട്ടതാണ് കുഞ്ചുവിന്റെ പതനത്തിനു കാരണം എന്ന സൂചന മാത്രമാണ് ശ്രദ്ധേയ മായിത്തോന്നുന്നത്. സുലോചനയുമായി സംബന്ധത്തിനു ശ്രമിച്ച് കുഞ്ചു പരാജിതനാകുന്നത് വിവരിക്കുന്നുണ്ട്. സുലോചനയുടെ സ്വഭാ വൗൽക്കൃഷ്ടം എടുത്തുകാട്ടാൻ അതുപകരിക്കുന്നു. സരോജത്തെ കരു വാക്കി ആവിഷ്കരിക്കുന്ന തന്ത്രങ്ങളും അവയുടെ പരാജയപരിണാമവും വിരൽചൂണ്ടുന്നതും സുലോചനയുടെ സ്വഭാവശ്രേഷ്ഠതിലേക്കു തന്നെയാണ്.

വൃദ്ധന്മാരായ നമ്പൂതിരിമാരുടെ രണ്ടാംവേളിയോ മൂന്നാം വേളിയോ ആയിത്തീരുന്ന അവസ്ഥയിൽ നിന്നും നമ്പൂതിയുവതികളെ രക്ഷിക്കു ന്നതിനുള്ള മാർഗ്ഗവും നമ്പൂതിരിയുവാക്കളുടെ സ്വജാതി വിവാഹം തന്നെ യാണ്. അങ്ങനെ നമ്പൂതിരിയുവാക്കളുടെ സ്വജാതി വിവാഹത്തിലൂടെ സമുദായത്തിലെ സ്ത്രീകളും പുരുഷന്മാരും അനുഭവിച്ചിരുന്ന ദുര വസ്ഥകളുടെ പരിഹാരമാണ് നോവലിസ്റ്റ് വിവക്ഷിക്കുന്നത്. ആ മാറ്റം സാമൂഹ്യപരിവർത്തന സംരംഭങ്ങളെ യാഥാർത്ഥ്യമാക്കിത്തീർക്കുമെന്നും

അദ്ദേഹം കരുതി. ആത്യന്തികമായി സാമൂഹ്യ പരിവർത്തനമാണ് മുത്തിരിങ്ങോട്ട് കാംക്ഷിച്ചത്/പരിവർത്തനത്വര എപ്പോഴും പ്രകടമാക്കിയ വ്യക്തിത്വമായിരുന്നു മുത്തിരിങ്ങോട്ടിന്റേതെന്നും അദ്ദേഹത്തിന്റെ നാവനങ്ങുന്നതും തൂലികചലിക്കുന്നതും പരിവർത്തനത്തിനുവേണ്ടിയാണെന്നും ഇ എം എസ് നിരീക്ഷിക്കുന്നുണ്ട്.[2]

പരസ്പരം അഭിമുഖീകരിക്കുന്ന രണ്ടു പ്രണയങ്ങളാണ് *അപ്ഫന്റെ മകളിൽ* പ്രത്യക്ഷപ്പെടുന്നത്. ഒന്ന് സ്വജാതീയപ്രണയവും മറ്റൊന്ന് വിജാതീയ പ്രണയവുമാണ്. സ്വജാതീയപ്രണയം വിജയിക്കുമ്പോൾ വിജാതീയ പ്രണയം പിൻവാങ്ങുകയാണ്. വിജാതീയപ്രണയം വിജയം കൈവരിക്കാനുള്ള കാലവും സാഹചര്യവും കേരളീയസമൂഹത്തിലോ നമ്പൂതിരി സമുദായത്തിലോ സംജാതമായിട്ടില്ലെന്നാണ് നോവലിസ്റ്റിന്റെ നിലപാട്. അതിന് ഇനിയും ബഹുദൂരം മുന്നോട്ടുസഞ്ചരിക്കേണ്ടതുണ്ട്. അപ്ഫൻമാരുടെ സ്വജാതീയവിവാഹം നോവൽ രചിച്ച കാലത്ത് വിപ്ലവകരമായ ഒരു സംഭവം തന്നെയായിരുന്നു. വിപ്ലവാത്മക ചലനങ്ങൾക്ക് നാന്ദികുറിക്കുന്ന കഥാസന്ദർഭങ്ങൾ *അപ്ഫന്റെ മകളിൽ* ചിത്രീകരിക്കുന്നുമുണ്ട്. ആ നിലയ്ക്ക് നോവലിലെ സ്വജാതീയ പ്രണയത്തിന് പ്രക്ഷോഭത്തിന്റെ ഛായ കൈവരിക്കാനാകുന്നുണ്ട്. വിജാതീയ പ്രണയം തകരുന്നത് തീക്ഷ്ണമായ ഒരു ദുരന്തത്തിന്റെ ആവിഷ്കാരമായി പരിണമിക്കുന്നു. സുലോചനയ്ക്ക് രക്തസാക്ഷി പരിവേഷം കൈവരുന്നുണ്ട്. അത് നോവലിന്റെ ഭാവതീവ്രത വർദ്ധിപ്പിക്കുന്നു.

കുറിപ്പുകൾ

1. അവതാരിക, അപ്ഫന്റെ മകൾ, പു 14
2. ടി. പു. 13

4

രക്ഷാകവചമാകുന്ന പ്രണയം

ഒന്ന്

മലയാളനോവലിന്റെ ഇതിവൃത്തസങ്കല്പത്തിൽ നിർണ്ണായകമായ വഴിത്തിരിവുണ്ടാകുന്നത് കേശവദേവിന്റെയും തകഴിയുടെയും തലമുറയിലൂടെയാണ്. ഉപരിവർഗ്ഗജീവിതത്തിന്റെ ഉപരിപ്ലവ പ്രശ്നപരിസരങ്ങളിൽ നിന്ന് അടിസ്ഥാനജനവിഭാഗങ്ങളുടെ പൊള്ളുന്ന ജീവിത സമസ്യകളിലേക്ക് നോവലുകളുടെ ഇതിവൃത്തപരിധി വികസിക്കുകയാണ്. ചന്തുമേനോനിൽ നിന്നും അടുത്തതലമുറയിലെ എഴുത്തുകാരിലേക്കെത്തുമ്പോൾ സവർണ്ണ ജീവിതാനുഭവങ്ങളിൽനിന്ന് പാർശ്വവല്ക്കരിക്കപ്പെട്ടവരുടെ ജീവിതാവസ്ഥകളിലേക്ക് നോവലിന്റെ പ്രശ്നമണ്ഡലം മാറുകയാണ്. മാളികമുകളിൽ ജീവിക്കുകയും പുസ്തകങ്ങൾ വായിക്കുകയും പിയാനോ അഭ്യസിക്കുകയും ചെയ്യുന്ന നായികയുടെയും ആധുനികവിദ്യാഭ്യാസം നേടുകയും ഐ സി എസ് പരീക്ഷ എഴുതുകയും ടെന്നീസ് കളിക്കുകയും ശിക്കാറ് നടത്തുകയും ചെയ്യുന്ന നായകന്റെയും സ്ഥാനത്ത് റിക്ഷാത്തൊഴിലാളിയും തോട്ടിയും പറയനും പുലയനുമൊക്കെ നോവലിലെ കഥാപാത്രങ്ങളായി കടന്നുവരുന്നു.

സാഹിത്യ സങ്കല്പങ്ങളെ മാറ്റി പ്രതിഷ്ഠിക്കുക എന്ന ദൗത്യമാണ് കേശവദേവിന്റെ കൃതികൾ നിർവ്വഹിച്ചത്. മുൻകാല എഴുത്തുകാർ പടിക്കുപുറത്തുനിർത്തിയ ജനവിഭാഗങ്ങളുടെ ജീവിത സംഘർഷങ്ങൾക്ക് സാഹിത്യഭൂഖണ്ഡത്തിൽ പ്രവേശനം നല്കുകയാണ് അദ്ദേഹം ചെയ്തത്. പ്രതിഷേധത്തിന്റെയും ധിക്കാരത്തിന്റെയും വെല്ലുവിളിയുടെയും മുഴക്കമാണ് ദേവിന്റെ കൃതികളിൽ നിന്നുയരുന്നത്. എതിർപ്പിന്റെ പ്രവാചകനായാണ് അദ്ദേഹം സാഹിത്യലോകത്ത് അവതരിച്ചത്.

ദുരിതങ്ങളുടെ കനൽപ്പാതയിലൂടെയുള്ള സാഹസികയാത്രയായിരുന്നു ദേവിന് ജീവിതം. ആ ജീവിതാനുഭവങ്ങളെ തന്റെ രചനകളിലേക്ക് അദ്ദേഹം സംക്രമിപ്പിക്കുകയായിരുന്നു. *ഓടയിൽനിന്ന്, കണ്ണാടി* തുടങ്ങിയ നോവലുകളുടെ രചന അങ്ങനെയാണ് നിർവ്വഹിച്ചത്. എന്തിനെയും എതിർക്കുവാനും പ്രതിബന്ധങ്ങളെ ശിഥിലമാക്കുവാനുമുള്ള ആവേശം ദേവിനെ പ്രക്ഷുബ്ധനാക്കി. *രാമായണ*വും *മഹാഭാരത*വുമൊക്കെ ചുട്ടെരിക്കാനുള്ള ആഹ്വാനം ആ ആവേശത്തിന്റെ ബഹിർഗമനം മാത്രമായിരുന്നു. നാടുവാഴിത്ത മൂല്യങ്ങളോടും ജീർണ്ണിച്ച പാരമ്പര്യത്തോടുമുള്ള അടങ്ങാത്ത രോഷമാണ് ആ ആഹ്വാനത്തിൽ പ്രകടമാവുന്നത്. പുരോഗമനസാഹിത്യപ്രസ്ഥാനത്തിന്റെ പ്രഭാവകാലഘട്ടം ദേവിന്റെ സർഗ്ഗാത്മകതയെ അളവറ്റു പ്രചോദിപ്പിച്ചു. സാമൂഹ്യാസമത്വങ്ങളെക്കുറിച്ചും, സാമ്പത്തിക ഉച്ചനീചത്വങ്ങളെക്കുറിച്ചും, മനുഷ്യൻ മനുഷ്യനെ ചൂഷണം ചെയ്യുന്നതിനെക്കുറിച്ചും സമഗ്രമായ ധാരണ നമ്മുടെ എഴുത്തുകാർക്ക് പകർന്നുകൊടുക്കുന്നതിൽ മുഖ്യമായ പങ്കുവഹിച്ചത് പുരോഗമനസാഹിത്യപ്രസ്ഥാനമായിരുന്നു. സാഹിത്യകാരൻ ഏതുപക്ഷത്ത് നിലകൊള്ളണം എന്നതിനെ സംബന്ധിച്ച് കേശവദേവിന് യാതൊരു സന്ദേഹവും ഉണ്ടായിരുന്നില്ല. നിസ്വപക്ഷത്ത് അദ്ദേഹം നിലയുറപ്പിച്ചത്, സ്വന്തം ജീവിതാനുഭവങ്ങളുടെ പശ്ചാത്തലവും പിൻബലവും നല്കുന്ന പ്രേരണയാലാകണം. ദേവിന് ജീവിതത്തിന്റ പ്രാരംഭദശയിൽ ദാരിദ്ര്യത്തിന്റെ കയ്പുനീർ രുചിച്ചറിയേണ്ടി വന്നു. അപകർഷതാബോധവും സമ്പന്നവർഗ്ഗത്തോടുള്ള വെറുപ്പുമാണ് ആ അനുഭവങ്ങൾ അദ്ദേഹത്തിൽ ഉളവാക്കിയത്. ദേവിന്റെ കഥാപാത്രങ്ങളുടെ സഹജഭാവങ്ങളായ സ്വാതന്ത്ര്യതൃഷ്ണയും ധിക്കാരവും നെഞ്ഞൂക്കുമെല്ലാം അദ്ദേഹത്തിന്റെ ജീവിതത്തിന്റെ പ്രാരംഭഘട്ടത്തിലെ തപ്താനുഭവങ്ങളിൽ നിന്നു രൂപപ്പെട്ടവയാണ്. ആ അനുഭവങ്ങളോടുള്ള പ്രതികരണങ്ങളാണ് കഥാപാത്രങ്ങളുടെ പെരുമാറ്റങ്ങളിൽ നിഴലിക്കുന്നത്. എന്നാൽ സ്ഫോടനാത്മകമായ പ്രതികരണങ്ങൾ മാത്രമല്ല ആ കഥാപാത്രങ്ങൾ കാഴ്ചവെക്കുന്നത് എന്നത് ശ്രദ്ധേയമാണ്. നിസ്വതയോടുള്ള അനുതാപം അവരുടെ സ്വഭാവത്തിലെയും പെരുമാറ്റത്തിലെയും അവിഭാജ്യ ഘടകമാണ്. *ഓടയിൽനിന്നി*ലെ പപ്പു ലക്ഷ്മിയോടു പുലർത്തുന്നത് ഈ അനുതാപവും അതിൽ നിന്നുദ്ഭൂതമാകുന്ന സ്നേഹവും സംരക്ഷണവ്യഗ്രതയുമാണ്.

രണ്ട്

കേശവദേവിന്റെ ആത്മകഥാപരമായ നോവലാണ് *ഓടയിൽനിന്ന്.* അദ്ദേഹത്തിന്റെ ആത്മാംശം ഏറ്റവും കൂടുതൽ പ്രതിഫലിക്കുന്ന കഥാപാത്രമാണ് പപ്പു.

അനീതികൾക്കെതിരെ പോരാടുന്ന ഒരേകാകി കേശവദേവിന്റെ

വ്യക്തിത്വത്തിൽ കുടികൊണ്ടിരുന്നു. ആത്മസത്തയുടെ ആ പരിച്ഛേദത്തിൽ നിന്നാണ് *ഓടയിൽ നിന്നി*ലെ നായകനെ വാർത്തെടുത്തത് നോവലിന്റെ തുടക്കത്തിൽ സ്കൂൾ വിദ്യാർത്ഥിയായ പപ്പുവിനുണ്ടാകുന്ന അനുഭവം വിവരിക്കുന്നുണ്ട്. ക്ലാസിൽ കുരുവിയെ കൊണ്ടുവന്ന് കളിപ്പിച്ച് ബഹളം സൃഷ്ടിച്ചതിന്റെ പേരിൽ എല്ലാ കുട്ടികളെയും ശിക്ഷിക്കുകയും ജന്മിയുടെ പൗത്രനെ മാത്രം ശിക്ഷയിൽ നിന്നൊഴിവാക്കുകയും ചെയ്യുന്ന അദ്ധ്യാപകന്റെ നടപടിയിലെ അനീതിയെ പപ്പു ചോദ്യംചെയ്യുന്നു. അതോടെ അവൻ സ്കൂളിനു പുറത്താകുകയാണ്. ഇതിനു സമാനമായ അനുഭവം കേശവദേവിന്റെ ജീവിതത്തിലും ഉണ്ടായിട്ടുണ്ട്. താൻ ചോദിച്ച ചോദ്യത്തിന് അദ്ധ്യാപകനിൽ നിന്ന് ഉത്തരം കിട്ടാത്തതിൽ പ്രതിഷേധിച്ച് ദേവ് ഔപചാരികവിദ്യാഭ്യാസത്തോട് പിണങ്ങിപ്പിരിയുകയായിരുന്നു. നിയമങ്ങളിലും വഴക്കങ്ങളിലും ഒതുങ്ങി നിന്നുകൊണ്ടുള്ള സ്കൂളിലെ പഠിപ്പുമായി യോജിച്ചുപോകുന്ന മാനസികാവസ്ഥയായിരുന്നില്ല ദേവിന്റേത്. അനീതികളെ ചോദ്യം ചെയ്യുന്നവൻ ഭ്രഷ്ടനായിത്തീരും എന്ന യാഥാർത്ഥ്യത്തിലേക്കാണ് പപ്പുവിന്റെ അനുഭവങ്ങൾ ചെന്നെത്തുന്നത്. ആദ്യം സ്കൂളിൽ നിന്നും തുടർന്ന് വീട്ടിൽ നിന്നും അവസാനം തന്റെ ഗ്രാമത്തിൽ നിന്നും അയാൾ ബഹിഷ്കൃതനാവുന്നു. അദ്ധ്യാപകന്റെ അനീതിയെ ചോദ്യം ചെയ്തതിന്റെ പേരിൽ സ്കൂളിൽ നിന്ന് പുറത്താക്കപ്പെടുമ്പോൾ പപ്പു മറ്റു കുട്ടികളോടു പറയുന്നത്—“നമ്മളാരും ഇനി ഇവിടെ പഠിക്കരുത്. ഇവിടെ പക്ഷഭേദമുണ്ട്” എന്നാണ്. ഇങ്ങനെ നോവലിൽ പരാമർശിക്കുന്ന ചെറിയ ചെറിയ സംഭവങ്ങളിൽ നിന്നും സംഭാഷണശകലങ്ങളിൽനിന്നും പപ്പുവിന്റെ സ്വഭാവസവിശേഷതകൾ അനാവരണം ചെയ്യാം. അനീതിയും അസ്വാതന്ത്ര്യവും നടമാടുന്ന സാമൂഹ്യസന്ദർഭങ്ങളോടുള്ള അസഹിഷ്ണുതയാണ് ആ സ്വഭാവഘടനയുടെ മുഖ്യാംശം.

നോവലിന്റെ തുടക്കത്തിൽത്തന്നെ പപ്പുവിന്റെ സ്വഭാവഘടനയിലേയ്ക്കു വെളിച്ചം വീശുന്ന പരാമർശങ്ങൾ നോവലിസ്റ്റ് നടത്തുന്നുണ്ട്. ഉചിതമായ സന്ദർഭങ്ങൾ വിരചിച്ചുകൊണ്ട് സ്വഭാവസവിശേഷതകൾ ആവിഷ്കരിക്കുന്നതോടൊപ്പം നോവലിസ്റ്റ് നടത്തുന്ന പ്രഖ്യാപനങ്ങൾ ശ്രദ്ധേയമാണ്. “അധികാരശക്തിക്കുകീഴ്പ്പെടുവാനും അച്ചടക്കത്തിനു വിധേയമാകുവാനും അവൻ പ്രകൃത്യാ കഴിവില്ലാത്തവനാണ്.” എന്ന വാക്യം പപ്പുവിന്റെ വ്യക്തിത്വത്തിന്റെ കേന്ദ്രഭാവത്തിലേക്കു വിരൽ ചൂണ്ടുന്നു. ജന്മിയുടെ കൊച്ചുമകനെ മാത്രം അടിക്കാത്ത അദ്ധ്യാപകന്റെ പക്ഷപാതത്തെയും അയാളുടെ അധികാരപ്രമത്തതയെയും പപ്പു ചോദ്യം ചെയ്യുന്നു. പപ്പുവിന്റെ നിശ്ചയദാർഢ്യത്തിനു മുന്നിൽ അദ്ധ്യാപകൻ പതറുകയാണ്. “അന്യായത്തിന്റെ അധികാര ശക്തിക്കു ന്യായത്തിന്റെ ആത്മശക്തിക്കു മുന്നിൽ തലകുനിക്കേണ്ടിവന്നു.” എന്നാണ് കീഴടങ്ങുന്ന അദ്ധ്യാപകന്റെ അവസ്ഥയെ നോവലിസ്റ്റ് വിശദീകരിക്കുന്നത്.

പ്രക്ഷോഭവാസനകൊണ്ടു തിളയ്ക്കുമ്പോഴും ദേവിന്റെ മനസ്സ് സ്നേഹത്തിന്റെയും മനുഷ്യത്വത്തിന്റെയും ആർദ്രത സ്പർശിച്ചറിയുന്നുണ്ട്. "ഏതു കുറ്റത്തിനും മാപ്പുകൊടുക്കുന്ന ഒരു കോടതിയുണ്ട്. മാതൃഹൃദയം" എന്ന് പ്രസംഗശൈലിയിൽ പറയുമ്പോൾ ആ വാക്കുകൾ അമ്മമനസ്സിന്റെ കാരുണ്യസ്പർശത്തെ മൂർത്തമാക്കുകയാണ്. "വീട്ടിൽ നിന്ന് ബഹിഷ്കരിക്കപ്പെടുന്ന പുത്രന് അമ്മ ഒളിച്ച് ആഹാരം കൊടുത്താൽ അതിൽ ഏതൊരച്ഛനും രഹസ്യമായി സന്തോഷിക്കുകയേയുള്ളു." കഥയിൽ ചില സംഭവങ്ങൾ വിവരിച്ചതിനുശേഷം അവയുടെ വിശദീകരണം എന്ന നിലയിലാണ് ഇത്തരം വാക്കുകൾ ദേവ് കുറിച്ചിടുന്നത്. അവ അദ്ദേഹത്തിന്റെ ജീവിതാവബോധത്തിനും മനുഷ്യഹൃദയജ്ഞാനത്തിനും അടിവരയിടുകകൂടി ചെയ്യുന്നു. ഗ്രാമത്തിൽ നിന്നുള്ള പപ്പുവിന്റെ ബഹിഷ്കരണത്തോടെ നോവലിന്റെ ഒന്നാം അദ്ധ്യായം അവസാനിക്കുകയാണ്. ഗ്രാമത്തിൽ നിന്നുള്ള പലായനം നഗരത്തിലെ റെയിൽവേസ്റ്റേഷനിലാണ് പപ്പുവിനെ എത്തിക്കുന്നത്. അവിടെ ചുമടെടുക്കുന്ന കുട്ടികളുമായി ആദ്യം ശണ്ഠകൂടുന്നുവെങ്കിലും പിന്നീട് പപ്പു അവരുടെ നേതാവായിത്തീരുന്നു. ചുമടെടുക്കുന്ന കുട്ടികളെ ചൂഷണംചെയ്യുന്ന റെയിൽവേ ഉദ്യോഗസ്ഥന്മാർ മുതൽ മുറുക്കാൻ കടക്കാർ വരെയുള്ളവർ പപ്പുവിന്റെ വെറുപ്പിനും രോഷത്തിനും ഇരകളായി. ഒരുതരത്തിലുള്ള അടിമത്തവും വെച്ചു പൊറുപ്പിക്കാൻ പപ്പുവിനു കഴിയുമായിരുന്നില്ല. "അവന്റെ സിരകളിൽ അടിമത്തത്തിന്റെ പരമാണുവിനുപോലും പ്രവേശനമില്ലെ''ന്ന് നോവലിസ്റ്റ് വിശദീകരിക്കുന്നു. ബീഡിതെറുപ്പുകാരനായി ജോലി ലഭിക്കുന്നുവെങ്കിലും ആ ജോലിയിൽ തുടരാൻ പപ്പു മടിക്കുന്നു. ഒറ്റയിരിപ്പിലുള്ള ആ ജോലി ഉളവാക്കുന്ന വിരസതയാണു കാരണം. "ഊർജ്ജസ്വലവും സമര പ്രസക്തവുമായ ജീവിതമേ അവനു വേണ്ടു." എന്ന് ഈ സന്ദർഭത്തിൽ പ്രസ്താവിക്കുന്നുണ്ട്. പിന്നീട് പപ്പു നെയ്ത്തുകമ്പനിയിലെ തൊഴിലാളിയാകുന്നു. കുറേക്കൂടി ഭീകരമായ ചൂഷണമുഖങ്ങളെയാണ് അവിടെ കാണുന്നത്. മുതലാളി മുതൽ മേസ്തിരിവരെയുള്ളവരുടെ മർദ്ദനങ്ങളാണ് അവിടെ തൊഴിലാളികൾക്ക് സഹിക്കേണ്ടിവരുന്നത്. 'മർദ്ദിക്കുന്നവന്റെ പാദം നക്കുന്ന നിസ്സഹായത' കണ്ട് പപ്പു ക്ഷുഭിതനാകുന്നുണ്ട്. അടിമത്തത്തിന്റെ കണ്ണുനീർ അയാളെ രോഷാകുലനാക്കുന്നു. "നിങ്ങളെല്ലാം പട്ടികളാണെടാ പട്ടികൾ" എന്ന വാക്കുകൾ അയാൾക്ക് ആവർത്തിച്ച് ഉരുവിടേണ്ടിവരുന്നു. ചവിട്ടുന്ന കാലുകൾ നക്കുന്ന പട്ടികളേക്കാൾ അധ:പതിച്ച മനുഷ്യക്കോലങ്ങളെയാണ് പപ്പുവിന് എല്ലായിടത്തും — സ്കൂളിലും റെയിൽവേസ്റ്റേഷനിലും നെയ്ത്തുകമ്പനിയിലുമെല്ലാം — കാണാൻ കഴിയുന്നത്. പപ്പുവിന് അയാളുടെ പൗരുഷത്തിനും അഭിമാനത്തിനും പൊറുക്കാനാകാത്ത അനുഭവങ്ങൾക്ക് സാക്ഷ്യംവഹിക്കേണ്ടിവരുന്നു. അന്യായമായി തന്റെ കൂലിപിടിച്ചുവെച്ചതിനെ പപ്പു ചോദ്യംചെയ്യുന്നതോടെ അയാൾക്ക് മർദ്ദനമേല്ക്കേണ്ടി

വരുന്നു. കമ്പനിമുതലാളിയും കിങ്കരന്മാരും പപ്പുവിനെ കള്ളക്കേസിൽ പ്രതിയാക്കുന്നു. അങ്ങനെ അയാൾ ജയിലഴികൾക്കുള്ളിലാകുന്നു. ജയിൽവാസം കഴിഞ്ഞെത്തിയ പപ്പുവിനെ പഴയ സഹപ്രവർത്തകർ അവഗണിക്കുകയാണ്. ഒരു റിക്ഷ വാടകയ്ക്കെടുത്ത് അയാൾ പുതിയ ജീവിതം തുടങ്ങുന്നു. അങ്ങനെ അയാൾ പ്രതിബന്ധങ്ങളെ അഭിമുഖീ കരിക്കുകയും അതിജീവിക്കുകയും ചെയ്യുന്നു. "പ്രതിബന്ധങ്ങളെ ഭയ പ്പെടാത്തവർക്കുമാത്രമേ അവയെ തരണംചെയ്യൽ സാദ്ധ്യമാവുകയുള്ളു എന്നും പപ്പു പ്രതിബന്ധങ്ങളെ ഭയപ്പെടാത്തവനാണ്.'' എന്നും കേശവദേവ് എഴുതുന്നുണ്ട്.

നിരവധി പ്രസ്താവനകളും പ്രഖ്യാപനങ്ങളും *ഓടയിൽനിന്ന്* എന്ന നോവലിലുടനീളം കടന്നുവരുന്നുണ്ട്. ഇതിൽ പലപ്പോഴും കൃത്രിമത്വം നിഴലിക്കാറുണ്ട്. എങ്കിലും ഇതൊരു ആവിഷ്കാരതന്ത്രമായി പരി ണമിക്കുന്നുണ്ട്. കഥയിലെ സംഭവങ്ങൾ വിശ്വാസ്യതയോടും യുക്തി ബോധത്തോടുംകൂടി അവതരിപ്പിക്കുവാൻ കേശവദേവ് പലപ്പോഴും ശ്രദ്ധിക്കാറില്ല. മറിച്ച് പ്രഭാഷണച്ചുവയുള്ള വാകൃങ്ങളിലൂടെയാണ് പ്രമേയത്തിന്റെ തീവ്രാവിഷ്കാരത്തിന് അദ്ദേഹം ഉദ്യമിക്കാറുള്ളത്. കഥാപാത്രങ്ങളുടെ സ്വഭാവവും ദൗത്യവും വ്യക്തമാക്കുന്നതിന് ഇത്തരം വാകൃങ്ങൾ കെല്പുനേടുന്നു. അതിനും അതീതമായി നോവലിസ്റ്റിന്റെ ജീവിതദർശനവും സാമൂഹ്യവീക്ഷണവുമൊക്കെ പ്രക്ഷേപിക്കാൻ ആ വാകൃങ്ങൾ പര്യാപ്തമായിത്തീരുകയും ചെയ്യുന്നു.

തന്റെ റിക്ഷതട്ടി ഓടയിൽ വീഴുന്ന ലക്ഷ്മി എന്ന അഞ്ചുവയസ്സു കാരിയെ വാരിയെടുക്കുന്നതോടുകൂടി പപ്പുവിന്റെ ജീവിതം പുതിയ വഴി ത്തിരിവിൽ പ്രവേശിക്കുന്നു. അതുവരെ അഗോചരമായിരുന്ന അയാളിലെ സ്നേഹത്തിന്റെയും കാരുണ്യത്തിന്റെയും നീരുറവകൾ ഉണർന്ന് ഒഴുകുന്നതാണ് പിന്നീടു നാം കാണുന്നത്. അനാഥരായിരുന്ന ലക്ഷ് മിക്കും കല്യാണിക്കും ആശ്രയകേന്ദ്രമായിത്തീരുന്ന അയാളുടെ ജീവിതത്തിന് ലക്ഷ്യവും അർത്ഥവുമുണ്ടാകുന്നു. ലക്ഷ്മിയുടെയും അമ്മയുടെയും സംരക്ഷണച്ചുമതല പപ്പു ഏറ്റെടുക്കുന്നു. അതിനു വേണ്ടിയുള്ള കഠിനാദ്ധ്വാനം അയാൾക്ക് സന്തോഷവും ചാരിതാർ ത്ഥ്യവും നല്കി. അങ്ങനെ ആ കുടുംബം രക്ഷപ്പെടുകയാണ്. ലക്ഷ്മിയെ അയാൾ പഠിപ്പിക്കുന്നു. കോളേജ് വിദ്യാർത്ഥിയായിത്തീർന്ന ലക്ഷ്മിക്ക് പപ്പു തന്റെ സംരക്ഷകനാണെന്നു പറയാൻ ലജ്ജയും മടിയു മുണ്ടാകുന്നു. എന്നാൽ "ലക്ഷ്മിയുടെ ബഹുമാനമോ കൃതജ്ഞതയോ അയാൾ പ്രതീക്ഷിക്കുന്നില്ല. അയാൾക്ക് ജീവിക്കുവാൻ വല്ലതും ഉദ്ദേശ്യം വേണം. സ്നേഹിക്കുവാൻ ആരെങ്കിലും ഒരാൾ വേണം" പപ്പുവിന്റെ ലക്ഷ്യബോധത്തെ നോവലിസ്റ്റ് ഇങ്ങനെയാണ് വിശദീകരിക്കുന്നത്. ആ ഉദ്ദേശ്യത്തെ സാക്ഷാല്ക്കരിക്കാനുള്ള തീവ്രയത്നത്തിലാണ് പപ്പു. വിശ്രമരഹിതമായ ശാരീരികാദ്ധ്വാനം അയാളെ ക്ഷയരോഗിയാക്കുന്നു. രോഗത്തിന്റെ പിടിയിലമർന്ന് ആരോഗ്യം പൂർണ്ണമായി തകരുമ്പോഴും

തന്റെ പൗരുഷവും അഭിമാനവും അയാൾ കൈവെടിയുന്നില്ല. ലക്ഷ്മിയും സമ്പന്നനായ ഗോപിയുമായുള്ള വിവാഹം നടക്കുന്നതോടെ രോഗിയും അവശനുമായ പപ്പു അനന്തതയിലേക്കു നടന്നകലുകയാണ്. പപ്പുവിന്റെ ജീവിതത്തിലെ രണ്ട് വ്യത്യസ്താവസ്ഥകൾ നോവലിലുണ്ട്. ഒന്നിനും കീഴടങ്ങാത്തവന്റെ, ആരെയും വകവയ്ക്കാത്തവന്റെ ആവേശത്തോടെയുള്ള മുന്നേറ്റവും രോഗാതുരന്റെ ദയനീയമായ പതനവുമാണവ. എതിർപ്പുകളെയും ദുരിതങ്ങളെയും അതിജീവിച്ച് പൗരുഷത്തിന്റെ അജയ്യത വിളംബരം ചെയ്ത ഒരു ജീവിതം തകർന്നു വീഴുന്ന ദാരുണ രംഗമാണ് നോവലിന്റെ അവസാനഭാഗം കാഴ്ചവെക്കുന്നത്. നോവലിൽ ഒരിടത്ത് തന്റെ നായകനെ സംബന്ധിച്ച ഒരു പരാമർശം ദേവ് ഇങ്ങനെ നടത്തുന്നു: "അനുസരിക്കാൻ ശീലിച്ചിട്ടില്ലാത്ത ഒരു മനസ്സാണത്. ആരുടെ മുന്നിലും കുനിഞ്ഞിട്ടില്ലാത്ത ഒരു ശിരസ്സാണത്. പരാന്നത്തിന്റെ സ്പർശംപോലും ഏറ്റിട്ടില്ലാത്ത വയറാണത്." ഇങ്ങനെ പൗരുഷവും ആത്മാഭിമാനവും നിറഞ്ഞ ആ ആത്മാവിന്റെ കുതിച്ചുചാട്ടത്തിനൊപ്പം ചാടുവാൻ ശേഷിയില്ലാത്ത ശരീരത്തിന്റെ ഉടമയായി അവസാനം പപ്പുമാറുന്നു. എന്നാൽ ആർക്കും വിധേയനാവാനാകാതെ ആദർശത്തിന്റെ പരിവേഷവുമായാണ് അയാൾ പിൻ വാങ്ങുന്നത്.

പ്രക്ഷോഭകലുഷമായ അനുഭവങ്ങൾ താണ്ടി, ഇടയിൽകണ്ടെത്തിയ ലക്ഷ്യം കൈവരിച്ച്, രോഗാതുരതയെ അവഗണിച്ച് അധൃഷ്യതയുടെ പര്യായമായി ജീവിച്ച്, ആസന്നപതനത്തിന്റെ മുഹൂർത്തത്തിലും ഉയർത്തിയ ശിരസ്സുമായി അനന്തതയിലേക്ക് വേച്ചു നീങ്ങുന്ന ഇത്തരം ഒരു ജീവിതം പ്രണയത്തോട് എങ്ങനെയാണ് പ്രതികരിച്ചത് എന്ന അന്വേഷണം കൗതുകകരമായിരിക്കും.

രണ്ട് പ്രണയങ്ങൾ *ഓടയിൽ നിന്ന്* എന്ന നോവലിന്റെ ഇതിവൃത്തഭൂമികയിൽ പ്രവേശിക്കുന്നുണ്ട്. പപ്പുവും കല്യാണിയുമായുള്ള അടുപ്പമാണൊന്ന്. ആ അടുപ്പത്തെ പ്രണയം എന്നു വിശേഷിപ്പിക്കാനാവില്ല. സാഹചര്യങ്ങളുടെ പ്രേരണകൾ അനിവാര്യതയിലെത്തിക്കുന്ന ഒരു സ്ത്രീ-പുരുഷബന്ധമാണത്. ചുരുങ്ങിയ വാക്കുകളിലൂടെയും ചുരുക്കം സംഭവചിത്രണത്തിലൂടെയുമാണ് പപ്പുവും കല്യാണിയുമായുള്ള അടുപ്പം അവതരിപ്പിക്കുന്നത്. ലക്ഷ്മിയിലൂടെ അവളുടെ വീടുമായി അടുക്കുന്ന പപ്പു അവിടെ താമസമാക്കുകയും അവിടുന്നു ഭക്ഷണം കഴിക്കുകയും ചെയ്യുന്നു. അതിനനുസരിച്ച് ആ വീടിന്റെ സൗകര്യങ്ങൾ മെച്ചപ്പെടുത്തുന്നുണ്ട്. ആദ്യമൊന്നും പപ്പു കല്യാണിയുമായി അധികം സംസാരിക്കുക പോലുമില്ലായിരുന്നു. എങ്കിലും ഇരുവരും പരസ്പരം ശ്രദ്ധിച്ചിരുന്നു. ലക്ഷ്മിക്കും കല്യാണിക്കും ആവശ്യമുള്ള വസ്ത്രങ്ങൾ പപ്പു വാങ്ങിക്കൊടുത്തിരുന്നു. പിന്നീടവർ മനസ്സുകൾകൊണ്ടടുക്കുകയും തങ്ങളുടെ ഹൃദയവികാരങ്ങൾ പ്രകടിപ്പിക്കാനാവാതെ വിഷമിക്കുകയും ചെയ്യുന്നുണ്ട്. പപ്പു ലക്ഷ്മിയെയും കല്യാണിയെയുംകൂട്ടി സിനിമ കാണാൻ പോകുന്നുണ്ട്. ഈ സാഹചര്യത്തിലാണ് ഒരുദിവസം രാത്രി

വൈകിയെത്തുന്ന പപ്പു തന്നെ കാത്തുനില്ക്കുന്ന കല്യാണിയെ കാണുന്നത്.

"ആരാ നില്ക്കുന്നത്?" അയാൾ ചോദിച്ചു.

"ഞാൻ"

"ഇവിടെ നില്ക്കുന്നതെന്താ?"

"കാണാഞ്ഞിട്ട്"

അയാൾ അടുത്തുചെന്നു. "ഉറങ്ങാത്തതെന്താ?"

"ഉറക്കം വരാഞ്ഞിട്ട്"

"ഉണ്ടോ?"

"ഇല്ല"

"എന്താ ഉണ്ണാത്തത്?"

"വരാഞ്ഞിട്ട്"

നിശ്ശബ്ദത.

പപ്പു കുറച്ചുകൂടി അടുത്തുനിന്നു. അയാളുടെ വലതുകൈ അവളുടെ തോളിൽ വീണു. അവളുടെ മുഖം അയാളുടെ മാർവിടത്തിലേക്കുചാഞ്ഞു. അയാളുടെ കൈകൾ അവളുടെ ശരീരത്തെ വളഞ്ഞു.

ഇതുമാത്രമാണ് പപ്പുവും കല്യാണിയുമായുള്ള അടുപ്പം ചിത്രീകരിക്കുന്ന ഏക രംഗം. തന്റെയും മകളുടെയും സംരക്ഷണം ഏറ്റെടുക്കുന്ന പപ്പുവിന് കല്യാണി സ്വയം സമർപ്പിക്കുകയാണ്. ഒരു വീട്ടിൽ കഴിയുകയും ഒരുപാടുനാളുകൾ അടുത്ത് ഇടപഴകുകയും ചെയ്ത സാഹചര്യം ആ ബന്ധത്തെ രൂപപ്പെടുത്തുകയായിരുന്നു. ഒരു പ്രക്ഷോഭകാരി തനിക്ക് അനുയോജ്യമായ ഒരു താവളം കണ്ടെത്തുകയാണ്. തന്റെ ആദർശങ്ങൾക്കും മനസ്സിന്റെ അനുശാസനങ്ങൾക്കും വിധേയമായി ഒരു ദൗത്യം നിർവ്വഹിക്കുകയാണ്. നാട്ടുകാരുടെ അടക്കം പറച്ചിലുകളും കുത്തുവാക്കുകളും പരിഹാസവുമൊക്കെ ഉണ്ടാകുന്നതിനെക്കുറിച്ച് കല്യാണി സൂചിപ്പിക്കുന്നുണ്ട്. സഹജമായ പുച്ഛത്തോടും വെല്ലുവിളി ഉയർത്തുന്ന മനോഭാവത്തോടും കുടി പപ്പു അവ അവഗിക്കുന്നു. പ്രക്ഷോഭകാരിയും എതിർപ്പിന്റെ വക്താവുമായ ഒരാളുടെ വിപ്ലവാത്മകതയുടെ പരിവേഷത്തോടെയാണ് പപ്പു ആ ബന്ധം സാക്ഷാല്ക്കരിക്കുന്നത്.

ഇതിനു വിരുദ്ധമായ മനോഭാവത്തോടെയാണ് ലക്ഷ്മിയുടെയും ഗോപിയുടെയും പ്രണയത്തോട് പപ്പു പ്രതികരിക്കുന്നത്. സമ്പന്ന വർഗ്ഗത്തിൽപ്പെട്ട ഒരുവനെ തന്റെ വളർത്തുമകൾ പ്രണയിക്കുന്നത് പപ്പുവിന്റെ അഭിമാനബോധവുമായി പൊരുത്തപ്പെടാത്ത കാര്യമാണ്. പ്രണയഭാവത്തിനപ്പുറം പപ്പുവിൽ വളർന്നു നില്ക്കുന്നത് അയാളുടെ അഭിമാനബോധവും വർഗ്ഗബോധവുമാണ്. വർഗ്ഗവൈരം പപ്പുവിനെ സംബന്ധിച്ചിടത്തോളം മഹത്തായ ഒരാദർശമാണ്. വിരുദ്ധവർഗ്ഗത്തിൽപ്പെട്ട ഒരാൾ, ആയാൾ എത്ര ഉദാരമതിയായാലും സ്നേഹിക്കാനും ജീവിതം പങ്കിടാനും കൊള്ളാത്ത ആളാണെന്ന ധാരണ പപ്പുവിനെ ഭരി

ക്കുന്നു. ഒത്തുതീർപ്പിനും വിട്ടുവീഴ്ചയ്ക്കും തയ്യാറാവാത്ത ആദർശ ഭ്രമമാണ് പപ്പുവിന്റേത്. യാഥാർത്ഥ്യങ്ങളെ പരിഗണിക്കാൻപോലും അയാൾ മുതിരുന്നില്ല. രോഗിയും അവശനുമാകുന്ന സന്ദർഭത്തിൽ പ്പോലും ഉയർത്തിപ്പിടിച്ച ശിരസ്സോടെയാണ് അയാൾ തന്റെ അനാഥാവ സ്ഥയെ അഭിമുഖീകരിക്കുന്നത്. ആ തന്റേടത്തിനും അഭിമാനബോധ ത്തിനും മുമ്പിൽ ലക്ഷ്മിയുടെ പ്രണയം പരിഗണന നേടുന്നില്ല. പ്രക്ഷോ ഭകാരി ആദർശധീരനായി, അഭിമാന വിജൃംഭിതനായി, നടന്നുപോ കുന്നത് പ്രണയത്തിന്റെ വിരുദ്ധപാതയിലൂടെയാണ്. നാടുവാഴിത്ത വ്യവ സ്ഥിതിയും ജന്മിത്തത്തിന്റെ പ്രമാണിത്തവും സാമ്പത്തിക ഉച്ചനീച ത്തങ്ങളും അധികാരസ്ഥാപനങ്ങളുടെ ധാർഷ്ഠ്യവും സ്വാർത്ഥ മോഹി കളുടെ താല്പര്യങ്ങളും തന്നെ കാർന്നു തിന്നുന്നരോഗവുമാണ് പപ്പുവിന്റെ മുന്നിൽ പ്രതിസന്ധി ഉയർത്തുന്ന പ്രതികൂല ശക്തികൾ. രോഗം കീഴടക്കുമ്പോഴും പതറാത്ത പൗരുഷ മൂർത്തിയായി പപ്പു നില കൊള്ളുന്നു. സ്നേഹം കൊണ്ടുനിറഞ്ഞ മനസ്സാണ് അയാളുടേത്. എന്നാൽ വർഗ്ഗവിരുദ്ധ പ്രണയത്തെ അത് പൊറുപ്പിക്കുന്നില്ല. ഗോപി നല്കുന്ന സംഭാവന നിരസിച്ചുകൊണ്ട് പപ്പുപറയുന്നത് "വേലചെയ്തും കൂലിവാങ്ങിയും ശീലിച്ച കൈയാണിത്. ഈ കൈക്ക് സംഭാവന വാങ്ങി ശീലമില്ല" എന്നാണ്. പ്രണയവും അഭിമാനബോധവും വഴിപിരിയുന്ന ആദർശങ്ങളായി പരിണമിക്കുകയാണ് നോവലിൽ. പ്രക്ഷോഭവാ സനകൾ പ്രണയത്തെ ഉൾക്കൊള്ളുന്നില്ല.

ആദർശലോകത്തോട് നിയന്ത്രിക്കാനാവാത്ത അഭിനിവേശമാണ് കേശവദേവിനുണ്ടായിരുന്നത്. ഈ ആദർശാഭിനിവേശം ദേവിന്റെ കഥാപാത്രങ്ങളുടെ സ്വഭാവഘടനയിലേക്ക് കടന്നുകയറുന്നുണ്ട്. അഭിമാനബോധത്താൽ വിജൃംഭിതരായ ദേവിന്റെ കഥാനായകന്മാർ അനീതികളെ ചോദ്യംചെയ്യുകയും കലാപവാസന പ്രകടിപ്പിക്കുകയും ചെയ്യുന്നവരാണ്. പ്രതിബന്ധങ്ങളെ അതിജീവിക്കാനുള്ള കരുത്തും പൗരുഷവും അവർക്കു സഹജമാണ്. പപ്പുവിന്റെ സ്വഭാവഘടനയിൽ എതിർക്കാനുള്ള പ്രവണതയും തന്റേടവും ക്രമാതീതമായ അനുപാത ത്തിൽ കലരുന്നുണ്ട്. പപ്പു അനീതികൾക്കെതിരെ പോരാടാനുള്ള വീര്യ മാർജ്ജിക്കുന്നുണ്ട്. ജീവിതയാഥാർത്ഥ്യങ്ങളുടെ ലോകത്തുനിന്നും കേവ ലാദർശങ്ങളുടെ ലോകത്തിലേക്കാണ് അവസാനം പപ്പു നടന്നകലുന്നത്. പപ്പുവിന്റെ ജീവിതം ഒരു പ്രക്ഷോഭകാരിയുടെ പിൻവാങ്ങലിലാണ് ചെന്നുനില്ക്കുന്നത്. പ്രണയം ദേവിന്റെ കഥാനായകന്മാരുടെ അനിവാ ര്യാനുഭവമല്ല. അവരുടെ വ്യക്തിത്വവും ജീവിത വീക്ഷണവും സ്വഭാവദാർ ഢ്യവും പ്രണയത്തിലൂടെ പരീക്ഷിക്കപ്പെടുകയാണ്.

മൂന്ന്

കണ്ണാടി എന്ന തന്റെ നോവലിന്റെ അവതാരികയിൽ കേശവദേവ്

കുറിച്ചിടുന്ന വാക്കുകൾ ശ്രദ്ധേയമാണ്. “സാഹിത്യം ഒരിക്കലും എന്റെ മുന്നിൽ ഒരു പ്രശ്നമായിരുന്നിട്ടില്ല; ജീവിതമാണ് എന്റെ മുമ്പിലുള്ള പ്രശ്നം.” - എന്ന് അദ്ദേഹം രേഖപ്പെടുത്തുന്നു. കേശവദേവ് എന്ന വ്യക്തിയെയും എഴുത്തുകാരനെയും രുപപ്പെടുത്തിയ സാഹചര്യങ്ങളിലേക്ക് വെളിച്ചം വീശുന്ന വാക്കുകളാണവ. തന്റെ ജീവിതാനുഭവങ്ങളുടെ കയ്പും മാധുര്യവും പുളിയും എരിവും തന്റെ കൃതികളിലുണ്ടാകുമെന്നും *കണ്ണാടി*യിലും അതെല്ലാം ഉണ്ടെന്നും അദ്ദേഹം വ്യക്തമാക്കുന്നുണ്ട്. മരണത്തെ ധിക്കരിച്ചുകൊണ്ട്, സമത്വസുന്ദരമായ ഒരു ഭാവി സാമൂഹ്യഘടന സ്വപ്നം കണ്ടുകൊണ്ട്. മരണത്തിന്റെ വായ്ത്തലയിലൂടെ സാഹസികമായി നടന്ന ഒരുകാലത്തെ അനുഭവങ്ങളുടെ സ്മരണകളെ *കണ്ണാടി*യിൽ താൻ അയവിറക്കിയതായും ദേവ് പറയുന്നുണ്ട്.[2] അങ്ങനെ നോവലിസ്റ്റിന്റെ ജീവിതത്തിലെ അനുഭവസമ്പന്നവും സംഘർഷനിർഭരവുമായ ഒരു കാലഘട്ടത്തിന്റെ ഉൾത്താപം *കണ്ണാടി*യിലൂടെ ഇതിവൃത്തഘടനയിലേക്ക് സംക്രമിക്കുന്നതായി കണക്കാക്കാം.

കേരളീയ സമൂഹത്തിൽ രാഷ്ട്രീയ സാമൂഹ്യമാറ്റങ്ങൾ ഉരുത്തിരിയുന്ന പശ്ചാത്തലമാണ് *കണ്ണാടി* എന്ന നോവലിനുള്ളത്. ആലപ്പുഴ പട്ടണമാണ് നോവലിന്റെ ചരിത്രഭൂമികയായി തെരഞ്ഞെടുത്തിരിക്കുന്നത്. ഹിന്ദുമതത്തിലെ താഴ്ന്ന സമുദായങ്ങളിൽ നിന്ന് ക്രിസ്തുമതത്തിലേക്ക് നടക്കുന്ന മതപരിവർത്തനത്തിനു പിന്നിലുള്ള യാഥാർത്ഥ്യങ്ങളും പ്രേരണകളും നോവലിൽ പരാമർശിക്കുന്നുണ്ട്. ഈ മതം മാറ്റത്തിന്റെ അടിസ്ഥാനപ്രേരണയായി നിലകൊള്ളുന്നത് ജാതിവ്യവസ്ഥയും സാമുദായികമായ ഉച്ചനീചത്വങ്ങളും ചൂഷണവുമൊക്കെയാണെന്ന് നോവലിസ്റ്റ് സമർത്ഥിക്കുന്നുണ്ട്.

ഈഴവസമുദായക്കാരനായ കൊച്ചുരാമനും പുലയസമുദായാംഗമായ നീലിയുമായുള്ള പ്രണയം നോവലിന്റെ ആദ്യഭാഗത്തുപരാമർശിക്കുന്നു. വ്യത്യസ്ത സമുദായാംഗങ്ങളായതുകൊണ്ടുമാത്രം അവരുടെ പ്രണയം അംഗീകരിക്കപ്പെടുന്നില്ല. ഇരുവരുടെയും വീട്ടുകാർ തമ്മിൽ ഇതേച്ചൊല്ലി വാഗ്വാദവും സംഘട്ടനവും നടക്കുന്നുണ്ട്. കൊച്ചുരാമനും നീലിക്കും ഗ്രാമം വിട്ട് ഒളിച്ചുപോകേണ്ടിവരുന്നു. വാസു എന്ന സ്നേഹിതന്റെ സഹായത്തോടെ വർഗ്ഗീസുമുതലാളിയുടെ കയർഫാക്ടറിയിൽ കൊച്ചുരാമനുജോലി കിട്ടുന്നു. മുതലാളിയുടെ പറമ്പിൽ കുടിൽ കെട്ടി താമസിക്കാനുള്ള അനുവാദവും ലഭിച്ചു. എന്നാൽ ഈ മിശ്രവിവാഹിതരെ അയൽക്കാരെല്ലാം ചേർന്ന് ഒറ്റപ്പെടുത്തുകയായിരുന്നു. ആ ഒറ്റപ്പെടലിൽ നിന്ന് രക്ഷപ്പെടാൻ മുതലാളിയുടെ നിർദ്ദേശപ്രകാരം അവർ മതം മാറി ക്രിസ്തുമതം സ്വീകരിക്കുന്നു. കൊച്ചുരാമൻ വർക്കിയും നീലി ഏലിയുമാകുന്നു. കൊച്ചുരാമന്റെയും നീലിയുടെയും ഈ അനുഭവങ്ങളാണ് *കണ്ണാടി*യിൽ പരാമർശിക്കുന്ന ഒരു പ്രണയം. സാമുദായിക ചിന്തയുടെ സങ്കുചിതത്വത്തെ പ്രണയത്തിനെതിരായ പ്രതിലോമശക്തിയായി പ്രതിഷ്ഠിക്കുന്നു. ആ സങ്കുചിതമനോഭാവത്തെ തുറന്നുകാട്ടി

വിമർശന വിധേയമാക്കുക എന്നതാണ് പ്രണയപരാമർശത്തിന്റെ ലക്ഷ്യം. അതോടൊപ്പം മതംമാറ്റത്തിനു പിന്നിലുള്ള പ്രേരണകളെ അനാവരണം ചെയ്യുന്നുമുണ്ട്. സങ്കുചിത സാമുദായികവികാരങ്ങൾക്കെതിരായ പ്രക്ഷോഭവാസന ഈ പ്രണയാവിഷ്കാരത്തിന് പിന്നിൽ സ്വാധീനം ചെലുത്തി നിലകൊള്ളുന്നു. മതംമാറ്റത്തിനു പിന്നിലെ പ്രലോഭനങ്ങളെ നോവലിസ്റ്റ് വിമർശനവിധേയമാക്കുന്നു. ക്രിസ്ത്യാനികളായ മുതലാളിയും ഉപദേശികളായ കന്യാസ്ത്രീകളും കൊച്ചുരാമന്റെയും നീലിയുടെയും മതംമാറ്റത്തെ സ്വാധീനിക്കുന്നത് സ്പഷ്ടമാണ്. അതോടൊപ്പം മിശ്രവിവാഹിതരെ ബഹിഷ്കരിക്കുന്ന സമുദായംഗങ്ങളുടെ പ്രവർത്തനം മതം മാറ്റത്തെ ത്വരിതപ്പെടുത്തുകയാണുണ്ടായത്. സാമുദായിക ചിന്തകൾക്കതീതമായ കൊച്ചുരാമന്റെയും നീലിയുടെയും പ്രണയത്തിന് ഒരു പ്രക്ഷോഭത്തിന്റെ പരിവേഷമുണ്ട്. പ്രക്ഷോഭസ്വഭാവം കാത്തുസൂക്ഷിച്ചുകൊണ്ട് അവർ പ്രതിസന്ധികളെ നേരിടുന്നു. നാടുവാഴിത്തത്തോടും മുതലാളിത്തത്തോടും ഭരണകൂടത്തോടും ഒരേസമയം അവർ ചെറുത്തുനില്ക്കുന്നു. ചെറുത്തു നില്പുകൾ ദുർബ്ബലപ്പെടുമ്പോഴും കടന്നാക്രമണങ്ങൾ ശക്തിപ്പെടുമ്പോഴും പരസ്പരം താങ്ങും തണലുമായി അവർ നിലകൊള്ളുന്നു. വ്യവസ്ഥിതിയുടെ ക്രൂരതകൾക്കിരകളായി ആ ജീവിതങ്ങൾ അവസാനിക്കുകയാണ്.

നോവലിന്റെ ഉത്തരഭാഗത്ത് മറ്റൊരു പ്രണയത്തെക്കുറിച്ച് സൂചനയുണ്ട്. നിഗൂഢമെന്നും ആദർശാത്മകമെന്നുമൊക്കെ വിശേഷിപ്പിക്കാവുന്ന പ്രണയമാണത്. തുറന്നുപറയുകയോ പരസ്യമായി പ്രകടിപ്പിക്കുകയോ ചെയ്യാത്ത പ്രണയമാണ് കാറ്റും അന്നയുമായി നിലനില്ക്കുന്നത്. പ്രക്ഷോഭങ്ങളുടെ ഉമിത്തീയിൽ നിന്നും നീറിപ്പിറന്ന വികാരമാണത്. പ്രതികൂലാവസ്ഥയുടെയും അനാഥത്വത്തിന്റെയും ഇരയായിത്തീരുന്ന പെൺകുട്ടിക്ക് അഭയവും സംരക്ഷണവും നല്കുന്നത് ആദർശശാലിയുടെ പ്രതിബദ്ധതയാണ്. പ്രക്ഷോഭാഗ്നിയുടെ ഊഷ്മാവും ആഘാതവുമേറ്റാണ് ഇവിടെ പ്രണയം വികസിക്കുന്നത്. അന്നയെ സംബന്ധിച്ചിടത്തോളം നിലനില്പിന് അനിവാര്യമായ കരുത്തിൽ നിന്നും പിൻബലത്തിൽ നിന്നുമാണ് ആ പ്രണയത്തിന്റെ ഉറവപൊട്ടുന്നത്. പ്രക്ഷോഭത്തിന്റെ പശ്ചാത്തലത്തിലുള്ള ആശ്രിതത്വത്തിന്റെയും സംരക്ഷണത്തിന്റെയും തണലിലാണ് ആ പ്രണയം വികസിക്കുന്നത്. ലൗകികതലത്തിൽ അതിനു സാഫല്യം നേടാനാകുന്നില്ല.

പൊലീസ് മർദ്ദനത്തെത്തുടർന്ന് വർക്കി മരിക്കുകയും മക്കളായ അന്തോണിയും റോക്കിയും ജയിലിലാകുകയും ചെയ്യുന്നതോടെ ഏലിയും അന്നയും അനാഥരായിത്തീരുകയാണ്. ഏലിക്കാണെങ്കിൽ മരണത്തിലൂടെ എത്രയും വേഗം വർക്കിയുടെ അടുത്തെത്തണമെന്ന ആഗ്രഹം മാത്രമാണുള്ളത്. സമനില തെറ്റിയവളെപ്പോലെയാണ് ഏലിയുടെ പെരുമാറ്റം. അന്ന ഏറെ ജീവിതദുരിതങ്ങൾ സഹിക്കുന്നുണ്ട്. അവൾക്ക് ആശ്വാസം പകർന്നുകൊണ്ടാണ് 'കാറ്റ്' ആ വീട്ടിലേക്ക്

കടന്നുവരുന്നത്. ആ വീട്ടിലെ ചെലവിനാവശ്യമായ പണം ഓരോ ദിവസവും എവടെനിന്നൊക്കെയോ എങ്ങനെയൊക്കയോ അയാൾ സംഘടിപ്പിച്ച് എത്തിച്ചുകൊണ്ടിരുന്നു. അന്നയുടെ ചോദ്യങ്ങൾക്ക് അവ്യക്തങ്ങളായ മറുപടികളാണ് അയാൾ ആദ്യമൊക്കെ നല്കുന്നത്. സഹോദരന്മാർ താമസിയാതെ വരും എന്നു പറഞ്ഞ് അവളെ ആശ്വസിപ്പിക്കുന്നുണ്ട്. സമനില തെറ്റിയ ഏലി മോശമായി പെരുമാറുമ്പോൾ അയാൾ ദു:ഖിക്കുക മാത്രമാണ് ചെയ്യുന്നത്. ഏലിയുടെ മരണത്തോടെ ഏകയും അനാഥയും നിസ്സഹായയുമാകുന്ന അന്നയുടെ സംരക്ഷണചുമതല ആരും ആവശ്യപ്പെടാതെ തന്നെ അയാൾ ഏറ്റെടുക്കുകയാണ്. ഈ സാഹചര്യങ്ങളാണ് കാറ്റും അന്നയുമായുള്ള പ്രണയത്തിന് പ്രേരകമാകുന്നത്.

കൊച്ചുമുതലാളിയുടെ ഗുണ്ടകൾ അന്നയുടെ കുടിലിനു തീ വെക്കുമ്പോൾ അതു തടയാൻ കാറ്റ് അവിടെയെത്തുന്നു. അയാളെ തെങ്ങിൽ കെട്ടിയിട്ടതിനുശേഷം റൗഡികൾ കുടിലിന് തീവെക്കുന്നു. വീട് തീ വെയ്ക്കപ്പെട്ടതറിഞ്ഞ് ഓടിയെത്തിയ അന്നയും അന്തോണിയും തകർന്നു പോകുന്നു. ബോധംകെട്ട അവരെ വേലായുധന്റെ അമ്മ വെള്ളം തളിച്ചുണർത്തുന്നു. ഞരങ്ങിക്കൊണ്ടിരുന്ന 'കാറ്റിനെ' ബന്ധിച്ചിരുന്ന കെട്ടുകൾ അഴിച്ച് അവർ അയാളെ സ്വതന്ത്രനാക്കുന്നു.

"ആ ചടച്ചമനുഷ്യൻ അപ്പോഴും ഞരങ്ങുകയാണ്. അന്തോണി കെട്ടഴിച്ച് അയാളെ താങ്ങിക്കിടത്തി. അന്ന അയാളുടെ അരികിലിരുന്നു. അവൾ അയാളുടെ വായിൽ വെള്ളം ഒഴിച്ച് കൊടുത്തു. അയാൾ നുണഞ്ഞിറക്കി. അയാളുടെ അടിയേറ്റ കരണത്ത് അവൾ മൃദുവായി തലോടി. അന്തോണി അന്നയുടെ ശിരസ്സിലും."

പീഡനങ്ങളേറ്റുവാങ്ങുന്നവർ പരസ്പരം അറിയുകയും ആശ്വസിപ്പിക്കുകയും ചെയ്യുകയാണ്. സഹാനുഭൂതിയുടെ നീരുറവകൾ ഉറന്നു വരികയാണ്. കാലക്രമത്തിൽ അവ പ്രണയാനുഭൂതിയുടെ ഊഷ്മളതയിലേക്ക് ഒഴുകിയെത്തുകയാണ്.

'ഹൃദയത്തിന്റെ ആഴത്തിൽ മാധുര്യമുള്ള ഒരു വേദന. അതെന്താണെന്ന് അവൾക്കറിഞ്ഞുകൂടാ. വേദനയാണെങ്കിലും മാധുര്യമുള്ള വേദനയാണത്.'

എന്നാൽ അന്നയുടെ മനസ്സിലെ പ്രണയതാപം ഉൾക്കൊള്ളുവാൻ കാറ്റ് മുതിരുന്നില്ല.

ചടച്ച മനുഷ്യൻ അടുത്തുവന്നു. അയാൾ ചോദ്യം ആവർത്തിച്ചു.

"അകത്തുകേറാത്തതെന്താ"

"അകത്തുകേറീതാണ്. വാതിലും അടച്ചതാണ്."

അവൾ പതുക്കെ പറഞ്ഞു.

"എന്നിട്ട്"

"അപ്പോത്തോന്നി. പിന്നേം വന്നാലെന്ന്" അവൾ തലകുനിച്ചു.

ദീർഘമായ ഒരു മൗനം.

'അന്നാ"

"ഉം"

വീണ്ടും ദീർഘമായ മൗനം.

"അന്നാ"

"ഉം"

"അകത്തു കേറി വാതിലടയ്ക്കൂ."

"ഉം"

അയാൾ പടികടന്ന് ഇടവഴിയിലിറങ്ങി. അയാൾ സാവധാനം നടന്നു.

അന്ന അകത്തുകയറി ചെറ്റവാതിലടച്ചു.

ആത്മനിയന്ത്രണത്തോടെ പിൻവാങ്ങുന്ന കാറ്റിനെയാണ് ഇവിടെ കാണുന്നത്. ആദർശങ്ങളുടെയും വിശ്വാസങ്ങളുടെയും വിശുദ്ധികാത്തു സൂക്ഷിച്ചുകൊണ്ട് വിമോചനത്തിന് വേണ്ടി പോരാടുന്ന വിപ്ലവകാരിയാണ് കാറ്റ്. ആ ചടച്ച മനുഷ്യൻ എന്നാണ് നോവലിസ്റ്റ് അയാളെ ആവർത്തിച്ച് വിശേഷിപ്പിക്കുന്നത്. അയാൾ പൊലീസിന്റെയും മുതലാളിമാരുടെയും ആക്രമണങ്ങളെ കൗശലപൂർവ്വം പരാജയപ്പെടുത്തുന്ന ബുദ്ധിശാലിയാണ്. ചുവടുറച്ച വിപ്ലവകാരിയാണ്. എന്നാൽ ഹൃദയത്തിൽ സ്നേഹത്തിന്റെ ഭാരം നിശ്ശബ്ദം പേറിനടക്കുന്നയാളാണ്. " അനീതിയും ചൂഷണവും നിറഞ്ഞ വ്യവസ്ഥിതി മാറ്റിമറിക്കുകയാണ് അയാളുടെ ലക്ഷ്യം. ആ വ്യവസ്ഥിതിയുടെ സമസ്തപീഡനങ്ങൾക്കും ഇരയായിക്കൊണ്ടിരിക്കുന്ന അന്നയോട് അയാൾക്ക് സഹതാപം തോന്നുക തികച്ചും സ്വാഭാവികമാണ്. അവരെ രക്ഷിക്കുക എന്ന മാനുഷിക ദൗത്യം അയാൾ നിറവേറ്റുന്നു. അയാളുടെ സഹാനുഭൂതിയും അയാൾ നല്കുന്ന സംരക്ഷണവുമാണ് അവളുടെ മനസ്സിൽ പ്രണയഭാവത്തെ ഉണർത്തുന്നത്. സ്ത്രീ സംരക്ഷിക്കപ്പെടേണ്ടവളാണ് എന്ന ആദർശവും അയാളെ നയിക്കുന്നുണ്ട്. ആദർശാത്മകമായ ഒരു ലോകം വിഭാവനചെയ്ത എഴുത്തുകാരനാണ് കേശവദേവ്. ഏതുജീവിതമേഖലയുമായി ബന്ധപ്പെട്ട ഏതു പ്രവർത്തനവും ആദർശാത്മകമാവണമെന്ന് ദേവ് വിശ്വസിച്ചു. പ്രണയവും അങ്ങനെയായിരിക്കണമെന്ന് അദ്ദേഹത്തിന് നിർബ്ബന്ധമുണ്ടായിരുന്നു കാറ്റിന്റെയും അന്നയുടെയും പ്രണയം പ്രകടമാക്കാതെ ചില സൂചനകൾ മാത്രം നല്കി, ഒരളവോളം നിഗൂഢമാക്കി നിലനിർത്തുന്നത് അതുകൊണ്ടാണ്. അന്ന പ്രണയം പ്രകടമാക്കുവാൻ വെമ്പുന്ന സന്ദർഭങ്ങളിലെല്ലാം കാറ്റ് അവളെ നിരുത്സാഹപ്പെടുത്താൻ ശ്രമിക്കുകയാണ്. പ്രണയപ്രകടനത്തിൽനിന്ന് ഏതോ ഒരു നിഗൂഢ ശക്തി അയാളെ വിലക്കുന്നതായി തോന്നും. പ്രണയം അതിന്റെ ആദർശാത്മകതയ്ക്കും വിശുദ്ധിക്കും ഭംഗംവരുമോ എന്നു സന്ദേഹിക്കുന്നതുപോലെ, ആദർശാത്മകതയുടെ പരിവേഷം നഷ്ടപ്പെടുമോ എന്നയാൾ ഭയപ്പെടുന്നു. പ്രണയം പ്രകടിപ്പിക്കുന്നതിൽ വൈമുഖ്യമുള്ളവനെങ്കിലും എല്ലാവിപത്സന്ധികളിൽനിന്നും അന്നയെ രക്ഷിക്കുന്നതിന് പ്രതിബദ്ധത പുലർത്തുന്നവനാണ് കാറ്റ്. ഇവിടെ സംരക്ഷണ വ്യഗ്രത

യിലൂടെയാണ് അയാൾ തന്റെ പ്രണയത്തെ സൂചിപ്പിക്കുന്നത്. പ്രക്ഷോഭങ്ങളുടെ അഗ്നിയിൽ സ്ഫുടം ചെയ്ത വ്യക്തിത്വമാണ് കാറ്റിന്റേത്. മാനവികതയെ സംരക്ഷിക്കാനുള്ള വ്യഗ്രതയാണ് അയാൾക്കുള്ളത്. പ്രക്ഷോഭത്തിന്റെ ഭാഗമായാണ് പ്രണയത്തെയും പ്രണയിനിയുടെ സംരക്ഷണത്തെയും കാറ്റ് കരുതുന്നത്.

*കണ്ണാടി*യുടെ അവസാനഭാഗത്ത് കേശവദേവ് നാടകീയ സംഭവങ്ങൾ ചിത്രീകരിക്കുകയാണ്. അന്നയെ രക്ഷിക്കാൻ കാറ്റ് നടത്തുന്ന ശ്രമങ്ങൾ അവയിലുണ്ട്. രാത്രി, അന്നയെ അപമാനിക്കാൻ പൊലീസ് ശ്രമിക്കുമ്പോൾ, ഇടവഴിയിൽ നിന്ന് ശബ്ദമുണ്ടാക്കി, പൊലീസിന്റെ ശ്രദ്ധതിരിച്ച്, അയാൾ ഓടുന്നു, സഹോദരന്മാർ ജയിലിൽ നിന്നുവരുന്നതിന് തലേദിവസം വാചാലമായ മൗനം പാലിച്ചുകൊണ്ട് കാറ്റ് അന്നയോടു യാത്രപറയുന്ന സന്ദർഭം; രഹസ്യയോഗങ്ങളിൽ വിപ്ലവത്തെ സംബന്ധിച്ച ചർച്ചകളിൽ അഭിപ്രായവ്യത്യാസങ്ങൾ രൂപപ്പെടുന്നത്; അന്തോണിയും റോക്കിയും വ്യത്യസ്ത അഭിപ്രായങ്ങളുടെ വക്താക്കളായി മാറുന്നത്; ഫാക്ടറിക്കു തീപിടിക്കുന്നത്; പൊലീസ് നായാട്ടിന്റെ ദൃശ്യചിത്രങ്ങൾ, പൊലീസുകാരൻ വീണ്ടും അന്നയെ അപമാനിക്കാൻ തുനിയുമ്പോൾ കാറ്റ് നേരിടുന്നത്; കാറ്റ് പൊലീസിന്റെ കൈയിൽ പിടയുന്നതും വീടിന്റെ മേൽക്കൂര താഴോട്ടുപതിക്കുന്നതുമായ അന്ത്യരംഗം, ഈ രംഗാവതരണങ്ങളിലൂടെ വികാരനിർഭരവും സ്തോഭജനകവുമായി കഥ പറഞ്ഞവസാനിപ്പിക്കുകയാണ്. ദേവ്. തന്റെ പ്രണയിനിയെ രക്ഷിക്കാനുള്ള ശ്രമത്തിനിടയിൽ പിടഞ്ഞൊടുങ്ങുന്ന കാറ്റിന്റെ ഞരക്കമാണ് കഥാന്ത്യത്തിൽ നാം കേൾക്കുന്നത്. പ്രണയത്തിനുവേണ്ടി രക്തസാക്ഷിത്വം വരിക്കുന്ന നായകന്റെ ദുരന്തഗംഭീരമായ ചിത്രം അവതരിപ്പിച്ചുകൊണ്ടാണ് നോവൽ അവസാനിക്കുന്നത്.

കുറിപ്പുകൾ

1. *അവതാരിക, കണ്ണാടി*, പു. 4
2. ടി.

5

അഗ്നിശുദ്ധിനേടുന്ന പ്രണയം

ഒന്ന്

'കുട്ടനാടിന്റെ ഇതിഹാസകാരൻ' എന്ന് തകഴിയെ വിശേഷിപ്പിക്കാറുണ്ട്. കുട്ടനാടിനെ പശ്ചാത്തലമാക്കിയാണ് തന്റെ പലപ്രധാന കൃതികളുടെയും രചന തകഴി നിർവ്വഹിച്ചിരിക്കുന്നത്. സ്വന്തം ജീവിതപരിസരങ്ങളിലെ പരിചിത ജനവിഭാഗങ്ങളുടെ ജീവിതത്തോടും അനുഭവങ്ങളോടും രചനകളിലൂടെ സംവദിക്കുകയായിരുന്നു തകഴി. കഥാപാത്രങ്ങളെയും കഥാപ്രമേയങ്ങളെയും പരിചിത ലോകത്തിൽ നിന്നു കണ്ടെടുത്ത തകഴി കുട്ടനാടുകാരുടെ ഭാഷണ സവിശേഷതകളെവരെ ഏറ്റെടുക്കുന്നുണ്ട്. കുട്ടനാട്ടിലെ കാർഷിക സംസ്കാരത്തിന്റെ സൂക്ഷ്മാംശങ്ങളെ വരെ ഈ എഴുത്തുകാരൻ തന്റെ രചനകളിലേക്കു സ്വാംശീകരിക്കുന്നുണ്ട്. കുട്ടനാട്ടിൽ ഉണ്ടായ രാഷ്ട്രീയപരിവർത്തനങ്ങൾ ആദ്യകാലത്ത് തകഴിയെ ആവേശം കൊള്ളിച്ചിരുന്നു. കേരള രാഷ്ട്രീയ ചരിത്രത്തിലെ ചലനാത്മകസംഭവങ്ങളെയും പരിവർത്തനങ്ങളെയും കുട്ടനാടിന്റെ അതിർത്തികൾക്കുള്ളിലേക്കും ദേശചരിത്രത്തിലേക്കും വെട്ടിച്ചുരുക്കി അദ്ദേഹം അവതരിപ്പിക്കുന്നു.

തകഴിയുടെ ആദ്യകാലനോവലുകളിൽ ശ്രദ്ധേയമായവ *തോട്ടിയുടെ മകൻ, തലയോട്, രണ്ടിടങ്ങഴി* എന്നിവയാണ്. ഏതാണ്ട്, ഒരേ കാലയളവിൽ എഴുതിയ നോവലുകളാണിവ. *തോട്ടിയുടെ മകൻ* 1947 ലും *തലയോടും, രണ്ടിടങ്ങഴിയും* 1948 ലും. തിരുവിതാംകൂർ രാഷ്ട്രീയം തിളച്ചുമറിഞ്ഞുനിന്ന കാലഘട്ടമാണത്. ദേശീയപ്രസ്ഥാനവും കമ്യൂണിസ്റ്റ്പ്രസ്ഥാനവും ഊർജ്ജസ്വലമായ പ്രവർത്തനങ്ങൾകൊണ്ട് സമൂഹത്തെ ഇളക്കി മറിച്ചകാലം; തലമുറകളായി സമൂഹത്തെ നിയ

ന്ത്രിച്ചു നിർത്തിയ ജന്മിത്തത്തിന്റെ അധികാരപ്രമത്തത ചോദ്യം ചെയ്യ പ്പെട്ടുതുടങ്ങുന്ന കാലം; മനുഷ്യൻ എന്ന പരിഗണനപോലും ലഭിക്കാതെ അടിമകളായിക്കഴിഞ്ഞിരുന്ന അധഃസ്ഥിത വിഭാഗങ്ങൾ ഉയിർത്തെണീ റ്റുതുടങ്ങുന്ന കാലം; ഇരുളടഞ്ഞ സമൂഹഘടനയ്ക്കുമേൽ നവോത്ഥാന ത്തിന്റെ പുലർവെളിച്ചം പ്രസരിച്ചു തുടങ്ങുന്ന കാലം; തൊഴിലാളി വർഗ്ഗ സംഘടനകൾ രൂപംകൊണ്ടു തുടങ്ങുന്ന കാലം. ആ കാലഘട്ടത്തിന്റെ പ്രക്ഷുബ്ധസാന്നിദ്ധ്യം തകഴിയുടെ കലാപ്രതിഭയെ തൊട്ടുണർത്തി. അക്കാലത്തെ രാഷ്ട്രീയ നവോത്ഥാനത്തിന്റെ ഉൾപ്രേരണകൾ തക ഴിയെ പ്രചോദിപ്പിച്ചു. മൂന്നു നോവലുകളുടെയും ഇതിവൃത്തഘടനയും ചരിത്രപശ്ചാത്തലവും പ്രചോദനത്തെ സാക്ഷ്യപ്പെടുത്തുന്നു. മൂന്നു നോവലുകളിലും പ്രക്ഷോഭങ്ങൾ സജീവമാണ്. എന്നാൽ പ്രമേയ ഘട നയുടെ മുഖ്യധാരയായി പ്രത്യക്ഷപ്പെടുന്നത് *രണ്ടിടങ്ങഴി*യിൽ മാത്രമാണ്.

രണ്ട്

കമ്യൂണിസ്റ്റ്പ്രസ്ഥാനത്തോടും തൊഴിലാളിസംഘടനകളോടും തകഴിക്ക് ഏറെ ആഭിമുഖ്യമുണ്ടായിരുന്ന കാലത്താണ് *തോട്ടിയുടെ മകൻ* എഴുതുന്നത്. അസംഘടിതമേഖലകളിൽ തൊഴിലാളിവർഗ്ഗസംഘ ടനകളുടെ പ്രവർത്തനങ്ങളുടെ അനിവാര്യത ഉദ്ഘോഷിക്കാനാണ് ഈ നോവൽ മുതിരുന്നത്. ആലപ്പുഴയിലെ തോട്ടികൾ സാഹിത്യകൃതി കളിലെ കഥാപാത്രങ്ങളായി അംഗീകരിക്കപ്പെടുന്നത് ഈ നോവലിലൂ ടെയാണ്. അഭിജാതസാഹിത്യസങ്കല്പ്പങ്ങളെ മുറിവേല്പിച്ചുകൊണ്ടാണ് തോട്ടികളുടെ ജീവിതം നോവലിൽ അരങ്ങേറുന്നത്. നോവലെഴു തുമ്പോൾ തന്നെ വായനക്കാരിൽ ഒരു വിഭാഗത്തിന്റെ ചുളിഞ്ഞമുഖം തകഴി ഭാവനചെയ്തിരുന്നിരിക്കണം. ആലപ്പുഴയിലെ തോട്ടികളുടെ മൂന്നുതലമുറകളാണ് നോവലിന്റെ ഇതിവൃത്തഭൂമികയിലൂടെ കടന്നു പോകുന്നത്.

വിവിധതൊഴിലാളി സംഘടനകൾ പ്രവർത്തനം തുടങ്ങുന്ന സന്ദർ ഭമാണ് 1940 കളുടെ അവസാനവർഷങ്ങൾ. എന്നാൽ ആലപ്പുഴയിലെ തോട്ടികളുടെയിടയിൽ സംഘടനാബോധവും വർഗ്ഗബോധവുമൊന്നും അപ്പോഴും കടന്നുവന്നിരുന്നില്ല. സ്വന്തംജീവിത സാഹചര്യങ്ങളിൽ മാറ്റംവരുത്താൻ തോട്ടികളെ പ്രേരിപ്പിക്കുകയായിരുന്നു തകഴി.[1] വിധി വിശ്വാസങ്ങളുടെയും വിധേയത്വമനോഭാവത്തിന്റെയും തടവറകളിൽ നിന്ന് സംഘടനാബോധത്തിന്റെ സ്വതന്ത്ര വിശാലതയിലേക്ക് തോട്ടി കളുടെ മനസ്സിനെ നയിക്കുക എളുപ്പമായിരുന്നില്ല. അതിനുള്ള ശ്രമ ങ്ങളും നേരിടുന്ന പ്രതിസന്ധികളും നോവലിലെ പ്രധാനകണ്ണിയാണ്. ഇശക്കുമുത്തു, ചുടലമുത്തു, മോഹനൻ എന്നിവരാണ് തോട്ടികളുടെ മൂന്ന് തലമുറകളെ പ്രതിനിധീകരിക്കുന്നത്. മൂന്നു പതിറ്റാണ്ടുകളോളം തോട്ടിപ്പണി ചെയ്ത് വാർദ്ധക്യത്തിന്റെയും അവശതയുടെയും പിടിയി

ലമർന്ന ഇശക്കുമുത്തുവിൽ നിന്നാണ് തോട്ടികളുടെ വംശചരിത്രപരാമർശം ആരംഭിക്കുന്നത്. ഇശക്കുമുത്തു കിടപ്പിലാകുമ്പോൾ മകൻ ചുടലമുത്തുവിന് തോട്ടിപ്പണി ചെയ്യേണ്ടിവരുന്നു. അയാൾക്ക് ആ ജോലിയോട് വെറുപ്പായിരുന്നെങ്കിലും അതു ചെയ്യുവാൻ അയാൾ നിർബ്ബന്ധിതിനായിത്തീരുകയാണ്. അപ്പന്റെ മരണത്തിന്റെ തലേന്ന് ചുടലമുത്തു തോട്ടിപ്പണി ഏറ്റെടുക്കുന്നു. മറ്റുതോട്ടികളോട് ഇടപഴകുകയില്ലെന്ന് തീരുമാനിച്ചിരുന്നെങ്കിലും അപ്പന്റെ ശവസംസ്കാരത്തിന് അവരുടെ സഹായം വേണ്ടിവരുന്നു. തോട്ടിപ്പണി സ്വീകരിക്കേണ്ടിവന്നെങ്കിലും ഉയർന്ന നിലവാരത്തിലുള്ള ഒരു ജീവിതം അയാൾ സ്വപ്നം കാണുന്നുണ്ട്. സ്വന്തമായ ഒരു വീട് അയാളുടെ സ്വപ്നമായിരുന്നു. തോട്ടികളുടെ സംഘടന രൂപീകരിക്കാൻ ആദ്യം മുന്നിട്ടിറങ്ങുന്നുവെങ്കിലും കൂടുതൽ ചിന്തിക്കുമ്പോൾ സ്വാർത്ഥ പ്രലോഭനങ്ങൾ അയാളെ കീഴടക്കുകയാണ്. ഓവർസിയർക്കുവേണ്ടി പ്രവർത്തിക്കുന്ന ഒരു കരിങ്കാലിയായി അയാൾ മാറുന്നു. സാമ്പത്തികലാഭം ലക്ഷ്യമാക്കി മറ്റുതോട്ടികൾക്ക് പണം പലിശയ്ക്കു നല്കുന്ന തൊഴിലിൽ അയാൾ ഏർപ്പെടുന്നുണ്ട്. അങ്ങനെ തോട്ടികളെ ചൂഷണം ചെയ്യുന്ന ഒരു തോട്ടിയായി അയാൾ മാറുന്നു. പണക്കാരനാകാനും ഉയർന്നജീവിതവിതാനങ്ങളിലേക്കുള്ള പടവുകൾ കയറാനുമാണ് അയാൾ വെമ്പൽ കൊള്ളുന്നത്. അതുകൊണ്ട് അധികാരികളെ പിണക്കാനാകില്ല. യൂണിയൻ രൂപീകരിക്കാനുള്ള ശ്രമത്തിൽ നിന്നു പതറി പിൻവാങ്ങുകയും അധികാരികളുടെ കൈകളിലെ ആയുധമായി വർത്തിച്ച് സംഘടനാരൂപീകരണശ്രമങ്ങളെ തകർക്കുകയും ചെയ്യുന്നു. അവനിൽ നിന്നാരംഭിക്കുന്ന അടുത്ത തലമുറ ഒരിക്കലും തോട്ടികളാകരുതെന്ന് അവന് നിർബ്ബന്ധമുണ്ട്. 'അവന്റെ സന്താനങ്ങളെ അവൻ തോട്ടികളാക്കുകയില്ല, തീർച്ച. ആ സ്ഥിതിക്ക് ഈ യൂണിയനിൽ ചേരേണ്ട ആവശ്യമെന്ത്?' എന്നാണ് ചുടലമുത്തു വിചാരിക്കുന്നത്. പിച്ചാണ്ടിയെപ്പോലുള്ള പഴയ തലമുറയിലെ സഖാക്കളുടെ ജീവിതം നശിപ്പിക്കാൻപോലും അയാൾ മുതിരുന്നു. എന്നാൽ ചുടലമുത്തുവിന്റെ മോഹങ്ങളൊന്നും സഫലമാകുന്നില്ല. അധികാരികളാൽ വഞ്ചിക്കപ്പെടുന്ന ചുടലമുത്തു ആഗ്രഹങ്ങൾ ബാക്കിയായി മരിക്കുകയാണ്. ചുടലമുത്തുവിന്റെ മരണശേഷം മകൻ മോഹനനും തോട്ടിപ്പണി സ്വീകരിക്കേണ്ടിവരുന്നു. മോഹനന്റെ കാലമാകുമ്പോഴേക്കും തോട്ടികൾ സംഘടന രൂപീകരിക്കുകയും സമരപഥങ്ങൾ കണ്ടെത്തുകയും ചെയ്യുന്നു. അധികാരികളെ വെല്ലുവിളിക്കുന്നു. അസംഘടിതമേഖലകളിൽ തൊഴിലാളി സംഘടനകൾ രൂപംകൊള്ളുന്ന ചരിത്രം നോവലിൽ സംക്ഷേപിക്കുന്നു.

നോവലിന്റെ തുടക്കത്തിൽ അവതരിപ്പിക്കുന്ന ശിഥിലചിത്രങ്ങളിലൂടെ തോട്ടികളുടെ നികൃഷ്ട ജീവിതാനുഭവങ്ങൾ അനാവരണം ചെയ്യുന്നു. അത്യന്തം പരവശനായ അപ്പന് അവസാനതുള്ളിവെള്ളം കൊടുക്കാൻപോലും ചുടല മുത്തുവിന് കഴിയുന്നില്ല. അപ്പന്റെ കുഴിച്ചിട്ട

ജഡം പട്ടികൾ മാന്തിയെടുത്തു കടിച്ചു കീറുന്ന ദൃശ്യത്തിനു സാക്ഷിയാകേണ്ട അഭിശപ്താവസ്ഥ ചുടല മുത്തുവിനുണ്ടാകുന്നു. ഓവർസിയറും പൊലീസും പ്രസിഡന്റുമൊക്കെ തോട്ടികളെ ചൂഷണം ചെയ്യുന്നതും അവരുടെ പിച്ചച്ചട്ടിയിൽ കൈയിട്ടുവാരുന്നതും യാതൊരു മറയുമില്ലാതെ ചിത്രീകരിക്കുന്നു. ഇത്തരം ചൂഷണങ്ങളുടെ കെടുതികളിൽ നിന്നാണ് "ഒന്നിച്ച് നില്ക്കണം" എന്ന ആശയത്തിലേക്ക് തോട്ടികൾ എത്തിച്ചേരുന്നത്.

ചുടലമുത്തുവിന്റെയും വള്ളിയുടെയും പ്രണയവും ദാമ്പത്യവും നോവലിൽ പരാമർശിക്കുന്നുണ്ട്. വളരെ പെട്ടെന്ന് വിവാഹത്തിൽ എത്തിച്ചേരുന്ന പ്രണയമാണത്. എന്നാൽ ചുടലമുത്തുവിന്റെ പണാസക്തിയും സ്വാർത്ഥതയും വള്ളിയുടെ പ്രണയതീവ്രതയും തമ്മിലുള്ള പൊരുത്തക്കുറവ് ആ ദാമ്പത്യത്തെ സംഘർഷനിർഭരമാക്കുന്നുണ്ട്. "എപ്പോഴും കണക്കുകൂട്ടികൊണ്ടിരിക്കുന്ന ആ ഭർത്താവിന്റെ രക്തത്തിനു യുവത്വത്തിന്റെ ചൂടുണ്ടായിരുന്നില്ല. അയാളുടെ ആലിംഗനം അവളെ ശ്വാസംമുട്ടിക്കുന്നില്ല. അയാളുടെ ചുംബനം കർമ്മമാത്ര പ്രസക്തമായിരുന്നു. പക്ഷേ, ആ കാമുകൻ ആവേശഭരിതനായിരുന്നു. അയാൾ ഭർത്താവായപ്പോൾ മാറിപ്പോയി. അയാളുടെ വികാരത്തിന്റെ അടിയുറവ വറ്റിപ്പോയി"എന്ന് നോവലിസ്റ്റ് വിശദീകരിക്കുന്നുണ്ട്. പ്രണയസങ്കല്പങ്ങളും ദാമ്പത്യജീവിതയാഥാർത്ഥ്യങ്ങളും തമ്മിലുള്ള വൈരുദ്ധ്യത്തിലേക്ക് നോവലിസ്റ്റ് വിരൽ ചൂണ്ടുകയാണ്. തന്റെ മകൻ തോട്ടിയാകാതിരിക്കാനും മേലാളരുടെ ജീവിതം അനുകരിക്കാനും ചുടലമുത്തു ആഗ്രഹിക്കുന്നു. താൻ തോട്ടിയാണെന്ന കാര്യം മോഹനൻ അറിയാതിരിക്കാൻ ചുടലമുത്തു ശ്രദ്ധിക്കുന്നു. ജീവിതത്തിന്റെ പ്രശ്നങ്ങളും പ്രതിസന്ധികളും രൂക്ഷമാകുമ്പോൾ ദാമ്പത്യസംഘർഷങ്ങൾ അലിഞ്ഞലിഞ്ഞില്ലാതാകുകയാണ്. മോഹനൻ തന്റെ സഹപാഠികളിൽ നിന്ന് അച്ഛന്റെ തൊഴിലിനെക്കുറിച്ചറിഞ്ഞുതുടങ്ങുന്നത് ചുടലമുത്തുവിനെയും വള്ളിയെയും ഉൽക്കണ്ഠാകുലരാക്കുന്നുണ്ട്.

ചുടലമുത്തു അവസാനനാളുകളിൽ തോട്ടിപ്പണിയിൽ നിന്നു മുക്തനാകുകയും ശ്മശാനം കാവല്ക്കാരന്റെ ജോലിയിൽ ഏർപ്പെടുകയും ചെയ്യുന്നു. തന്റെ ജീവിതപ്പാതയിലെ അപരാധകർമ്മങ്ങൾ അയാളെ വേട്ടയാടിയെത്തുന്നു. പകർന്നുപിടിക്കുന്ന കോളറ ചുടലമുത്തുവിന്റെയും വള്ളിയുടെയും ജീവൻ കവർന്നെടുക്കുകയാണ്. "തന്റെ മകൻ തോട്ടിയാകരുതെന്ന് ചുടലമുത്തു ആഗ്രഹിച്ചു. തോട്ടിക്കില്ലാത്ത പേരുകൊടുത്തു. തോട്ടിയെന്നാൽ എന്തെന്നറിയാതെ അവർ വളരുകയും ചെയ്തു." ആ കുഞ്ഞ് മലത്തിൽ അല്പനേരം കിടന്നതുകണ്ട ആ പിതാവ് ശുണ്ഠിയെടുത്തതാണ്. പക്ഷേ, അവൻ ഇന്ന് ആലപ്പുഴ പട്ടണത്തിലെ ഒരു തോട്ടിയാണ്" - മോഹനന്റെ ജീവിതപരിണാമ വൈരുദ്ധ്യത്തെ തകഴി ഇങ്ങനെയാണ് രേഖപ്പെടുത്തുന്നത്. അത് ചുടലമുത്തുവിന്റെ സ്വപ്നങ്ങൾക്കേറ്റ തിരിച്ചടി കൂടിയാണ്.

"ഇന്നത്തെ തോട്ടിക്ക് അവന്റെ ശമ്പളമെന്തെന്നറിയാം. അതു കണക്കുപറഞ്ഞു കാശു വാങ്ങുവാനും പഠിച്ചിട്ടുണ്ട്. കൂടുതൽ ശമ്പളം ആവശ്യപ്പെടാനും അവനു ധൈര്യമുണ്ട്. ഒറ്റശബ്ദത്തിൽ സംസാരിക്കാൻ ആലപ്പുഴയിലെ തോട്ടികൾ പഠിച്ചു. അവർക്ക് സംഘടിതമായ യൂണിയനുണ്ട്. അതു പലകാര്യങ്ങളും സാധിച്ചു. പലതും പ്രവർത്തിക്കാൻ അതിനു കഴിവുണ്ടെന്നു മനസ്സിലാക്കി." തൊഴിലാളി സംഘടന തോട്ടികളുടെ ജീവിതത്തിൽ വരുത്തിയ പരിവർത്തനം തകഴി ഇങ്ങനെ സംക്ഷേപിക്കുന്നു. "സത്യത്തിൽ തൊഴിലാളിയുടെ ശത്രു മുതലാളി എന്ന വ്യക്തിയല്ല. മുതലാളിയുടെ സർക്കാരാണ്." എന്ന തിരിച്ചറിവും അവരാർജ്ജിക്കുന്നു. തോട്ടിയുടെ മക്കൾ കണക്കുചോദിക്കുകയാണ്. മുൻകാലപീഡനങ്ങളുടെയും ചൂഷണത്തിന്റെയും കണക്ക് പുതുതലമുറ ചോദിക്കുകയാണ്. തോട്ടികൾ ഉൾപ്പെടെയുള്ള തൊഴിലാളിവർഗ്ഗത്തിന്റെ അജയ്യമായ മുന്നേറ്റം വിവരിച്ചുകൊണ്ട് പ്രക്ഷോഭത്തിന്റെ കടലിരമ്പം വിരചിച്ചുകൊണ്ടാണ് നോവൽ അവസാനിപ്പിക്കുന്നത്. ചുടലമുത്തുവിന്റെയും വള്ളിയുടെയും പ്രണയവും ദാമ്പത്യവും പകർത്തുമ്പോൾ, തൊഴിലാളി സംഘത്തെ തകർക്കാൻ തൊഴിലാളിയെത്തന്നെ ആയുധമാക്കുന്ന മുതലാളിത്ത തന്ത്രങ്ങൾ ഉളവാക്കുന്ന സംഘർഷാത്മകതയും അവയുടെ പ്രത്യാഘാതങ്ങളും രേഖപ്പെടുത്തുന്നുണ്ട്. ചടുലമുത്തുവിന്റെ സ്വാർത്ഥ മോഹങ്ങളെ ചൂഷണം ചെയ്യുന്ന പ്രസിഡന്റും ഓവർസീയറും അയാളെ സമർത്ഥമായി വഞ്ചിക്കുകയാണ്. ചുടലമുത്തു അതവസാനം തിരിച്ചറിയുന്നുണ്ട്. ആ തിരിച്ചറിവ് അയാളിൽ ഉണ്ടാകുന്നത് വള്ളിയുടെ പ്രേരണമൂലമാണ്. ചൂഷണത്തിന്റെ കെടുതികൾ വർഗ്ഗബോധം ആർജ്ജിക്കുവാനും പ്രക്ഷോഭത്തിന് ആവേശമണയ്ക്കുവാനും തൊഴിലാളികളെ പ്രേരിപ്പിക്കുന്നു.

മൂന്ന്

പുന്നപ്ര- വയലാർ സമരത്തിന്റെ പശ്ചാത്തലത്തിൽ തകഴി രചിച്ച രാഷ്ട്രീയ നോവലാണ് *തലയോട്.* വയലാറിൽ നടന്ന കൂട്ടക്കൊലയെപ്പറ്റി ഊരും പേരും അല്പംമാറ്റി രചിച്ചിട്ടുള്ള ശക്തിയേറിയ രാഷ്ട്രീയ ചെറുകഥയാണ് *തലയോട്* എന്ന് കേസരി നിരീക്ഷിച്ചിട്ടുണ്ട്. ഇതിവൃത്ത സംഭവങ്ങളെ കേന്ദ്രസ്ഥാനത്തു പ്രതിഷ്ഠിച്ചിരിക്കുന്നു. മനുഷ്യന്റെ തലയോടിന് പ്രതീകാത്മകമായ പല അർത്ഥധ്വനികളുമുണ്ട്. രാജശേഖരൻ എന്ന പട്ടാളമേധാവി ഭരണകൂടത്തിന് വേണ്ടി താൻ നടത്തിയ നരഹത്യകൾക്കുള്ള അംഗീകാരമായാണ് ആ തലയോടിനെ കണക്കാക്കുന്നത്. തന്റെ വീടിനുള്ളിൽ ഉറപ്പിച്ചുനിർത്തി അഭിമാനസ്മാരകമായി അതു സൂക്ഷിക്കുകയാണ് അയാൾ. സ്വേച്ഛാധിപത്യ ഭരണകൂടത്തിന്റെ വിജയചിഹ്നമായും തന്റെ വ്യക്തിഗതനേട്ടത്തിന്റെ പാരിതോഷികമായും അയാൾ അതിനെ കാണുന്നു. യുവജനങ്ങളും വിപ്ലവകാരികളും

ഭരണകൂടഭീകരതകളുടെ അടയാളമായി പകയോടും വിദ്വേഷത്തോടും ഒരുപക്ഷേ, ഭയത്തോടും കൂടിയാണ് തലയോടിനെ വീക്ഷിക്കുന്നത്. ഈ ഭിന്നപ്രതികരണങ്ങളെ അടിസ്ഥാനമാക്കിക്കൊണ്ട് നോവലിലെ കഥാപാത്രങ്ങൾ വ്യക്തികളല്ല ടൈപ്പുകളാണ് എന്നും കേസരി വിലയിരുത്തുന്നു. ഭരണകൂട ഭീകരതയ്ക്കെതിരായ ആശയം അവതരിപ്പിക്കുക എന്നതായിരുന്നു തകഴിയുടെ ഉദ്ദേശ്യം. എന്നാൽ കഥയുടെ ചട്ടക്കൂടിലൊതുക്കി വായനക്കാരന്റെ മനസ്സിലേക്ക് ഈ ആശയം സംവേദനം ചെയ്യാൻ അദ്ദേഹം ഉദ്ദേശിക്കുന്നില്ല. പകരം പ്രക്ഷോഭത്തിന്റെ മുന്നേറ്റത്തെ സംബന്ധിച്ച് ആവേശം മുറ്റിയവാക്കുകൾ നോവലിസ്റ്റിൽ നിന്നുയരുകയാണ്. ഒരു പ്രഭാഷകന്റെ ശൈലിയിൽ സമരകാഹളം മുഴക്കുകയാണ് അദ്ദേഹം. കഥപറയുന്ന നോവലിസ്റ്റിനെയല്ല മൈക്കിനുപിന്നിലെ പ്രഭാഷകനെയാണ് 'തലയോടിന്റെ പശ്ചാത്തലത്തിൽ കാണാനാവുക. കഥയുടെ തുടക്കത്തിൽ ഭിക്ഷക്കാരിയായ യുവതിയും ഗൃഹനായികയും തമ്മിൽ നടക്കുന്ന സംഭാഷണഭാഗം മാത്രമാണ് ഇതിന് അപവാദമായിട്ടുള്ളത്. ആ സംഭാഷണത്തിന്റെ അവസാനം നോവലിസ്റ്റ് നല്കുന്ന വിശദീകരണം. ശ്രദ്ധേയമാണ്. "ബലാത്സംഗത്തിന് ഇരയായ യുവതി താൻ പ്രസവിച്ച കുഞ്ഞിനെ പ്രതികാരദാഹത്തോടെ വളർത്തുകയാണ്, താൻ നൊന്തുപ്രസവിച്ച ഒരു കുഞ്ഞായി അതിനെ കാണാൻ അവൾക്കും സാദ്ധ്യമല്ല. അവൾ സ്നേഹിച്ചു വളർത്തുകയല്ല. ആ കുഞ്ഞ് വളരാനായി വളർത്തുകയാണ്. അവൾക്ക് അതിന്റെ മധുരമായ ചിരിയും ആനന്ദകരമായ കളിയും കാണണ്ട. ആ കുഞ്ഞിനെ കാണുമ്പോൾ അവൾക്ക് ആനന്ദം നല്കിയ പുരുഷനെയല്ല അവൾ ഓർക്കുന്നത്. അവളുടെ അമ്മയെ ഇടിച്ചുകൊന്ന അവളെ ആ സമയത്തു ബലാല്ക്കാരം ചെയ്ത ഒരു രാക്ഷസനെയാണ്. അയാൾ എങ്ങനെയിരിക്കുന്നു, അവൾക്കറിഞ്ഞുകൂടാ. ആ കുഞ്ഞ് ഒരു പേടിസ്വപ്നത്തിന്റെ ചിഹ്നമാണ്."

നോവലിസ്റ്റിലെ പ്രഭാഷകൻ ഈ ആദ്യസന്ദർഭത്തിൽത്തന്നെ എത്തിനോക്കിത്തുടങ്ങുന്നുണ്ട്. പട്ടാളഭരണത്തിന്റെയും വെടിവെപ്പിന്റെയും ഭീകരവും ദാരുണവുമായ പ്രത്യാഘാതങ്ങൾ ഈ വിശദീകരണത്തിൽ പ്രതിഫലിക്കുന്നു. കഥാസന്ദർഭങ്ങളുടെ സൃഷ്ടിയേക്കാൾ തകഴി പ്രയോജനപ്പെടുത്തുന്ന ആവിഷ്കാരതന്ത്രം തന്റെ പ്രഭാഷണച്ചുവയുള്ള വിശദീകരണമാണ്. പട്ടാളക്കാർ ചെയ്ത ക്രൂരകൃത്യങ്ങളെ അവർതന്നെ വിമർശനവിധേയമാക്കുന്നുണ്ട്. വെടിവെപ്പിനും നരവേട്ടയ്ക്കും ശേഷം അവശേഷിച്ചവരെ ജന്മിയുടെ താല്പര്യപ്രകാരം പട്ടാളക്കാർ കുടിയിറക്കി. ഭവനരഹിതരായ ഒരു ജനവിഭാഗം അങ്ങനെ ഉണ്ടായി. അവരെ അടിച്ചോടിച്ചിട്ടും കുറേപ്പേർ അവശേഷിച്ചു. പട്ടാളമേധാവിക്കും പട്ടാളക്കാർക്കും ജന്മിനല്കുന്ന യാത്രയയപ്പിനെയും അതിലെ ചടങ്ങുകളെയും അതിൽ പ്രകടമായ പക്ഷഭേദത്തേയും വിശദമായി പ്രതിപാദിക്കുന്നുണ്ട്. പട്ടാളക്കാർ എത്തിച്ചേരുന്ന നിഗമനം ഇവിടെ ശ്രദ്ധേയമായിത്തീ

രുന്നുണ്ട്. "നമ്മളും ചത്ത പാവങ്ങളും തമ്മിൽ വ്യത്യാസമെന്തായിരിക്കും" എന്ന ചോദ്യമാണ് അവരിൽ നിന്നുയരുന്നത്. സൂക്ഷ്മവും നിർണ്ണായകവുമായ ഒരാശയമാണ് അവർ മുന്നോട്ടുവെക്കുന്നത്.

രാജശേഖരന്റെ കുടുംബജീവിതത്തിലെ സംഘർഷാത്മകരംഗങ്ങൾ നോവലിൽ ചിത്രീകരിക്കുന്നുണ്ട്. വീട്ടിൽ സ്ഥാപിച്ച തലയോടിനെ അയാൾ ആദരിക്കുമ്പോൾ ഭാര്യ നളിനി അതിനെ പേടിക്കുകയാണ്. തലയോട് അവിടെയിരിക്കുമ്പോൾ പ്രതികാരത്തിനുദാഹിക്കുന്ന ഒരാത്മാവ് അതിനുള്ളിൽ കടന്നിരിക്കുകയില്ലേ – എന്നാണ് അവൾ സംശയിക്കുന്നത്. അതവളുടെ ഭയത്തെ വർദ്ധിപ്പിക്കുന്നു.

ഭരണകൂട ജീർണ്ണത അനുഭവവേദ്യമാകാൻ ഉദ്യോഗസ്ഥ പ്രമാണിമാരുടെയും അവരുടെ ഭാര്യമാരുടെയും ഭരണയന്ത്രത്തിന്റെ ചുക്കാൻ പിടിക്കുന്നവരുടെയും അസാന്മാർഗ്ഗിക ജീവിതത്തിന്റെ അശ്ലീലമുഖം തകഴി തുറന്നുകാട്ടുന്നു. പദവികൾ നേടാനും നിലനിർത്താനും എത്ര ജുഗുപ്സാവഹമായ പ്രവർത്തനം നടത്താനും മടിയില്ലാത്ത, സമൂഹത്തിന്റെ ഉന്നത ശ്രേണികളിലുള്ളവരുടെ ജീർണ്ണമുഖമാണ് അനാവരണം ചെയ്യുന്നത്. ബന്ധങ്ങളുടെ വിശുദ്ധിയും ദാർഢ്യവും ഒരു കടംകഥയായിമാറുകയാണ്. അധികാരത്തിന്റെ ഇടനാഴികളിലെ അശ്ലീലനാടകരംഗങ്ങളിലേക്ക് ഒന്നുപാളിനോക്കുക മാത്രം ചെയ്തുകൊണ്ട് ഒരു വ്യവസ്ഥിതിയുടെ ശൈഥില്യത്തെ വിചാരണയ്ക്കുവിധേയമാക്കുകയാണ് തകഴി.

നോവലിന്റെ അവസാനഭാഗങ്ങളിലാണ് യുവജനസംഘടനാനേതാവായ ശ്രീകുമാർ പ്രത്യക്ഷപ്പെടുന്നത്. അയാളുടെ പ്രസംഗങ്ങളും ആഹ്വാനങ്ങളും ജനകീയപ്രക്ഷോഭത്തിന് കരുത്തുപകരുന്നു. ഒരു ജനാധിപത്യസമൂഹത്തിന്റെ രൂപീകരണസംരംഭം പ്രക്ഷോഭത്തിന്റെ ലക്ഷ്യമായിത്തീരുന്നു. പ്രക്ഷോഭത്തിൽ വിദ്യാർത്ഥികൾ വരെ പങ്കാളികളാകുന്നു. വിദ്യാർത്ഥിപ്രക്ഷോഭത്തിന്റെ മുൻനിരയിൽ രാജശേഖരന്റെ മകൻ ബാലചന്ദ്രനുമുണ്ട്. പ്രതികാരമൂർത്തികളായ പ്രക്ഷോഭകാരികൾക്കു മുമ്പിൽ രാജശേഖരന് തലയോട് ഉടച്ചുതകർക്കേണ്ടിവന്നു. പിന്നീട് സ്വയം നിറയൊഴിച്ച് അയാൾ മരണം വരിക്കുകയാണ്. നാടകീയരംഗങ്ങൾ വിരചിച്ചുകൊണ്ടാണ് തകഴി നോവൽ അവസാനിപ്പിക്കുന്നത്. പ്രക്ഷോഭത്തിന്റെ മുന്നേറ്റം ആവേശപൂർവ്വം ചിത്രീകരിക്കുന്നുണ്ട്. പ്രക്ഷോഭസാന്നിദ്ധ്യം പ്രകമ്പനങ്ങൾ സൃഷ്ടിക്കുന്ന ഈ ഇതിവൃത്തഘടനയിൽ പ്രണയരംഗങ്ങളോ പ്രണയപരാമർശങ്ങളോ ഇടംനേടുന്നില്ല.

നാല്

*രണ്ടിടങ്ങഴി*യുടെ പ്രമേയഘടനയിൽ പ്രണയവും പ്രക്ഷോഭവും പ്രാധാന്യം കൈവരിക്കുന്നുണ്ട്. കർഷകത്തൊഴിലാളികളും ജന്മികളും

നേരിടുന്നതിന്റെ ഭിന്നതലങ്ങൾ നോവലിലുണ്ട്. അവരെ പരസ്പരം നേരിടാൻ പ്രേരിപ്പിക്കുന്ന ഒരു ഘടകം ഭൂമിയാണ്. മറ്റൊന്ന് സ്ത്രീയാണ്. 'മണ്ണും പെണ്ണും'അങ്കംവെട്ടാൻ പ്രേരിപ്പിക്കുന്ന രണ്ടുഘടകങ്ങളായി പരിണമിക്കുന്നു. കർഷകത്തൊഴിലാളികൾക്ക് മണ്ണിനോടുള്ള ബന്ധം വിശുദ്ധമാണ്. തലമുറകളായി അവർ കൃഷിഭൂമിയിൽ വിയർപ്പൊഴുക്കി പൊന്നുവിളയിക്കുന്നു. ആ അദ്ധ്വാനവും വിളവെടുപ്പും ആത്മഹർഷവും സായൂജ്യവും പകരുന്നു. ഒരു ശക്തിക്കും മണ്ണിനോടുള്ള ആ ബന്ധം അറുത്തുമാറ്റാൻ കഴിയില്ല. എന്നാൽ ജന്മിക്ക് സ്വന്തം ഉടമസ്ഥതയിലുള്ള ഭൂമിയോടുള്ളത് ഹൃദ്യമായ ഒരു ബന്ധമല്ല. സ്വന്തം ഉപഭോഗത്തിന് ആവശ്യമായ ഒരു ഭൗതികവസ്തുമാത്രമാണ് അയാൾക്ക് കൃഷിഭൂമി. അതിനപ്പുറം ഒരു ഘടകവും മണ്ണുമായി അയാളുടെ മനസ്സിനെ വൈകാരികമായി ബന്ധിപ്പിക്കുന്നില്ല, ഇതിനു സമാനമാണ് പെണ്ണുമായുള്ള ബന്ധവും. ചാത്തനും കോരനും ചിരുതയുമുൾപ്പെട്ട കർഷകത്തൊഴിലാളികളുടെ വൈകാരികബന്ധം മാനുഷികവും ഉദാത്തവും വിശുദ്ധവുമായ തലത്തിലേക്ക് ഉയരുന്നു. പുഷ്പവേലിൽ ചാക്കോ എന്ന ജന്മികുമാരന് ചിരുതയോടു തോന്നുന്ന താല്പര്യം കേവലം ഒരാസക്തിമാത്രമാണ്.

കാർഷികസംസ്കൃതിയിൽ അധിഷ്ഠിതമായ ഒരു ഭൂതകാലവും അതിന് ഇളക്കം തട്ടിത്തുടങ്ങുന്ന വർത്തമാനകാലവും നോവലിൽ പരാമർശിക്കപ്പെടുന്നുണ്ട്. പഴയതലമുറയിൽപ്പെട്ട പറയരുടെയും പുലയരുടെയും ഊഷ്മള സ്മൃതികളിൽ ജന്മിമാരുമായുള്ള സുദൃഢ ബന്ധത്തിന്റെ ഏടുകൾ തിളങ്ങി നില്ക്കുന്നുണ്ട്. കുഞ്ഞപ്പി ആ പഴയകാലത്തെക്കുറിച്ച് വാചാലനാകുന്നുണ്ട്.

ആ കാര്യങ്ങൾ കുറേയൊക്കെ ശരിയായിരുന്നു എന്നു കോരനും അറിയാം. അവൻ കണ്ടിട്ടുണ്ട്. അവന്റെ അപ്പൂപ്പൻ മരിച്ചപ്പോൾ അവരുടെ തമ്പുരാന്റെ വീട്ടിൽനിന്നും ശവദാഹത്തിനു വേണ്ടതെല്ലാം കൊണ്ടുവന്നു. അറയ്ക്കൽ മൂത്തതമ്പുരാൻ വടിയും കുത്തിപ്പിടിച്ചു വന്നുനിന്ന് ശവദാഹം നടത്തി. ശവം കുഴിയിൽ വെച്ചപ്പോൾ ആ വൃദ്ധൻ പൊട്ടിക്കരഞ്ഞുപോയി."

അതുശരിയാണ്. പണ്ടുപണ്ടു കുട്ടനാടൻ കൃഷിക്കാരനും പുലയനും തമ്മിൽ ഒരു ഹൃദ്യമായ ബന്ധം നിലനിന്നിരുന്നു. അന്ന് അവർ ഒരു കൂട്ടുകുടുംബക്കാരായിരുന്നു.

കുഞ്ഞപ്പി തുടർന്നു.

"അന്നു തമ്പുരാക്കന്മാരു തൊടയ്ക്കു താഴെയേ തല്ലൂ. അടിപെഴച്ചു കൊണ്ടാല്, തമ്പുരാൻ അടിയാന്റെ കുടുമ്മത്തെ നോക്കും." കുഞ്ഞപ്പി ആ പഴയകാലത്തെക്കുറിച്ച് സവിസ്തരം പറയാൻ തുടങ്ങി.

"പണ്ട് എങ്ങനാന്നറിയാമോ? എന്നാകേള്, വെള്ളപ്പൊക്കത്തില് മേലയില്ലാതെ തറേലിരിപ്പായാലും, കടമാന്നു പറഞ്ഞു നെല്ലുതരും. പിന്നെ കർക്കടമാത്തിവാവ്, മിതിനത്തില് ചമ്പക്കുളത്ത് മൂലം, ഓണം, മകം

ഇതിനെല്ലാം വിഷേഷം തരും. അന്നൊക്കെ തേവതക്കൂലി ആറുകൂലി യേനോ. ഉച്ചക്കു കഞ്ഞി പിന്നെ, കൊയ്ത്തായാലും മേലക്കാരന്റെ ആതായം കേക്കണോ? ഉച്ചക്കു കുടിപ്പാൻ കറ്റ, തെവതോം ചെലവിനു കറ്റ, കിടാങ്ങളൊണ്ടെങ്കില് അവരുപെറുക്കിയതാന്നും പറഞ്ഞ് എടുക്കാവുന്നതുകൊണ്ടു പോകും. പിന്നെ, പുട്ടിലിലുംമട്ടീല് കതിര്, നൂറുപറകണ്ടത്തിനു മുന്നു തീർപ്പുവെചാതീർപ്പ്. ഒരു തീർപ്പെന്നു മചാല് ഒരു മലിയമട്ടി. ഒരു ചെറുപുട്ട. ഒരു വലിയ പുട്ട. രണ്ടുകറ്റ- പത്തുപറനെല്ല് കാണും. പിന്നെ പതം. ചീവാട് പിടിനെല്ലി. കുത്തുപതം, അളക്കെട ഇതിനെല്ലാം പൊറമേ കളംതീർപ്പ്. അതിനുപാക്ക, ചീക്ക. കാവക്കറ്റ, പിന്നെ കളം തീർപ്പുകറ്റ എല്ലാം കൂടെ ഓരാളാണു-പെണ്ണാളിന്ന നാല്പതുപറ നെല്ലു കളം തീർപ്പുകാണും. എൻ ഒന്നു പറയാമ്മറന്നുപോയി. വെതക്കൂവിത്തിട്ടവിത്തും മാരിത്തീർപ്പും കൂടെ അഞ്ചുപറ വിത്തുകിട്ടും. ഇങ്ങിനാരുന്നു ആതായം. പക്ഷേ, അന്നു കൃഷീന്നുവെച്ചാല് തമ്പ്രാനു സ്വത്തുകാരനാകാനല്ല. തമ്പ്രാനും അടിയാനും പെഴപ്പിനാ. ഇന്നോ? നെനക്കറിയാമല്ലോ. നമ്മനെല്ലൊണ്ടാക്കിയാല്. തമ്പ്രാനുകൂലിനെല്ലുതരാതെ മിക്കും. അന്നു തമ്പ്രാക്കന്മാർ പെണ്ണാളിനെ നോക്കത്തില്ല. ഇന്നു ചെറുവാല്യക്കാരു തമ്പ്രക്കന്മാര് പെണ്ണാളിന്റെ പൊറകീന്നു മാറത്തില്ല."

ഈ ദീർഘമായ വിവരണം കാർഷികസംസ്കാരത്തിന്റെ സമ്പന്നത വിളംബരം ചെയ്യുന്ന ഭൂതകാലവും അതിന്റെ ശൈഥില്യം വിളിച്ചോതുന്ന വർത്തമാനകാലവും തമ്മിലുള്ള അകലം രേഖപ്പെടുത്തുന്നു. ഒരു വ്യവസ്ഥിതിയിൽ നിന്നും സംരക്ഷണവും സാന്ത്വനവും അനുഭവിച്ചിരുന്നു. പറയരും പുലയരും ഇന്ന് അതിൽ നിന്ന് അരക്ഷിതത്വവും അരാജകത്വവും ഏറ്റുവാങ്ങുന്നു. ഈ ദാരുണാവസ്ഥയിലെ തിക്താനുഭവങ്ങളിൽ നിന്നാണ് പ്രക്ഷോഭത്തിന്റെ നാമ്പുകൾ മുളപൊട്ടുന്നത്.

ജന്മിത്തത്തിന്റെ ചൂഷണത്തിന്റെയും അതിക്രമങ്ങളുടെയും ദൃഷ്ടാന്തങ്ങൾ ഒന്നൊന്നായി തകഴി അവതരിപ്പിക്കുകയാണ്. പുഷ്പവേലിൽ ഔസേപ്പിന്റെ നിലം കൃഷിചെയ്യുന്ന കോരൻ ആത്മാർത്ഥമായി പണിയെടുക്കുന്നു. മികച്ച വിളവുണ്ടാക്കുന്നു. പക്ഷേ, പാടത്ത് എന്തുമാത്രം നെല്ലുണ്ടായി എന്നറിയാനുള്ള അവകാശം അവന് നിഷേധിക്കുന്നു. അതുമാത്രമല്ല. വെള്ളം കുടിക്കുന്നതിന് വേണ്ടി കോരൻ എടുത്ത കറ്റ ജന്മി തിരിച്ചിടുവിക്കുന്നു. കൃഷിക്കാരന്റെ അവകാശങ്ങൾ നിഷേധിക്കുക മാത്രമല്ല, അവനെ പരസ്യമായി അപമാനിക്കുകകൂടിയാണ് ജന്മി ചെയ്യുന്നത്. കോരന്റെ അപ്പൻ മരിക്കുമ്പോൾ ശവം മറവുചെയ്യാനാവശ്യമായ സ്ഥലം പോലും ജന്മി നിഷേധിക്കുന്നു. ജന്മിത്തത്തിന്റെ ഈ പുതിയ മുഖം കർഷകത്തൊഴിലാളികൾക്ക് അപരിചിതവും ദുസ്സഹവുമായ ഒന്നായിരുന്നു. മദ്യലഹരിയിൽ അതെല്ലാം മറക്കാൻ കോരൻ ശ്രമിക്കുന്നു.

മെതിക്കളത്തിൽ വെച്ച് താൻ കൃഷിചെയ്ത പാടത്തിലെ വിളവ് എത്രയാണെന്ന് കോരൻ വീണ്ടും ചോദിക്കുന്നു. അതറിയാനുള്ള അവകാശം തനിക്കുണ്ടെന്നാണ് അവന്റെ വിശ്വാസം. എന്നാൽ അതിനു മറു

പടി പറഞ്ഞത് ജന്മിയുടെ ചൂരലായിരുന്നു. കോരന് സഹിക്കാവുന്നതിലും അപ്പുറമായിരുന്നു അത്. അന്യായമായി കൂലിപിടിച്ചുവെച്ച ജന്മിയുടെ നടപടി കോരനിൽ രോഷവും ദു:ഖവും ഉളവാക്കുന്നു, ഒരു രാത്രി മെതിക്കളത്തിലേക്ക് ചിരുതയെത്തുന്നത് പരിഭ്രാന്തിയോടെയാണ്. ഓടിക്കിതച്ചെത്തുന്ന അവൾ മറിയയോടു മാത്രം കാര്യം പറയുന്നു. വരുന്നവഴി ജന്മികുമാരനായ പുഷ്പവേലിൽ ചാക്കോ കയറിപ്പിടിച്ച കാര്യം. ഇങ്ങനെപറയരും പുലയരുമായ തൊഴിലാളിവർഗ്ഗം ചൂഷണം ചെയ്യപ്പെടുന്നതും പീഡിപ്പിക്കപ്പെടുന്നതുമായ അനുഭവപരമ്പരകൾ നോവലിസ്റ്റ് കാഴ്ചവെക്കുന്നു. ജന്മിത്തത്തിന്റെ ഹീനകൃത്യങ്ങൾ പറയർക്കും പുലയർക്കും ആ വ്യവസ്ഥിതിയിലുള്ള വിശ്വാസത്തെയാണ് തകർക്കുന്നത്. സ്വാനുഭവങ്ങളിൽ നിന്ന് കോരൻ എത്തിച്ചേരുന്ന നിഗമനം ഇതാണ്.

"എന്തിന് ഈ തമ്പുരാൻ എന്നുപറയുന്നവനെ വിശ്വസിക്കണം? അവൻ ഈ നെല്ലുംപണവും കൂട്ടി സംഭരിച്ചിട്ട് എന്തുചെയ്യാൻ പോണു.? ഈ നെല്ലുണ്ടാക്കുന്നതിന് അയാൾക്ക് എന്തുപാടുവന്നു? അന്നാദ്യമായി അവനുതോന്നി. അവന്റെ പ്രയത്നഫലം മുഴുവൻ ആ കുനിഞ്ഞിരുന്നു കണക്കുകൂട്ടുന്ന പിശാച് അപഹരിച്ചെന്ന്! അവന്റെ ജീവരക്തം ഊറ്റിയൂറ്റിക്കുടിക്കുന്നു, അവന് കഴിയണം.... അവനും അവകാശമുണ്ട്. ആ നെല്ലും പണവും അവന്റെ കൂടിയാണ്.... ആരുടെയും സൗജന്യം വേണ്ട. കോരൻ പല്ലുകടിച്ചമർത്തി."

ഒന്നും അറിഞ്ഞുകൂടാതിരുന്ന ഒരു കർഷകത്തൊഴിലാളി അവൻ ചൂഷണം ചെയ്യപ്പെടുന്നു എന്നു തിരിച്ചറിയുകയാണ്. അത്തരം ഒറ്റപ്പെട്ട തിരിച്ചറിയലുകൾ വ്യാപകമായിത്തീരുമ്പോഴാണ് തൊഴിലാളികളിൽ വർഗ്ഗബോധം അങ്കുരിക്കുന്നത്. കുട്ടനാട്ടിലെ കർഷകത്തൊഴിലാളികൾ വർഗ്ഗബോധത്തിന്റെ കലാപസന്ദേശം ഉൾക്കൊള്ളുന്ന ചരിത്രം നിരവധി സംഭവ വിവരണങ്ങളിലൂടെ തകഴി വരച്ചിടുന്നു. ഓരോരുത്തരുടെയും അനുഭവങ്ങൾ ക്രമാനുഗതമായി കൂടിച്ചേർന്ന് സാമൂഹ്യാനുഭവങ്ങളായിത്തീരുന്നതും സംഘബോധം രൂപംകൊള്ളുന്നതും തകഴി ചിത്രീകരിക്കുന്നു.

കുട്ടനാടിന്റെ പരിമിതമായ ചുറ്റളവിലേക്ക് തിരുവിതാംകൂറിലെ രാഷ്ട്രീയ ചലനങ്ങളെ തകഴി വലിച്ചടുപ്പിക്കുകയാണ്. കേരള രാഷ്ട്രീയത്തിലെ പരിവർത്തന സംരംഭങ്ങളെയാകെ അദ്ദേഹം അപഗ്രഥിക്കുന്നുണ്ട്. പ്രായപൂർത്തി വോട്ടവകാശം ലഭിക്കുന്നതും, ജന്മിമാർ യോഗം ചേരുന്നതും ജാഥനടത്തുന്നതുമൊക്കെയായിരുന്നു പ്രഥമ രാഷ്ട്രീയ പ്രവർത്തനങ്ങൾ - അജ്ഞരായ അധഃസ്ഥിതരുടെ വോട്ടവകാശത്തെയും മേലാളർ ചൂഷണം ചെയ്യുന്നു. രാജഭരണത്തിനും ദിവാൻഭരണത്തിനുമെതിരായ പ്രക്ഷോഭങ്ങൾ ഉരുത്തിരിഞ്ഞു തുടങ്ങുന്നു. സാമുദായിക താല്പര്യങ്ങൾ ആദ്യനാളുകൾ മുതൽക്കേ രാഷ്ട്രീയത്തിൽ പ്രതിഫലിക്കുന്നുണ്ട്. എന്നാൽ സാമുദായികവികാരങ്ങൾക്കതീതമായി വർഗ്ഗവികാരം നിലനിന്നിരുന്നു. "പണമുള്ളവർ തമ്മിൽ വഴക്കാണ്. പക്ഷേ,

അവർ തമ്മിലും അവരുടെ പൊതുതാല്പര്യങ്ങളെ സംബന്ധിക്കുന്ന സംഗതികൾ വരുമ്പോൾ യോജിപ്പാണ്." - എന്ന് ഇട്ട്യാതി എന്ന കർഷ ക്കത്തൊഴിലാളി കണ്ടെത്തുന്നത് ശ്രദ്ധേയമാണ്. "എല്ലാം കള്ളത്തരം, എല്ലാം കള്ളത്തരം. ഏൻ പറയാല്ലോ നായര് മാപ്പളെ ചീത്തപറയും. മാപ്പള നായരേം ചീത്തപറയും. പക്ഷേ, നെല്ലും ചക്രോം ഉള്ളോനെന്നും ഇല്ലാത്തോനെന്നും രണ്ടുജാതിയേയുള്ളൂ." - എന്ന കോരന്റെ വാക്കു കൾ വർഗ്ഗബോധത്തിന്റെ പ്രാഥമികമായ തിരിച്ചറിവിലേക്കു വിരൽചൂ ണ്ടുന്നു. മതംമാറ്റത്തിനുള്ള പ്രേരണകൾ സമൂഹത്തിൽ പ്രബലമായി ത്തീരുന്നത് നോവലിൽ സൂചിപ്പിക്കുന്നുണ്ട്. തിരഞ്ഞെടുപ്പ് വരുമ്പോ ഴേക്കും സമുദായപ്രമാണിമാർ പ്രത്യേകം യോഗം ചേർന്ന് തന്ത്രങ്ങൾ മെനയുന്നതും സൂചിതമാകുന്നുണ്ട്. ഇതിനിടയിൽ ജന്മി മുതലാളിതാല്പ ര്യങ്ങൾ ഒരു രാഷ്ട്രീയകക്ഷിയുടെ രൂപമാർജ്ജിക്കുന്നു. അങ്ങനെയാണ് 'സ്റ്റേറ്റ് കോൺഗ്രസ്' പിറവിയെടുക്കുന്നത്. എല്ലാ സാമുദായിക ശക്തി കളും തങ്ങളുടെ അണികളോട് കോൺഗ്രസിൽ ചേരാൻ ആഹ്വാനം ചെയ്യുന്നു.

കുട്ടനാട്ടിൽ നെൽക്കൂലി ഇല്ലാതാകുകയും പാവങ്ങളുടെ കുടിലു കളിൽ പട്ടിണിയും ദാരിദ്ര്യവും സംഹാരതാണ്ഡവമാടുകയും ചെയ്യുന്ന സാഹചര്യം സംജാതമാകുന്നു. രാത്രിയിൽ ഇരുളിന്റെ മറവിൽ ജന്മി മാർ വള്ളങ്ങളിൽ നെല്ല് കടത്തുന്നത് പറയരും പുലയരും ചേർന്നുപിടി ക്കുന്നതോടെ അവരുടെ ചരിത്രത്തിൽ പുതിയൊരു അദ്ധ്യായം എഴുതി ചേർക്കപ്പെടുകയാണ്. സംഘടിക്കുന്നതിന്റെ ശക്തി അവർക്കു ബോദ്ധ്യ പ്പെട്ടുതുടങ്ങുകയാണ്. പറയരുടെയും പുലയരുടെയും ഉയിർത്തെഴു ല്പിന്റെ ആവേശകരമായ ചിത്രമാണ് നോവലിന്റെ അവസാനഭാഗത്തു ള്ളത്. ജന്മി-മുതലാളി വർഗ്ഗങ്ങളെ ഭയചകിതരാക്കിക്കൊണ്ടുള്ള ഉയിർ ത്തെഴുന്നേല്പാണ് ആ അടിസ്ഥാനവിഭാഗങ്ങളിൽ സംഭവിച്ചത്. കർഷ കത്തൊഴിലാളി യൂണിയൻ രൂപംകൊണ്ടു പ്രവർത്തിക്കുകയും നാട്ടിൻ പുറങ്ങളിൽ, സാധാരണ ജനജീവിതത്തിൽ അതു ചലനം സൃഷ്ടിക്കു കയും ചെയ്തു. കോരൻ യൂണിയന്റെ ജീവനാഡിയായി വർത്തിച്ചു. "ഇനി പറപ്പിള്ളാരു സഹിക്കരുതെന്നായിരുന്നു അവന്റെ ആഹ്വാനം.

"പറയനും പുലയനും അവനു ശരിക്കു കൂലികിട്ടണമെന്നുപറയു മ്പോൾ കർഷകത്തൊഴിലാളിയായ പാവപ്പെട്ട നായർക്കും ക്രിസ്ത്യാ നിക്കും തോന്നി അവനും കൂലിക്കൂടുതൽ ചോദിച്ചാലെന്തെന്ന്! അവനും ചോദിച്ചു തുടങ്ങി. എന്നല്ല യൂണിയനിൽ ചേർന്ന് അവനും ചോദിക്കാൻ തുടങ്ങി.

തലമുറകളായി നിലനിന്നുവരുന്ന സാമൂഹ്യവ്യവസ്ഥിതി അട്ടിമറി യാൻ പോകുന്നതായി പേടിച്ചു. അന്നോളം വിശുദ്ധമെന്നുവെച്ചിരുന്ന പലതിനെയും അവർ ചോദ്യം ചെയ്തുതുടങ്ങി. ജന്മിഭോഗം കൊടുത്തു കൂടെന്ന് പറയനും പുലയനും നായരും മാപ്പിളയും ചങ്ങാത്തം കൂടുന്നു. സർവ്വോപരി ദൈവനീതിയിലുള്ള വിശ്വാസം അപകടത്തിലായി. നാടു

നീളെ കർഷകത്തൊഴിലാളി യോഗങ്ങളും ഘോഷയാത്രകളും നടന്നു. മുതലുള്ളവന്റെ ആത്മാവിന്റെ ഉള്ളറകളെപ്പോലും നടുക്കുന്ന മുദ്രാവ ക്യങ്ങൾ മുഴങ്ങുന്നു. ആ അഗ്നിപർവ്വതം ഒന്നുപൊട്ടും"

സാമൂഹ്യരാഷ്ട്രീയമാറ്റങ്ങളെ തകഴി ഇങ്ങനെയാണ് രേഖപ്പെടുത്തു ന്നത്. യൂണിയൻ പ്രവർത്തകരായ പലരും കള്ളക്കേസുകളിൽ കുടു ങ്ങുന്നു. നിരവധിപേർക്ക് ഒളിവിൽ പോകേണ്ടിവരുന്നു. ജന്മി-മുതലാളി താല്പര്യങ്ങൾ സംരക്ഷിക്കാനുള്ള അധികാരികളുടെ വ്യഗ്രത ഇവിടെ പ്രകടമാണ്. ഭൂവുടമകളും മുതലാളിമാരും ഭരണകൂടവും ചേർന്നുള്ള അച്ചുതണ്ട് രൂപംകൊള്ളുകയാണ്. ആ മർദ്ദകയന്ത്രത്തിനടിയിൽ പറ യരും പുലയരും തൊഴിലാളികളും ഞെരിഞ്ഞമരുകയാണ്. കോരനും ഒളിവിൽ പോകേണ്ടിവരുന്നു. അപകടങ്ങളുടെ വായ്ത്തലയിലൂടെയുള്ള തന്റെ സാഹസികയാത്രയെക്കുറിച്ച് കോരന് വ്യക്തമായ ധാരണയുണ്ട്. ചിരുതയെ സംരക്ഷിച്ചുകൊണ്ട് ഇനിയും യൂണിയൻ പ്രവർത്തനങ്ങൾ നിർവ്വഹിക്കാനാവില്ലെന്ന് കോരൻ മനസ്സിലാക്കുന്നു. അത് അവളോട് തുറന്നു പറയുന്നുണ്ട്. ചാത്തനോടൊപ്പം സുരക്ഷിതമായി ജീവിച്ചു കൊള്ളാൻ ചിരുതയെ കോരൻ ഉപദേശിക്കുന്നു. സ്നേഹസമ്പന്നയും ചാരിത്രവതിയുമായ ചിരുത ആ ഉപദേശത്തിനുമുമ്പിൽ പകച്ചുനില്ക്കു കയും പ്രതിഷേധിക്കുകയുമാണ്. ചിരുതയെ മാനഭംഗപ്പെടുത്താൻ ശ്രമിച്ച പുഷ്പവേലിൽ ചാക്കോയെ കോരൻ വധിക്കുന്നതോടെ അയാൾ ജയി ലഴിക്കുള്ളിലാകുന്നു. അനാഥയായിത്തീരുന്ന ചിരുതയുടെ സംരക്ഷണം ചാത്തൻ ഏറ്റെടുക്കുകയാണ്.

കോരൻ ജയിലിലാകുന്നതോടെ ചിരുത രോഗിയായിത്തീരുന്നു. ചാത്തനാണവളെ ശുശ്രൂഷിക്കുന്നത്. അയാളുടെ തീവ്രപരിചരണത്തിന്റെ ഫലമായിട്ടാണ് അവൾ രോഗമുക്തയാകുന്നത്. കോരൻ മുൻകൂട്ടിപറഞ്ഞ പ്രകാരം ചിരുതയെ സംരക്ഷിക്കുക എന്ന ഉത്തരവാദിത്വം ചാത്തൻ നിറ വേറ്റുന്നു. അവരുടെ ബന്ധം ഉദാത്തമായ സാഹോദര്യബന്ധമായി പരി ണമിക്കുകയും ചെയ്യുന്നു.

കുട്ടനാട്ടിൽ പ്രകടനവും പൊതുയോഗവും നിരോധിക്കുന്നു. നിരോ ധനം ലംഘിച്ചു ഘോഷയാത്ര നടത്താൻ കർഷകത്തൊഴിലാളി യൂണി യൻ തീരുമാനിക്കുന്നു. ആ തീരുമാനം നടപ്പിലാക്കാൻ തുടങ്ങുന്നതിന്റെ സ്തോഭനിർഭരത തകഴിയുടെ വിവരണങ്ങളിൽ കടന്നുകയറുന്നു. അതോ ടൊപ്പം ആ സന്ദർഭത്തിൽ അരങ്ങേറുന്ന രാഷ്ട്രീയ ഉപജാപങ്ങളെ അദ്ദേഹം വിശകലനം ചെയ്യുന്നുമുണ്ട്. കമ്യൂണിസ്റ്റ്പ്രസ്ഥാനത്തിനെ തിരെ കുപ്രചരണങ്ങൾ നടത്താൻ എല്ലാ സാമുദായികശക്തികളും ഏകോപിക്കുന്നുണ്ട്. തൊഴിലാളിവിരുദ്ധ നീക്കങ്ങൾ അധികാരികളുടെ പിൻബലത്തോടെയാണ് ശക്തികൈവരിച്ചത്. അങ്ങനെ ചെറുത്തു നില്ക്കുമ്പോൾപ്പോലും ജന്മിമാർക്ക് ഉള്ളിൽ ഭയമുണ്ടായിരുന്നു. ചാക്കോ യുടെ കൊലപാതകം അവരുടെ ഉൾഭയം വർദ്ധിപ്പിക്കുകയും ചെയ്തു. പ്രക്ഷുബ്ധമായ ഈ അവസ്ഥ സ്റ്റേറ്റ്കോൺഗ്രസ് യോഗത്തിന്റെ നട

ത്തിപ്പിനെയും ബാധിച്ചു. അവിടെ തൊഴിലാളികൾ ചോദ്യങ്ങൾ ഉന്നയിക്കുകയും നേതാക്കൾ പരിഭ്രാന്തരാവുകയും ചെയ്തു. കുട്ടനാട്ടിലെ കലുഷമായ രാഷ്ട്രീയാവസ്ഥയെ വാക്കുകളിലേക്ക് ആവാഹിച്ചെടുക്കാൻ തകഴിക്കു കഴിയുന്നുണ്ട്. പ്രതിസന്ധികളെയാകെ അതിജീവിച്ചുകൊണ്ട് യൂണിയൻ പ്രവർത്തനം മുന്നേറുകയാണ്.

യൂണിയനുവേണ്ടി ഒന്നും പ്രവർത്തിക്കാനായില്ലെന്ന കുറ്റബോധം ചാത്തനെ അലട്ടുന്നുണ്ട്. ചിരുതയെ സംരക്ഷിക്കുകയും ശുശ്രൂഷിക്കുകയും ചെയ്യുന്നതിനിടയിൽ യൂണിയൻ പ്രവർത്തനങ്ങളിൽ മുഴുകാൻ അയാൾക്കു കഴിഞ്ഞില്ല. കോരൻ ജയിൽ മോചിതനായെത്തുന്നതോടെ തന്റെ ചുമതലകൾ നിറവേറ്റിയ ചാരിതാർത്ഥ്യത്തോടെ അയാൾ സംഘടനാപ്രവർത്തനത്തിന് സ്വയം സമർപ്പിക്കുന്നു. ചാത്തന്റെയും ചിരുതയുടെയും വിശുദ്ധമായ സാഹോദര്യബന്ധം കോരനു ബോദ്ധ്യപ്പെടുന്നു. പരിപാവനമായ ഇത്തരം മനുഷ്യബന്ധങ്ങൾ തൊഴിലാളിവർഗ്ഗത്തിൽ രൂപപ്പെടുന്നതാണ് തകഴി വരച്ചുകാട്ടുന്നത്. ജീവിതസാഹചര്യങ്ങളുടെ സവിശേഷ പ്രേരണകളിൽ നിന്നാണ് ഇതുപോലുള്ള മാനുഷികബന്ധങ്ങൾ രൂപംകൊള്ളുന്നത്. സമ്പന്നവർഗ്ഗങ്ങളിൽ അത്തരം ബന്ധങ്ങളുടെ അഭാവവും തകഴി ദർശിക്കുന്നു. അവിടെ സ്വർത്ഥതാല്പര്യങ്ങളാണ് ബന്ധങ്ങളുടെ സ്വഭാവം നിർണ്ണയിക്കുന്നത്. യാതനാപൂർണ്ണമായി ജീവിതം നയിക്കുന്ന അടിമകളുടെ ഐതിഹാസിക പ്രക്ഷോഭവും അതിന്റെ പ്രത്യാഘാതങ്ങളുമാണ് *രണ്ടിടങ്ങഴി*യുടെ അവസാനഭാഗത്ത് ചിത്രീകരിക്കുന്നത്.

അഞ്ച്

രാഷ്ട്രീയ സാമൂഹ്യപരിവർത്തനങ്ങൾക്കു സമാന്തരമായി കോരനും ചാത്തനും ചിരുതയും ഉൾപ്പെടുന്ന ഒരു ത്രികോണ പ്രണയ കഥ നോവലിൽ ഉൾക്കൊള്ളിക്കുന്നുണ്ട്. ആ പ്രണയകഥയുടെ പരിണാമം അഭൂതപൂർവ്വമായ ഒന്നാണ്. കോരനും ചാത്തനും ഒരുപോലെ സ്നേഹിക്കുകയും മോഹിക്കുകയും ചെയ്ത പെണ്ണാണു ചിരുത. ചിരുതയുടെ അപ്പൻ കാളിപ്പറയൻ സാധാരണനിലയിൽ കവിഞ്ഞ 'പെൺപണം' (അമ്പതുരൂപയും അഞ്ചുപറനെല്ലും) ആവശ്യപ്പെടുന്നു. ചിരുതയുടെ അമ്മ കുഞ്ഞാളിപ്പറയിയെ സ്വാധീനിച്ച് ചിരുതയെ വിവാഹം ചെയ്യാനാണ് ചാത്തന്റ ശ്രമം. കോരനും ചാത്തനും തമ്മിലുള്ള മത്സരത്തിൽ കോരനാണ് വിജയിക്കുന്നത്. പെൺപണം നല്കാനായി അവന് കടക്കാരനാകേണ്ടിവന്നു. വിവാഹദിവസം ചില തർക്കങ്ങളുണ്ടാവുകയും കോരനോടൊപ്പം വന്ന ബന്ധുക്കളും സുഹൃത്തുക്കളുമെല്ലാം പിണങ്ങിപ്പോകുകയുമാണ്. ആ ഒറ്റപ്പെട്ട അവസ്ഥയിൽ കോരന് ആശ്വാസമേകുന്നത് ചാത്തൻ മാത്രമാണ്.

വിവാഹത്തിനുശേഷം കോരനുമുന്നിൽ പ്രശ്നങ്ങളും പ്രതിസന്ധി

കളും രൂക്ഷമാകുകയാണ്. മൂർത്തമായ ജീവിതപ്രതിസന്ധികളെ കോരനും ചിരുതയും അഭിമുഖീകരിക്കുകയാണ്. ദാരിദ്ര്യവും പട്ടിണിയും അവരെ തുറിച്ചു നോക്കുന്നു. സ്വന്തമായി ഒരു കൂരയില്ലാത്തതിന്റെ വിഷമങ്ങൾ അവരനുഭവിക്കുന്നു. ആത്മാർത്ഥമായും കഠിനമായും അദ്ധ്വാനിച്ചെങ്കിലും അപമാനവും നന്ദികേടുംമാത്രമാണ് ജന്മിയിൽ നിന്ന് കിട്ടുന്ന പ്രതിഫലം. കൂലി മുഴുവനും നല്കാതെ തടഞ്ഞുവെച്ച പല സന്ദർഭങ്ങളുമുണ്ടായി. അത്താഴത്തിന് അരിയില്ലാതെ നെല്ലിനു വേണ്ടി അലഞ്ഞു നടക്കേണ്ടിവരുന്ന സന്ദർഭങ്ങൾ ആവർത്തിക്കുന്നു. മറ്റുള്ളവരുടെ മുന്നിൽ വെച്ച് കോരന് ജന്മിയുടെ അപമാനവും മർദ്ദനവും ഏല്ക്കേണ്ടിവരുന്നു. ഇതിനൊക്കെ പുറമേയാണ് ജന്മിപുത്രനായ പുഷ്പവേലിൽ ചാക്കോ ചിരുതയുടെ മാനം കവരാൻ ശ്രമിക്കുന്നത്. കോരന്റെ അപ്പൻ മരിക്കുമ്പോൾ ശവം മറവുചെയ്യാൻ ആറടിമണ്ണുപോലും നല്കാൻ ജന്മി തയ്യാറാകുന്നില്ല. കോരൻ അപ്പന്റെ ശവം കായലിൽ കെട്ടിത്താഴ്ത്തുകയാണ്. ഇങ്ങനെ പീഡാനുഭവങ്ങളുടെ പരമ്പരകളെയാണ് കോരനും ചിരുതയ്ക്കും ഏറ്റുവാങ്ങേണ്ടിവരുന്നത്. അവരുടെ ദാമ്പത്യജീവിതം നിരന്തരം പരീക്ഷിക്കപ്പെടുകയായിരുന്നു. ഊഷ്മളമായ പ്രണയത്തിൽ അടിയുറച്ച ദാമ്പത്യബന്ധത്തിന്റെ ദാർഢ്യമാണ് പീഡാനുഭവങ്ങളെ സഹിക്കാനും ചെറുക്കാനും ആദ്യമൊക്കെ കോരനു കരുത്തേകിയത്. ചിരുതയിലുള്ള സ്നേഹവും വിശ്വാസവും അവന്റെ മനസ്സിന് ബലം നല്കി. ജന്മിത്തത്തിന്റെ ക്രൂരതകൾ ഒന്നൊന്നായി അനുഭവിച്ചറിഞ്ഞ കോരൻ സ്വാഭാവികമായി അതിനെ ചെറുക്കാൻ പ്രേരിതനാകുന്നു. കർഷകത്തൊഴിലാളി യൂണിയൻ രൂപീകരിക്കുമ്പോൾ അവൻ അതിന്റെ പ്രധാന പ്രചാരകനും പ്രവർത്തകനുമായിരുന്നു. അതിനുവേണ്ടി മറ്റെല്ലാം ത്യജിക്കാൻ അവൻ മുതിരുന്നു. പിന്നെപ്പിന്നെ കോരൻ തന്റെ ചെറുത്തുനില്പിന് പ്രേരണയും പിൻബലവും ആർജ്ജിക്കുന്നത് യൂണിയൻ പ്രവർത്തനത്തിൽ നിന്നാണ്. അതിന്റെ തണലിലാണ് അവൻ പിടിച്ചുനില്ക്കുന്നത്. തന്റെ ജീവിതയാത്ര അപകടം നിറഞ്ഞതാണെന്നറിയുമ്പോൾ ചിരുതയെ കൈവെടിയാൻ അവൻ മുതിരുന്നു. അവളെ അനാഥത്വത്തിലേക്ക് വലിച്ചെറിയാനല്ല അവളെ സുരക്ഷിതമായ കൈകളിൽ ഏല്പിക്കാനാണ് അവൻ ശ്രമിക്കുന്നത്. ജീവിതപ്രതിസന്ധികളിൽ പ്രണയം പുതിയവഴികൾ തിരയുകയാണ്. കോരൻ പൂർണ്ണമനസ്സോടെ ചിരുതയെ ചാത്തനു നല്കുകയാണ്. പ്രണയവും പ്രക്ഷോഭവും വിരുദ്ധപ്രചോദനങ്ങളായി കോരന്റെ മനസ്സിനെ ഉലയ്ക്കുന്നു. അവന്റെ മുന്നിലെ ഒരേയൊരു യാഥാർത്ഥ്യം യൂണിയനാണ്.

കോരനോടൊപ്പമുള്ള ജീവിതത്തിൽ ചിരുത ആഹ്ലാദവതിയും സംതൃപ്തയുമായിരുന്നു. എല്ലാ ദുരിതങ്ങളും അവൾ സന്തോഷപൂർവ്വം സഹിക്കുകയാണ്. താൻ പട്ടിണികിടന്നാലും കോരന്റെ വിശപ്പടക്കാൻ ചിരുത ശ്രദ്ധിച്ചിരുന്നു. കോരന്റെ അപ്പനെയും അവൾ സ്നേഹപൂർവ്വം ശുശ്രൂഷിക്കുകയും സംരക്ഷിക്കുകയും ചെയ്യുന്നുണ്ട്. പുഷ്പവേലിൽ

ചാക്കോയുടെ അപ്രതീക്ഷിതമായ കടന്നാക്രമണത്തിൽ നിന്നു രക്ഷപ്പെട്ടകാര്യം അവൾ കോരനോടു പറയാതെ രഹസ്യമായി സൂക്ഷിക്കുന്നു. മറിയയുടെ ഉപദേശപ്രകാരമാണ് അങ്ങനെ ചെയ്യുന്നതെങ്കിലും കോരന് അപകടമൊന്നും സംഭവിക്കരുത് എന്നതായിരുന്നു അവളുടെ ഉദ്ദേശ്യം. എന്നിട്ടും ഒരു പൊതുപ്രശ്നം എന്ന നിലയിൽ പറയക്കിടാത്തികൾക്ക് മുതലാളിമാരിൽനിന്നും നേരിടേണ്ടിവരുന്ന ശല്യങ്ങൾ അവൾ സൂചിപ്പിക്കുന്നുണ്ട്. താൻ അതിന്റെ ഇരയാണെന്നത് മറച്ചുവെക്കുന്നു. ഇതുപോലുള്ള അനുഭവങ്ങൾ യൂണിയൻ പ്രവർത്തനത്തിന് അവളെ ഉത്സുകയാക്കുന്നുണ്ട്. തന്നെ സംരക്ഷിക്കുകയും കൊടും തണുപ്പിൽ വരാന്തയിൽക്കിടക്കുകയും ചെയ്യുന്ന ചാത്തനോട് അവൾക്ക് സഹതാപമുണ്ട്. എന്നാൽ ചാരിത്രവതിയായ ഭാര്യയ്ക്ക് അനുവദനീയമായ ലക്ഷ്മണരേഖ അവൾ അതിലംഘിക്കുന്നില്ല. മാത്രമല്ല ചാത്തനെ ഒരു സഹോദരന്റെ മാനസികാവസ്ഥയിലേക്ക് അവൾ മാറ്റിയെടുക്കുകയും ചെയ്യുന്നു. അത്യുദാത്തമായ ഒരു സാഹോദര്യബന്ധത്തിൽ ചിരുതയും ചാത്തനും കോർത്തിണക്കപ്പെടുന്നു. കോരൻ ജയിൽ മുക്തനാകുമ്പോൾ ചിരുതയെയും കുഞ്ഞിനെയും അയാളെ ഏല്പിച്ച് ചാത്തൻ സംഘടനാപ്രവർത്തനങ്ങളുടെ സമരപഥങ്ങളിലേക്കിറങ്ങുകയാണ്. അങ്ങനെ മനുഷ്യബന്ധങ്ങളുടെ വിശുദ്ധിനിറഞ്ഞ അനുഭവങ്ങൾ തകഴി വിളംബരപ്പെടുത്തുന്നു. ഈ വിശുദ്ധി സമൂഹത്തിലെ ഉന്നതന്മാർക്കും ജന്മിവിഭാഗങ്ങൾക്കും അന്യവും അപരിചിതവുമാണെന്നു തകഴി കരുതി. അവർക്കിടയിൽ അത്തരം ബന്ധങ്ങൾ അദ്ദേഹം സങ്കല്പിക്കുന്നില്ല.

ആറ്

പ്രക്ഷോഭത്തിനാണോ പ്രണയത്തിനാണോ തകഴി കൂടുതൽ പ്രാധാന്യം നല്കുന്നത് എന്ന ചോദ്യം ഉയർന്നുവരുന്നുണ്ട്. *രണ്ടിടങ്ങഴി*യിൽ മണ്ണിന്റെ കഥ പറയാൻ ശ്രമിച്ച് അത് പെണ്ണിന്റെ കഥയായി പരിമിതപ്പെട്ടുപോയി എന്ന് വിമർശനം ഉന്നയിക്കപ്പെട്ടിട്ടുണ്ട്. പ്രണയവും പ്രക്ഷോഭവും *രണ്ടിടങ്ങഴി*യുടെ ഇതിവൃത്തഘടനയിലെ സുപ്രധാന കണ്ണികളാണ്. പരസ്പരവിരുദ്ധ പ്രവണതകളായല്ല പരസ്പരപൂരക യാഥാർത്ഥ്യങ്ങളായാണ് അവ നിലകൊള്ളുന്നത്. സാധാരണ ത്രികോണ പ്രണയകഥകളുടെ ഘടനയല്ല ഈ നോവലിന്റെ ഇതിവൃത്തത്തിനുള്ളത്. നായക-പ്രതിനായകന്മാർ തമ്മിലുള്ള സംഘട്ടനമോ പോരാട്ടമോ *രണ്ടിടങ്ങഴി*യിലില്ല ചാത്തനെ 'പ്രതിനായകൻ' എന്നു വിശേഷിപ്പിക്കുവാനുമാവില്ല. രണ്ടുപേരും ചിരുതയെ ആഗ്രഹിച്ചിരുന്നെങ്കിലും അവളെ വിവാഹം ചെയ്ത കോരനെ പ്രതിയോഗിയായി ചാത്തൻ സങ്കല്പിക്കുന്നില്ല. കോരന്റെ ഒറ്റപ്പെടലിലും നിസ്സഹായതയിലും അയാൾക്ക് താങ്ങാകുന്നത് ചാത്തനാണെന്നത് ശ്രദ്ധേയമാണ്. പരസ്പരം മനസ്സിലാക്കാനും തുണയേകാനും തയ്യാറെടുക്കുന്നവർ എന്ന നിലയിലാണ് അവരുടെ സൗഹൃദം

വളരുന്നത്. കൂറേക്കൂടി വലിയൊരുപ്രതിസന്ധിയിലും ചാത്തൻ കോരനു തണലേകുന്നുണ്ട്. കർഷകത്തൊഴിലാളിയൂണിയനുമായി ബന്ധപ്പെട്ട തന്റെ പ്രവർത്തനങ്ങൾ അപകടകരമാണെന്നറിയുമ്പോൾ ചിരുതയുടെ സുരക്ഷയെക്കുറിച്ച് കോരൻ ചിന്തിക്കുന്നു. അവളെ ചാത്തന്റെ കൈകളിൽ ഏല്പിക്കാനാണ് കോരൻ ആലോചിക്കുന്നത്. ഒരിക്കൽ അയാൾ അവളെ ആഗ്രഹിച്ചതുമാണല്ലോ. എന്നാൽ കോരന്റെ സ്ഥാനത്ത് മറ്റാരെയും കാണാൻ ചിരുതയ്ക്കു കഴിയുമായിരുന്നില്ല. ഇതു മനസ്സിലാക്കിയ ചാത്തൻ അവളുടെ സഹോദരസ്ഥാനം കൈയേല്ക്കുന്നു. പ്രക്ഷോഭത്തിന്റെ ഭാഗമായി പ്രണയസാഫല്യം അർത്ഥവത്താകുന്നതാണ് *രണ്ടിടങ്ങഴി*യിൽ ആവിഷ്കരിക്കുന്നത്. മണ്ണിന്റെയും പെണ്ണിന്റെയും കഥ പരസ്പരാശ്രിതത്വത്തോടെ ഈ കൃതിയിൽ നിലകൊള്ളുന്നു. പ്രക്ഷോഭത്തിന്റെ അഗ്നിയിൽ സ്ഫുടംചെയ്ത് ശുദ്ധികൈവരിക്കുന്ന പ്രണയമാണ് *രണ്ടിടങ്ങഴി*യിലേത്.

കുറിപ്പുകൾ

1. *തകഴി ശിവശങ്കരപ്പിള്ള*, പു. 99
2. *കേസരിയുടെ സാഹിത്യവിമർശനങ്ങൾ*, പു. 547.
3. *കേസരിയുടെ സാഹിത്യവിമർശനങ്ങൾ*, പു. 549

6

സഹനമാകുന്ന പ്രണയം

ഒന്ന്

പ്രണയദുരന്തത്തിന്റെ തീവ്രമായ ആവിഷ്കാരമാണ് *ബാല്യകാല സഖി.* പ്രകടമായ പ്രക്ഷോഭങ്ങൾ *ബാല്യകാലസഖി*യുടെ ഇതിവൃത്ത പരിധിയിൽ കടന്നുവരുന്നില്ല. കഥാനായകന്റെ മാനസികസംഘർഷങ്ങൾ പകർത്തുന്നതിൽ നോവലിസ്റ്റ് അനിതരസാധാരണമായ സൂക്ഷ്മതയും ജാഗ്രതയും പുലർത്തുന്നുണ്ട്.

പ്രണയം മുഖ്യപ്രമേയമായി കടന്നുവരുന്ന പ്രഥമ മലയാള നോവലായി *ബാല്യകാലസഖി* വിലയിരുത്തപ്പെട്ടിട്ടുണ്ട്.[1] ബഷീറിന്റെ ആത്മാംശം പ്രകടമാകുന്ന നോവലുമാണിത്. കഥാനായകനായ മജീദ് വീടുംനാടും വിട്ടുപോകുന്ന സന്ദർഭം ഇതിവൃത്തത്തിലെ നിർണ്ണായകമായ വഴിത്തിരിവായി പരിണമിക്കുന്നു. സുഹ്റയുമായി ബാല്യകാലം മുതലുണ്ടായിരുന്ന ഇണക്കവും പിണക്കവും കലർന്ന സൗഹൃദം പ്രണയത്തിന്റെ വീഥിയിൽ പ്രവേശിക്കുന്ന സന്ദർഭത്തിലാണ് മജീദിന്റെ പര്യടനം തുടങ്ങുന്നത്. സുഹ്റയോട് യാത്രപറയാൻപോലും അയാൾ മുതിരുന്നില്ല. അത്തരം ഒരു വീടുവിട്ടുപോകൽ അനിവാര്യമാക്കുന്ന സാഹചര്യമാണ് അയാളുടെ കുടുംബത്തിലുണ്ടാകുന്നത്. ബാപ്പയുമായുള്ള അകല്ച്ചയും ബാപ്പ അടിച്ചതുമൊക്കെ പരദേശയാത്രയുടെ പിന്നിലുള്ള ചില പ്രേരണകളാകാം. എന്നാൽ ആ സംഭവങ്ങളുണ്ടായില്ലെങ്കിൽപ്പോലും ഒരു യാത്രാപഥം മജീദ് തിരഞ്ഞെടുക്കുമായിരുന്നു. താനീ നാടുവിട്ടുപോകുമെന്നും ആറുമാസത്തെ വഴിക്കപ്പുറമെത്തുമെന്നും കുട്ടിക്കാലത്തുതന്നെ മജീദ് പറയുമായിരുന്നു. മജീദ് ഒരു കാല്പനികമനസ്സിന്റെ ഉടമയായിരുന്നു. മാനം മുട്ടുന്ന മാളികയിലെ രാജ

കുമാരിയുമൊത്തുള്ള ജീവിതം അയാൾ ഭാവന ചെയ്തിരുന്നു. അങ്ങനെ ഭാവനയുടെ ചിറകുകളേറി സഞ്ചരിച്ചിരുന്ന ഒരാൾക്ക് ഗ്രാമത്തിന്റെ ഇത്തിരി വൃത്തത്തിലുള്ള ജീവിതം പഥ്യമാകാനിടയില്ല. ദേശാന്തര യാത്രയ്ക്കുള്ള ഉദ്വേഗം ആ മനസ്സിനെ മഥിച്ചിരുന്നതായി കരുതണം. ലോകത്തിന്റെ അനന്തവിശാലതയിലേക്കാണ് മജീദ് പുറപ്പെടുന്നത്. വ്യത്യസ്ത ദേശങ്ങളിലേക്കുള്ള ആ യാത്ര വ്യത്യസ്ത മതവിഭാഗങ്ങളിൽ പ്പെട്ടവരെയും വ്യത്യസ്ത ഭാഷകൾ സംസാരിക്കുന്നവരെയും അടുത്ത റിയാൻ ഉതകി. തന്റെ യാത്രയ്ക്കിടയിൽ മജീദ് പഠിച്ചതും അറിഞ്ഞതും മനുഷ്യജീവിതത്തെയാണ്. എല്ലായിടത്തും മനുഷ്യർ ഒരുപോലെയാ ണെന്നും സഹനത്തിനും കീഴടങ്ങലിനും അതിജീവനത്തിനും ദേശഭേദ മില്ലെന്നും വിശപ്പിനും ദുരിതങ്ങൾക്കും എല്ലായിടത്തും ഒരേ മുഖ ച്ഛായയാണെന്നും മജീദ് തിരിച്ചറിയുന്നു.

മജീദിന്റെ ഈ ദേശാന്തരയാത്രയാണ് പില്ക്കാല ദുരിതങ്ങൾ ക്കെല്ലാം കാരണമായിത്തീരുന്നത്. യാത്രയുടെ സുദീർഘ വർഷങ്ങൾ ക്കിടയിൽ നിരവധി ദുഃഖകരമായ സംഭവങ്ങൾ അരങ്ങേറുന്നു. ബാപ്പ യുടെ കച്ചവടം തകരുന്നതും വീട് ജപ്തിയുടെ വക്കിലെത്തുന്നതും രോഗിയായ ബാപ്പയും ഉമ്മയും സഹോദരിമാരും അനിശ്ചിതത്വത്തിന്റെ മുൾമുനയിൽ എത്തിനില്ക്കുന്നതും ഒരു ഇറച്ചിവെട്ടുകാരൻ സുഹ്റയെ വിവാഹം ചെയ്യുന്നതും ആ ദാമ്പത്യം അവൾക്കു നരകമായിത്തീരുന്നതും അവൾ വീട്ടിലേക്ക് മടങ്ങിപ്പോരുന്നതും—എല്ലാം മജീദിന്റെ അഭാവത്തിൽ സംഭവിക്കുന്ന ദുരന്തങ്ങളാണ്. ദേശാന്തരയാത്രയ്ക്കുശേഷം ശൂന്യമായ കൈകളോടെ തിരിച്ചെത്തുന്ന മജീദിന് വലിയ പ്രതിസന്ധികളെ അഭിമുഖീകരിക്കേണ്ടിവരുന്നു. അവയ്ക്കു പരിഹാരം കാണാൻ ഉമ്മയുടെ നിർദ്ദേശപ്രകാരം വീണ്ടും അയാൾ യാത്ര പുറപ്പെടുന്നു—ജോലി തേടിയുള്ള യാത്ര. സുഹ്റ വീണ്ടും പ്രതീക്ഷയുടെ നാളമായി മനസ്സിന്റെ പടിവാതിലിൽ നിലകൊള്ളുന്നുണ്ട്. പല ദേശങ്ങളിലുമുള്ള മുസ്ലീം സമുദായപ്രമാണിമാർ മുസ്ലീം സമുദായത്തിൽപ്പെട്ട നിർദ്ധനരെ സഹായിക്കുന്നുണ്ടെന്ന് ഉമ്മ പറഞ്ഞിരുന്നു. ആ പ്രതീക്ഷയുമായി ചിലരെ മജീദ് സമീപിച്ചെങ്കിലും നിരാശമാത്രമായിരുന്നു ഫലം. ഒരത്താണിയായി ലഭിച്ച കമ്പനി ഉല്പന്നങ്ങൾക്ക് ഓഡർ പിടിക്കുന്ന ജോലി സ്വീകരിക്കുന്നുണ്ടെങ്കിലും അധികനാൾ തുടരാനായില്ല. സൈ ക്കിൾ അപകടത്തെ തുടർന്ന് മജീദ് ആശുപത്രിയിലാകുന്നു. ഒരു കാലിന്റെ പകുതി മുറിച്ചുമാറ്റപ്പെടുന്നു. മജീദിന്റെ ജീവിതത്തിനും സ്വപ്നങ്ങൾക്കുമേറ്റ കനത്ത ആഘാതമായി മാറുന്ന സംഭവമാണത്. ജീവിതം വഴിമുട്ടിനില്ക്കുകയാണ്. ഗത്യന്തരമില്ലാതെ ഹോട്ടലിലെ എച്ചിൽ പാത്രങ്ങൾ കഴുകുന്ന ജോലി സ്വീകരിക്കേണ്ടിവരുന്നു. ആ ജോലിയിൽ കഷ്ടപ്പെട്ട് പിടിച്ചുനില്ക്കുമ്പോഴാണ് ക്ഷയരോഗം ബാധിച്ച് സുഹ്റ മരിച്ച വിവരം ഉമ്മ എഴുതി അറിയിക്കുന്നത്. ഇങ്ങനെ ദുർവ്വിധി നിരന്തരം മജീദിനെ വേട്ടയാടിക്കൊണ്ടിരുന്നു. അയാൾ നിസ്സഹായനായ

ഇരയായിത്തീരുന്നു. ദുർവ്വിധികളുടെ പരമ്പരകളിലൂടെ ജീവിതം മുന്നോട്ടു നീങ്ങുകയാണ്.

മജീദിന്റെയും സുഹ്റയുടെയും പ്രണയം മാത്രമല്ല ജീവിതവും തകർന്നു പോകുകയാണ്. പ്രണയത്തിന്റെ തകർച്ച പ്രണയികളുടെ ജീവിതത്തെ ദാരുണാവസ്ഥയിലെത്തിക്കുന്ന ചിത്രമാണ് *ബാല്യകാല സഖി* -കാഴ്ചവെയ്ക്കുന്നത് .ഗാഢവും തീവ്രവുമായ പ്രണയമാണത്. കൗമാര പ്രണയത്തിന്റെ ഉപരിപ്ലവ പ്രേരണകളിൽ അഭിരമിക്കുന്ന പ്രണയികളല്ല മജീദും സുഹ്റയും. പ്രണയത്തിന്റെ ആത്മാർത്ഥതയും അനുഭവതീവ്രതയും അസ്ഥിയിൽ ഏറ്റുവാങ്ങുന്നവരാണ്. ജീവിതത്തിന്റെ ഏതു പതന സന്ധിയിലും പ്രണയത്തെ മുറുകെ പിടിക്കുന്നവർ. വിവാഹിതയായ സുഹ്റ വിവാഹ ജീവിതത്തിലെ പൊരുത്തക്കേടുകൾ കാരണം സ്വന്തം വീട്ടിൽ മടങ്ങിയെത്തിയ സന്ദർഭം. മജീദ് ലോകസഞ്ചാരത്തിനുശേഷം തിരിച്ചെത്തിയതും അതേകാലയളവിൽ തന്നെയാണ്. ഭർത്തൃഗൃഹത്തിൽ നിന്ന് കോലം കെട്ടാണ് സുഹ്റ മടങ്ങിയത്. മജീദിന്റെ സാന്നിദ്ധ്യം അവളുടെ മുഖത്തിനു രക്ത പ്രസാദവും കണ്ണുകൾക്കു തിളക്കവും നല്കിയതായി നോവലിസ്റ്റ് വ്യക്തമാക്കുന്നു. വിവാഹജീവിതത്തിലെ ദുരിതങ്ങളെക്കുറിച്ച് അവൾ മജീദിനോട് പറയുന്നുണ്ട്. അവരിരുവരും ഗതകാലാനുഭവങ്ങളുടെ ഊഷ്മള സ്മൃതികളിൽ ലയിക്കുന്നുണ്ട്. നമ്മളെ പറ്റി അയൽപക്കക്കാർ എന്തൊക്കയോ പറയുന്നുണ്ട്.-- "സുഹ്റ സൂക്ഷിക്കണം. സ്ത്രീയാണ്, പേരിനു കളങ്കം പറ്റാതെ ...എന്ന് മജീദ് സൂചിപ്പിക്കുന്നു. "ഓ...കളങ്കം പറ്റട്ടെ എന്റെ ആത്മാവിനുകൂടി കളങ്കം പറ്റട്ടെ--മറ്റെങ്ങുന്നുമല്ലല്ലോ"--എന്നാണ് സുഹ്റ പ്രതികരിക്കുന്നത്. വർഷങ്ങൾ പലത് കഴിഞ്ഞിട്ടും ദാമ്പത്യജീവിതത്തിൽ കയ്പുനീർ കുടിക്കേണ്ടിവന്നിട്ടും കൗമാരപ്രണയത്തിന്റെ നാളം ഉലയാതെ, മങ്ങാതെ അവളിൽ കത്തിക്കൊണ്ടിരിക്കുന്നു എന്ന് വെളിപ്പെടുത്തുന്ന വാക്കുകളാണവ. "സുഹ്റാ....ഇനി ഭർത്താവിന്റെ വീട്ടിൽ പോകേണ്ട" എന്ന മജീദിന്റെ വാക്കുകൾ അവളുടെ സംരക്ഷണം ഏറ്റെടുക്കാനുള്ള വ്യഗ്രത തുടിച്ചുനില്ക്കുന്നവയാണ്. ജീവിതത്തിന്റെ നിരവധി പദപ്രശ്നങ്ങൾ അലട്ടിക്കൊണ്ടിരിക്കുമ്പോഴും പ്രണയവഴികളിലൂടെയുള്ള സാഹസികയാത്ര ഇരുവരെയും പ്രലോഭിപ്പിക്കുന്നു.

വേർപാടിന്റെയും വ്യഥയുടെയും സഹനങ്ങളിലൂടെ അവരുടെ പ്രണയം പരീക്ഷിക്കപ്പെടുകയാണ്. പ്രതിസന്ധികളിലും ദുഃഖാനുഭവങ്ങളിലും പതറാതെ അവർ പ്രണയബദ്ധരായിത്തന്നെ നിലകൊള്ളുന്നു. അവരുടെ പ്രണയം ദാമ്പത്യത്തെ പ്രാപിച്ച് ഭൗതികസാക്ഷാൽക്കാരം കൈവരിക്കുന്നില്ല. എന്നാൽ വിശുദ്ധ സ്നേഹത്തിന്റെ സുവർണ്ണ കിരീടം ചാർത്തി തലമുറകൾ അവരെ അനുഗ്രഹിക്കുന്നു സ്നേഹത്തെ ജീവിതത്തിന്റെ വിശുദ്ധിയായി ജീവിതം തന്നെയായി കണ്ട സുഹ്റ സ്നേഹത്തിൽ കിടന്നുകൊണ്ടു തന്നെയാണ് അകാലത്തിൽ മരിച്ചുപോകുന്നത്. ജീവിതം അവളോടു നീതികാണിച്ചില്ലായിരിക്കാം. എങ്കിലും

മറ്റൊരു നിലയ്ക്ക് സുഹ്റ ഭാഗ്യവതിയാണ്. അവൾ സ്നേഹിച്ചു. അവൾക്കു സ്നേഹം തിരിച്ചുകിട്ടി.[2] ഇതുതന്നെയാണ് മജീദിന്റെയും അനുഭവം. പ്രണയവിഘ്നം നേരിടുന്നവർക്കു മിക്കപ്പോഴും പ്രണയ സാഫല്യം നിഷേധിക്കപ്പെടുകയാണ് പതിവ്.. *ബാല്യകാല സഖി*യിലെ പ്രണയികൾ പ്രണയസാഫല്യത്തിൽ എത്തുന്നില്ലെങ്കിലും പ്രണയ ത്താൽ അനുഗ്രഹിക്കപ്പെടുന്നവരാണ്.

ഈ ദുരന്തപ്രണയകഥയുടെ പശ്ചാത്തലത്തിൽ ഇരുണ്ട ജീവിത മേഖലകൾ കാളിമ പരത്തിനില്ക്കുന്നുണ്ട്. അന്ധവിശ്വാസങ്ങളും അനാ ചാരങ്ങളും അനാശാസ്യതകളും നിറഞ്ഞ സമുദായഘടനയുടെ കരി ങ്കൽച്ചുമരിൽ തട്ടിത്തകർന്നുപോകുന്ന പ്രണയമാണ് *ബാല്യകാലസഖി* യിലുള്ളത്. മജീദിന്റെ ദേശാന്തരയാത്രയ്ക്കിടയിലാണ് സുഹ്റയുടെ വിവാഹം നടക്കുന്നത്. അവൾക്കതിൽ കാര്യമായ പങ്കാളിത്തമൊന്നും ഉണ്ടായിരുന്നില്ല. മറ്റുള്ളവരുടെ തീരുമാനത്തിനു വഴങ്ങിക്കൊടുക്കുക മാത്രമായിരുന്നു. അവളുടെ അഭിപ്രായം ആരും അന്വേഷിക്കുകപോലും ചെയ്തില്ല. ഇത് അക്കാലത്തെ വിവാഹസമ്പ്രദായത്തിന്റെ സ്വാഭാവിക രീതിയായി കണക്കാക്കാം. വിവാഹം വീട്ടുകാരുടെ മാത്രം തീരുമാന പ്രകാരം നടന്നുപോന്നു. വിവാഹിതയാകുന്ന പെൺകുട്ടി അനുസരി ക്കാൻ വിധിക്കപ്പെട്ടവളായിരുന്നു. അവളുടെ മുന്നിൽ മറ്റു മാർഗ്ഗങ്ങ ളൊന്നും ഉണ്ടായിരുന്നില്ല. സുഹ്റയുടെ ദാമ്പത്യജീവിതത്തെ കുറിച്ച് നോവലിസ്റ്റ് കോറിയിടുന്ന രേഖാചിത്രങ്ങൾ സ്ത്രൈണാവസ്ഥയുടെ അഭിശപ്തതയിലേക്ക് വിരൽചൂണ്ടുന്നവയാണ്. ഇറച്ചിവെട്ടുകാരനായ ഭർ ത്താവിന് മറ്റൊരു ഭാര്യയും കുട്ടിയുമുണ്ടായിരുന്നു. സുഹ്റയുടെ സ്വർണ്ണം മുഴുവൻ അയാൾ വിറ്റു. പണം ധൂർത്തടിച്ചു. സ്ത്രീധനത്തുക യ്ക്കുവേണ്ടി എപ്പോഴും ബഹളം കൂട്ടിക്കൊണ്ടിരുന്നു. കുടുംബവിഹിതം വാങ്ങിക്കൊണ്ടുചെല്ലാനാവശ്യപ്പെട്ട് സുഹ്റയെ അയാൾ മർദ്ദിച്ചിരുന്നു. സ്ത്രീധനം സമുദായം പൊതുവിൽ അംഗീകരിച്ചിരുന്നതായി കരുതണം. സ്ത്രീധനം നല്കാൻ ശേഷിയില്ലാത്ത ദരിദ്രകുടുംബങ്ങളിൽ പെൺകു ട്ടികൾ അവിവാഹിതകളായി നിന്നുപോകുന്ന അവസ്ഥ ഉണ്ടായിരുന്നു. സ്ത്രീധനം നല്കാനുള്ള സാമ്പത്തികശേഷി ഇല്ലാതിരുന്നതാണ് സുഹ്റയുടെ ദുർവ്വിധിക്കു കാരണം. നല്ല തുക സ്ത്രീധനം നല്കിയിരു ന്നെങ്കിൽ നല്ല ഭർത്താവിനെ കിട്ടുമായിരുന്നു. മജീദിന്റെ സഹോദരിമാരെ സ്ത്രീധനം നല്കി വിവാഹം കഴിച്ചയയ്ക്കണമെന്ന് ഉമ്മ നിർബ്ബ ന്ധിക്കുന്നത് അതുകൊണ്ടാണ്. സഹോദരിമാർക്ക് സ്ത്രീധനം നല്കേണ്ട ഉത്തരവാദിത്വം മജീദ് ഏറ്റെടുക്കുന്നത് അവർക്ക് നല്ല വിവാഹം ഉണ്ടാവാൻ വേണ്ടിയാണ്. ഇങ്ങനെ സ്ത്രീധനം എന്ന ദുരാചാരം മുസ്ലീം സ്ത്രീകളുടെ ശാപമായി നിലനിന്ന ദുരവസ്ഥയെ ബഷീർ നോവലിന്റെ ഇതിവൃത്ത ഘടനയിൽ തുന്നിച്ചേർക്കുന്നു. ഇതു പോലുള്ള ദുരാചാരങ്ങൾ അവസാനിക്കേണ്ടതിന്റെ ആവശ്യകത വായ നക്കാരെ ബോദ്ധ്യപ്പെടുത്തുന്നു. സ്ത്രീധനം നല്കാത്തതിന്റെ പേരിൽ

സുഹ്റയ്ക്കു നേരിടേണ്ടിവരുന്ന യാതനാനിർഭരമായ അനുഭവങ്ങൾ സ്ത്രീ ജീവിതത്തിന്റെ ദുരിതങ്ങളെ സാക്ഷ്യപ്പെടുത്തുന്നവയാണ്.

അടിച്ചമർത്തപ്പെടുകയും പുറന്തള്ളപ്പെടുകയും ചെയ്യുന്ന സ്ത്രീത്വം *ബാല്യകാലസഖി*യിൽ നെടുവീർപ്പിട്ടുനില്ക്കുന്നു. മജീദിന്റെ ബാപ്പ ഉമ്മയ്ക്ക് പരിഗണന നല്കിയിരുന്നില്ല. അയാൾ അവരെ ചീത്തപറയുകയും തല്ലുകയും ചെയ്തിരുന്നു. പെണ്ണ് ഏതു നിലയിലും ആണിനെ പേടിക്കേണ്ടവളാണെന്ന വിശ്വാസവും ധാരണയും പഴയതലമുറയെ ഭരിച്ചുപോന്നു. മജീദിന്റെ ബാപ്പ ഈ സമീപനമാണ് വെച്ചുപുലർത്തുന്നത്. മജീദിന്റെ ഉമ്മയ്ക്ക് ആ വീട്ടിൽ യാതൊരു സ്ഥാനവും അംഗീകാരവും ഉണ്ടായിരുന്നില്ല. അനുസരിക്കാൻ മാത്രം വിധിക്കപ്പെട്ട ഒരു മനുഷ്യജീവിയായിരുന്നു ഉമ്മ. പുരുഷാധിപത്യത്തിന്റെ ഇരകളായി സ്ത്രീകൾ മാറുന്ന അവസ്ഥ സമുദായത്തിൽ നിലനിന്നിരുന്നു എന്ന് ബഷീർ രേഖപ്പെടുത്തുന്നുണ്ട്. ഭർത്താവിന്റെ അടിയും തൊഴിയും കൊള്ളുന്നതിൽ അന്നത്തെ സ്ത്രീ മനസ്സ് വേദനയോ അപമാനമോ പേറിയിരുന്നില്ല. “അവളെ കെട്ടിയോൻ ഒന്ന് തൊയിച്ചെങ്കിലെന്താ, ഒരിക്കത്തല്ലിയപ്പോ പല്ലുപോയിരിക്കും—അന്നാലും കെട്ടിയോനല്ലേ,” സുഹ്റയുടെ പീഡാനുഭവങ്ങളോടുള്ള സ്ത്രീ സമൂഹമനസ്സിന്റെ പ്രതികരണം ഇങ്ങനെയാണ്. പഴയ ആചാരങ്ങളിൽനിന്നും സമ്പ്രദായങ്ങളിൽ നിന്നും തെന്നിമാറുന്നതിനെക്കുറിച്ച് ആലോചിക്കാൻ പോലുമാവാത്ത ഒരു തലമുറയെ ബഷീർ അവതരിപ്പിക്കുന്നുണ്ട്. മജീദിന്റെ ബാപ്പയും ഉമ്മയുമൊക്കെ ആ തലമുറയെ പ്രതിനിധാനം ചെയ്യുന്നു. ബാപ്പ ഉമ്മയുടെ താല്പര്യങ്ങൾ കണക്കിലെടുക്കുന്നില്ല. സ്വന്തം ഇംഗിതങ്ങളും തീരുമാനങ്ങളും കുടുംബാംഗങ്ങളിൽ അടിച്ചേല്പിക്കുകയാണ്. ഈ പ്രവണതയുടെ മറ്റൊരുമുഖമാണ് സുഹ്റയുടെ ഭർത്താവിനുള്ളത്. സ്ത്രീധനത്തിനുവേണ്ടി ബഹളം വെക്കുകയും സുഹ്റയെ മർദ്ദിക്കുകയും ചെയ്യുന്ന നിഷ്ഠുരനാണയാൾ. ദുഷിച്ച ആചാരങ്ങളുടെയും സാമൂഹ്യ ദുർനിയമങ്ങളുടെയും പുരുഷാകാരമാണയാൾ.

ആത്മസംഘർഷങ്ങളും ആത്മസമരങ്ങളും ബഷീർ കൃതികളുടെ ഇതിവൃത്തഘടനയിലെ കനത്ത ഇഴകളാണ്. ദുരന്തബോധത്തോടെയും നർമ്മബോധത്തോടെയും ബഷീർ പ്രണയത്തെ സമീപിക്കുന്നുണ്ട്. പ്രണയദുരന്തത്തിന്റെ തീവ്രാഘാതമാണ് *ബാല്യകാലസഖി* അനുവാചകനിലേല്പിക്കുന്നത്. ജീവിതസമരത്തിൽ പരാജിതനാകുന്ന നായകന് പ്രണയസാഫല്യവും അപ്രാപ്യമാകുന്നു.

നവോത്ഥാന ചിന്തകൾ കടന്നുവരുന്നതിനു മുമ്പുള്ള മുസ്ലീം കുടുംബ-സമുദായഘടനകളെയും അവയെ പൊതിഞ്ഞുനില്ക്കുന്ന ജീർണ്ണതകളെയും ബഷീർ *ബാല്യകാലസഖി*യുടെ കാൻവാസിൽ വരച്ചുവെക്കുന്നു. നവോത്ഥാനമൂല്യങ്ങളിലേക്ക് മുസ്ലീംസമുദായം നടന്നെത്തേണ്ടതിന്റെ അനിവാര്യത കഥാസന്ദർഭങ്ങളിലൂടെയും കഥാപാത്രങ്ങളുടെ അനുഭവസങ്കീർണ്ണതകളിലൂടെയും ബഷീർ ഉദ്ഘോ

ഷിക്കുന്നു. അത്തരം മൂല്യങ്ങളുടെ അഭാവമാണ് ഈ നോവലിലെ പ്രണയം ദുരന്തമായി പരിണമിക്കുന്നതിന്റെ പ്രധാന കാരണം. ജീവിതാവസ്ഥയെ മാറ്റിയെടുക്കാനുള്ള പ്രക്ഷോഭങ്ങളുടെ അനിവാര്യത പരോക്ഷമായി പ്രകടിപ്പിക്കുകമാത്രമാണ് ബഷീർ ചെയ്യുന്നത്. ദുഷ്പ്രവണതകളെ കടപുഴക്കിയെറിയാൻ പര്യാപ്തമായ സാമൂഹ്യമാറ്റങ്ങളെ മനസ്സുകൊണ്ട് സ്വാഗതം ചെയ്യുന്നു.

രണ്ട്

ബഷീറിന്റെ സാഹിത്യകലയുടെ മുഖ്യസവിശേഷത അത് ദുരന്തബോധത്തെയും നർമ്മബോധത്തെയും സമചിത്തതയോടെ ആശ്ലേഷിക്കുന്നു എന്നതാണ്. ഈ രണ്ടു ജീവിതാവബോധങ്ങൾ തമ്മിലുള്ള അകലം അനായാസം നടന്നുതീർത്ത കഥാകാരനാണ് ബഷീർ. അദ്ദേഹത്തിന്റെ രചനകളെയാകെ ഈ രണ്ടു വിഭാഗങ്ങളിൽ ഉൾപ്പെടുത്തി വിഭജിക്കാമെന്നു തോന്നുന്നു. പ്രണയദുരന്തത്തിന്റെ മുഖമാണ് *ബാല്യകാലസഖി* പ്രകടിപ്പിക്കുന്നതെന്ന് നാം കണ്ടു കഴിഞ്ഞു. പ്രണയത്തിന്റെ നർമ്മമുഖം പ്രകടിപ്പിക്കുന്ന ലഘുനോവലാണ് *പ്രണയലേഖനം*. ദുരന്തബോധത്തിന്റെ പ്രേരണയിൽ എഴുതുമ്പോഴും നർമ്മരസം തുളുമ്പുന്ന രചന നിർവ്വഹിക്കുമ്പോഴും ബഷീർ കൃതികളിൽ നവോത്ഥാനമൂല്യങ്ങളുടെ ഉൾപ്രേരണകൾ സ്വാധീനം ചെലുത്തുന്നുണ്ടെന്നു കാണാം. *പ്രേമലേഖന*ത്തിൽ സാധാരണരീതിയിലുള്ള പ്രണയ ഇതിവൃത്തമില്ല. നർമ്മത്തിന്റെ വേരോട്ടമുള്ള ചില പ്രണയാനുഭവങ്ങൾ പകർത്തുക മാത്രമാണ് നോവലിസ്റ്റ് ചെയ്യുന്നത്.

ബാങ്ക് ഉദ്യോഗസ്ഥനായ കേശവൻനായർ താൻ വാടകയ്ക്ക് താമസിക്കുന്ന വീട്ടിലെ അംഗമായ സാറാമ്മയ്ക്ക് ഒരു പ്രണയ ലേഖനം എഴുതുന്നു. "ജീവിതം യൗവനതീക്ഷ്ണവും ഹൃദയം പ്രേമസുരഭിലവുമായിരിക്കുന്ന ഈ അസുലഭഘട്ടത്തെ എന്റെ പ്രിയ സുഹൃത്ത് എങ്ങനെ വിനിയോഗിക്കുന്നു? ഞാനാണെങ്കിൽ എന്റെ ജീവിതത്തിലെ നിമിഷങ്ങൾ ഓരോന്നും സാറാമ്മയോടുള്ള പ്രേമത്തിൽ കഴിയുകയാണ്. സാറാമ്മയോ..

ഗാഢമായി ചിന്തിച്ച് മധുരോദാരമായ ഒരു മറുപടിയാൽ അനുഗ്രഹിക്കണമെന്ന് അഭ്യർത്ഥിച്ചുകൊണ്ട്, സാറാമ്മയുടെ കേശവൻനായർ" -ഇതാണ് ആ പ്രേമലേഖനത്തിന്റെ ഉള്ളടക്കം. കേവലം ഒരു പ്രണയാഭ്യർത്ഥനയല്ല ഈ കത്ത്. അതിലാകെ നർമ്മം വാരിവിതറിയിരിക്കുന്നു. അനുരാഗത്തെ നർമ്മരസത്തിൽ മുക്കിയെടുത്തിരിക്കുന്നു. ആത്മോപഹാസത്തിന്റെ ഒരംശം പോലും കേശവൻനായരുടെ കത്തിലെ വാക്കുകളിൽ കടന്നുകൂടിയിട്ടുള്ളതായി തോന്നാം. *പ്രേമലേഖനം* എഴുതിയതിനുശേഷം കേശവൻനായർ തന്നെ അതിനെ വിലയിരുത്തുന്നുണ്ട്. വീണ്ടും വായിക്കുമ്പോൾ സാറാമ്മ തന്റെ പിന്നിൽ നില്ക്കുന്ന

തായി അയാൾക്കു തോന്നുന്നു. മാത്രമല്ല തന്റെ പ്രണയലേഖനത്തിൽ കവിതയും തത്ത്വജ്ഞാനവും മിസ്റ്റിസിസവുമുണ്ടെന്ന് അയാൾ വിചാരിക്കുന്നു. അങ്ങനെ ഒരു പ്രണയലേഖനത്തിന്റെ ഉള്ളടക്കത്തെ നർമ്മബോധത്തോടെ സമീപിക്കുന്നു.

വിറയ്ക്കുന്ന കൈകളോടെ കേശവൻനായർ സാറാമ്മയ്ക്ക് പ്രേമലേഖനം നല്കിയെങ്കിലും നിർവ്വികാരതയോടെ അവളതു ചുരുട്ടിക്കൂട്ടി എറിയുന്നു. ആ നിസ്സംഗത കേശവൻനായരെ തളർത്തുന്നുണ്ട്. സ്ത്രീകളുടെ തലയ്ക്കുള്ളിൽ തലച്ചോറില്ലെന്നും നിലാവെളിച്ചമാണെന്നും പണ്ട് അയാൾ പരിഹാസപൂർവ്വം പറഞ്ഞിരുന്നു. സന്ദർഭോചിതമായി സാറാമ്മ അതു തിരിച്ചടിക്കുന്നു. ഇതൊക്കെ കേശവൻനായരെ നിർവ്വീര്യനാക്കുന്ന ഘടകങ്ങളാണ്. അവരുടെ നർമ്മഭാഷണങ്ങളിൽനിന്നും സാറാമ്മയുടെ ജീവിതരേഖ തെളിഞ്ഞുവരുന്നുണ്ട്. അമ്മയോ സഹോദരങ്ങളോ ഇല്ലാത്ത സാറാമ്മ അപ്പനോടും അപ്പന്റെ രണ്ടാം ഭാര്യയായ ചിറ്റമ്മയോടുമൊപ്പമാണ് താമസം. ചിറ്റമ്മ എപ്പോഴും അവളെ ശകാരിക്കും. സ്ത്രീധനം കൊടുക്കാനില്ലാത്തതിനാൽ മൂന്നു വിവാഹാലോചനകൾ മുടങ്ങി. അതിന്റെ പേരിലും ചിറ്റമ്മ സാറാമ്മയെ കുറ്റപ്പെടുത്തിക്കൊണ്ടിരുന്നു. ഇന്റർമീഡിയറ്റ് പാസായ സാറാമ്മയ്ക്ക് ആ സാഹചര്യത്തിൽ ഒരു ജോലികിട്ടിയേ തീരൂ. അവൾ കേശവൻനായരോട് എന്തെങ്കിലും ഒരു ജോലി തരപ്പെടുത്താനാകുമോ എന്ന് ചോദിക്കുന്നു. ഒരു ജോലി അയാൾ വാഗ്ദാനം ചെയ്യുന്നുമുണ്ട്. സാറാമ്മ ആവർത്തിച്ച് ചോദിച്ചിട്ടും അവൾക്കു കണ്ടുവച്ചിരുന്ന ജോലി എന്തെന്ന് കേശവൻനായർ വ്യക്തമാക്കുന്നില്ല. അവസാനം അയാൾ പറയുന്നു: "സാറാമ്മ എന്നെ ഗാഢമായി സ്നേഹിക്കുക എന്നുള്ളതാണ് ഞാൻ സാറാമ്മയ്ക്ക് കണ്ടുവെച്ചിരിക്കുന്ന ജോലി." മാസം ഇരുപതു രൂപ ശമ്പളവും നിശ്ചയിക്കുന്നു. മധുരസുന്ദരമായ പ്രേമജോലി സാറാമ്മ സ്വീകരിച്ചുവോ എന്ന് പല ദിവസം കേശവൻനായർ ചോദിക്കുന്നു. തന്ത്രപൂർവ്വം ഒഴിഞ്ഞുമാറുന്ന സാറാമ്മ "നാളെ പറയാം" എന്ന മറുപടി ആവർത്തിക്കുകയാണ്. പക്ഷേ, ഒരു മാസം കഴിഞ്ഞപ്പോൾ അവൾ ശമ്പളം ചോദിക്കുന്നു. പ്രേമിക്കുന്നതിന്റെ ഭാഗമായി കേശവൻനായർ ഒരു ചുംബനം ആവശ്യപ്പെടുന്നെങ്കിലും അത് കരാറിലില്ലല്ലോ എന്ന് പറഞ്ഞ് അവൾ അയാളെ നിരാശപ്പെടുത്തുകയാണ്. അഞ്ചു മാസക്കാലം സാറാമ്മ തന്റെ പ്രണയജോലി തുടരുകയും ശമ്പള ഇനത്തിൽ നൂറുരൂപ കൈപ്പറ്റുകയും ചെയ്തു. മറുനാട്ടിൽ കൂടുതൽ നല്ല ജോലി ലഭിക്കുമ്പോൾ ആ ജോലി സ്വീകരിച്ച് കേശവൻനായർ നാടുവിടുന്നു. സാറാമ്മ അയാളോടൊപ്പം പോകുന്നു. കേശവൻനായർ നല്കിയ ശമ്പളത്തിൽനിന്ന് ഒരു രൂപകൊടുത്തു വാങ്ങിയ ഷോടതി ടിക്കറ്റിന് ആയിരം രൂപ സാറാമ്മയ്ക്ക് സമ്മാനം ലഭിച്ചു. ആ തുക ഉൾപ്പെടെ അയാൾക്കു നല്കികൊണ്ട് അവൾ സന്തോഷപൂർവ്വം യാത്രചെയ്യുന്നു. നർമ്മഭാഷണങ്ങളിലൂടെയും വിവരണങ്ങളിലൂടെയും ഇത്രയും സംഭവങ്ങൾ അവതരിപ്പിക്കുക

മാത്രമാണ് *പ്രേമലേഖന*ത്തിൽ.

പ്രണയത്തെ നർമ്മഭാവനയിലൂടെ ചിത്രീകരിക്കുന്ന കഥയാണെങ്കിലും *പ്രേമലേഖനം* ജീവിതത്തിന്റെ സൂക്ഷ്മ തലങ്ങളിലേക്ക് എത്തിനോക്കുന്നുണ്ട്. പുറത്തു പ്രകടമാക്കുന്നില്ലെങ്കിലും ഈ കഥാപാത്രങ്ങൾ തീവ്രമായ പ്രണയം പങ്കുവെയ്ക്കുന്നവരാണ്. നിഗൂഢമായ പ്രണയാനുഭവങ്ങളിൽ അഭിരമിക്കുന്ന മനസ്സുകളാണ് അവരുടേത്......

നർമ്മഭാഷണങ്ങളിലൂടെ ആണെങ്കിലും ഗൗരവമുള്ള ചില സാമൂഹ്യ പ്രശ്നങ്ങളെ ഈ നോവൽ സമീപിക്കുന്നുണ്ട്. വിവാഹത്തിനു പ്രതിബന്ധമായി നില്ക്കുന്ന സ്ത്രീധനസമ്പ്രദായത്തെക്കുറിച്ചു പറയുമ്പോൾ കേശവൻനായർ ഒരു പരിഹാരമാർഗ്ഗം നിർദ്ദേശിക്കുന്നുണ്ട്. "സ്ത്രീധനം കൊടുക്കാൻ വിഷമിക്കുന്നവർ സ്ത്രീധനം കൂടാതെ വിവാഹം ചെയ്യാൻ തയ്യാറുള്ള ഇതര സമുദായക്കാരെ വിവാഹം ചെയ്യണം." സ്ത്രീധനം പോലുള്ള ദുരാചാരങ്ങളെ വിമർശന വിധേയമാക്കുന്നതോടൊപ്പം തന്നെ മിശ്രവിവാഹം പോലുള്ള വിപ്ലവകരങ്ങളായ ആശയങ്ങളെ പ്രോത്സാഹിപ്പിക്കുകകൂടി ചെയ്യുന്നു. കേശവൻനായരും സാറാമ്മയും മിശ്രവിവാഹിതർക്കുണ്ടാകുന്ന പ്രശ്നങ്ങളെ വിശകലനം ചെയ്യുന്നുണ്ട്.

"ഒരാൾ ക്ഷേത്രത്തിൽ പോകുമ്പോൾ മറ്റേ ആൾ പോകുന്നത് ചർച്ചിലാണ്. രണ്ടു സമൂഹം. എപ്പോഴും നമ്മുടെ ഇടയിൽ ചർച്ചും അമ്പലവും............."

"സമൂഹം, ചർച്ച് ഓർത്തുനോക്ക്. പ്രായമായ രണ്ടു സ്വതന്ത്ര ജീവികൾ. ലേശം വിദ്യാഭ്യാസവും ലേശം ബുദ്ധിയുമുണ്ട്. സമൂഹം നമ്മെ തീറ്റി പോറ്റുകയില്ല. ക്ഷേത്രവും ചർച്ചും -നില്ക്കുന്നേടത്തു തന്നെ നില്ക്കട്ടെ. നമ്മുടെ ഹൃദയങ്ങളുടെ ഇടയിൽ മതിലുകൾ ഉണ്ടാവരുത്. ക്ഷമ സഹാനുഭൂതി, കാരുണ്യം ഇവ മറക്കരുത്." കഥാസന്ദർഭവുമായി ചേർന്നുപോകുന്നതാണെങ്കിലും, മാനുഷികമൂല്യങ്ങളെ കുറിച്ചുള്ള ഈ ചർച്ച് മതാതീതമായ മാനവികതയെ ശ്ലാഘിക്കുന്നതാണ്. "നമുക്ക് കുഞ്ഞുങ്ങളുണ്ടാകില്ലേ—അവർ ഏതു ജാതിയായിരിക്കും. ഹിന്ദുക്കളായിട്ടു വളർത്താൻ എനിക്കിഷ്ടമില്ല. ക്രിസ്ത്യാനിയായിട്ടു വളർത്താൻ എന്റെ ഭർത്താവിനും ഇഷ്ടമില്ല. അങ്ങനെ വരുമ്പോൾ അവരുടെ ജാതി?" -സാറാമ്മ വീണ്ടും ചോദിക്കുന്നു. ആ ചോദ്യത്തിനു മുന്നിൽ കേശവൻ നായർ വിയർത്തു പോകുന്നു. എങ്കിലും അയാൾ ഉത്തരം കണ്ടെത്തുന്നു. "നമുക്കു നമ്മുടെ കുഞ്ഞുങ്ങളെ ഒരു മതത്തിലും വളർത്തണ്ട. അവരങ്ങനെ നിർമ്മതരായി വളരട്ടെ ....പ്രായമായി വരുമ്പോൾ അവരെ പഠിപ്പിക്കുക. എല്ലാ മതങ്ങളെ പറ്റിയും—പക്ഷപാതരാഹിത്യത്തോടു കൂടി. അങ്ങനെ പത്തിരുപതു വയസ്സാകുമ്പോൾ, എല്ലാ മതങ്ങളിലും വെച്ച് അവർക്ക് ഹൃദ്യമായത് സ്വീകരിക്കട്ടെ."

'മതമില്ലാത്ത ജീവൻ' എന്ന പാഠം വലിയ കോളിളക്കങ്ങൾ സൃഷ്ടിച്ച ഒരു സമൂഹത്തിൽ എത്രയോ വർഷങ്ങൾക്ക് മുമ്പ് ബഷീർ തന്റെ

കഥാപാത്രത്തെക്കൊണ്ട് പറയിച്ച വാക്കുകളാണിവ എന്നോർക്കണം. വിവാദങ്ങൾക്കിടയിൽ ആരും ഓർമ്മിക്കാതെ പോയ വാക്കുകൾ. തങ്ങൾക്കുണ്ടാകുന്ന കുട്ടികൾക്ക് എന്തുപേരിടുമെന്നും അവർ ചർച്ച ചെയ്യുന്നുണ്ട്. റഷ്യൻ, ചൈനീസ് പേരുകൾ പരിഗണിച്ച് തള്ളിക്കളയുന്നു. പിന്നീട് കൗതുകം തോന്നുന്ന പേരുകളെല്ലാം എഴുതി കടലാസ് ചുരുളുകളിലാക്കി നറുക്കെടുക്കുന്നു. ഒരാൾക്ക് ആകാശം എന്നും മറ്റേയാൾക്ക് മിഠായി എന്നും എഴുതിയ ചുരുളുകളാണ് കിട്ടുന്നത്. രണ്ടും ചേർത്ത് 'ആകാശമിഠായി' എന്ന പേര് അംഗീകരിക്കുന്നു. കൗതുകവും കുസൃതിയും അർത്ഥവിശാലതയുമുള്ള പേര്, ഇങ്ങനെ മതാതീത വിവാഹ ബന്ധങ്ങൾക്കു നേരിടേണ്ടിവരാവുന്ന പ്രശ്നങ്ങൾ സരസമായി അവതരിപ്പിച്ച് പരിഹാരങ്ങൾ നിർദ്ദേശിക്കുന്ന നോവലായി *പ്രണയലേഖനത്തെ* പരിഗണിക്കണം. ഇന്നും യാഥാർത്ഥ്യമാക്കാൻ കഴിഞ്ഞിട്ടില്ലാത്ത പ്രണയ സങ്കല്പത്തെയാണ് ദശാബ്ദങ്ങൾക്കുമുമ്പ് ബഷീർ ഭാവന ചെയ്തത്. പ്രണയത്തെ സങ്കുചിത ചിന്താഗതികളിൽ നിന്നു മോചിപ്പിച്ച് ഹൃദയ വിശാലതയിൽ കുടിയിരുത്തുകയാണ് ബഷീർ. *ബാല്യകാലസഖി*യും *പ്രണയലേഖന*വും പ്രണയത്തിന്റെ ദുരന്തമുഖവും, നർമ്മമുഖവും കാഴ്ചവെക്കുന്നു. പ്രണയദുരന്തത്തെ അവതരിപ്പിക്കുമ്പോഴും പ്രണയത്തെ നർമ്മത്തിൽ പൊതിഞ്ഞു അവതരിപ്പിക്കുമ്പോഴും ബഷീർ ഉയർത്തിപ്പിടിക്കുന്നത് മാനവികതയെയാണ്. വ്യക്തിയുടെ ജീവിത സങ്കല്പങ്ങളെയും സാമൂഹ്യ ജീവിതാവസ്ഥകളെയും നവീകരിക്കുന്ന നവോത്ഥാനമൂല്യങ്ങളെ ബഷീർ മുറുകെ പുണരുന്നു.

കുറിപ്പുകൾ

1. *പ്രണയത്തിന്റെ ബാല്യം*, പു. 26
2. ടി.പു. 89

7

സാഹസികതയാകുന്ന പ്രണയം

ഒന്ന്

ഒരു ത്രികോണ പ്രണയകഥയുടെ പ്രതീതിയിൽ ആരംഭിച്ച് മതനിരപേക്ഷമായ പ്രണയത്തിന്റെ ഉദാത്തതയിലേക്ക് വികസിക്കുന്ന ഇതിവൃത്തമാണ് ഉറൂബിന്റെ *ഉമ്മാച്ചു* എന്ന നോവലിന്റേത്. പ്രണയവും പ്രതികാരവും കുറ്റബോധവും പശ്ചാത്താപവുമൊക്കെ കഥാപാത്രങ്ങളുടെ മാനസിക സംഘർഷങ്ങളെ തീവ്രമാക്കുന്ന അനുഭവങ്ങളായി പരിണമിക്കുന്നു. കണ്ണീരും ചോരയും തളം കെട്ടുന്ന പ്രണയാവിഷ്കാരമാണ് ഉമ്മാച്ചു. മായനും ബീരാനും ഉമ്മാച്ചുവുമാണ് ഈ പ്രണയകഥയിലെ മുഖ്യകഥാപാത്രങ്ങൾ. മായനും ബീരാനും ഉമ്മാച്ചുവിനെ സ്നേഹിക്കുന്നു. ഉമ്മാച്ചുവിന് മായനോടായിരുന്നു താല്പര്യം. എന്നാൽ അഹമ്മദുണ്ണിയുടെ സഹായത്തോടെ ബീരാൻ ഉമ്മാച്ചുവിനെ സ്വന്തമാക്കുന്നു. അതോടെ ബാഹ്യവും ആന്തരികവുമായ സംഘർഷങ്ങൾ ഉടലെടുക്കുകയാണ്. മായനെ മോഹിച്ചിരുന്നപ്പോൾ ഉമ്മാച്ചു ജീവിതത്തെ അതിന്റെ വിശാലതയിൽ ഉൾക്കൊണ്ടു. ബീരാൻ വിവാഹം ചെയ്തപ്പോൾ ജീവിതം വല്ലാതെ ഇടുങ്ങിപ്പോയതായി അവൾക്ക് തോന്നി. ഉമ്മാച്ചുവിന്റെ ജീവിതസങ്കല്പങ്ങളിലുണ്ടാകുന്ന വ്യതിയാനം അവളുടെ പ്രണയാനുഭവങ്ങളുമായി ഇഴചേർന്നു നില്ക്കുന്നു. പ്രണയം പ്രതീക്ഷകൾ ചൂടിനിന്നപ്പോൾ ജീവിതത്തിന്റെ വിശാലതയും പ്രണയഭംഗം അനുഭവിക്കുമ്പോൾ ജീവിതത്തിന്റെ ഇടുങ്ങിയ അവസ്ഥയും അവൾ ഏറ്റുവാങ്ങുകയാണ്. ഇഷ്ടമില്ലാത്ത ഒരു ദാമ്പത്യബന്ധത്തിന് അവൾ വഴങ്ങിക്കൊടുക്കുകയായിരുന്നു. ഇടഞ്ഞുനിന്നിട്ട് പ്രയോജനമില്ലെന്ന് അവൾക്കറിയാമായിരുന്നു.

ഉമ്മാച്ചു പ്രായോഗികബുദ്ധി പ്രകടിപ്പിക്കുന്നു. ബീരാനുമൊത്തുള്ള ജീവിതം അവൾക്കു സംതൃപ്തി നല്കിയില്ലെങ്കിലും അവൾ ഒരതൃപ്തിയും പുറമേ ഭാവിച്ചില്ല. മനസ്സിൽ നീറുന്ന ഓർമ്മയായി മായൻ നില നില്ക്കുമ്പോഴും ബാഹ്യജീവിതത്തിൽ ഉമ്മാച്ചു നിസ്സംഗത നടിച്ചു.

വിവാഹജീവിതത്തിലെ അസംതൃപ്തിയിൽ ഉമ്മാച്ചു വേവലാതിപ്പെടുന്ന സന്ദർഭങ്ങൾ നോവലിലുണ്ട്. ചാപ്പുണ്ണിനായർ ലക്ഷ്മി അമ്മയെ വിവാഹം കഴിക്കാൻ പോകുന്നുവെന്നറിയുമ്പോൾ ഉമ്മാച്ചുവിന്റെ പ്രതികരണം ശ്രദ്ധേയമാണ് -"ഇസ്റ്റല്ലാത്ത കല്യാണോം ഉപ്പില്ലാത്ത കറീം ഒരു ചേലിക്കല്ലേ........—പിന്നെ ഇങ്ങള് ഉസിരും ചൊണീം ഉള്ള ആണായതോണ്ട് ലക്ഷ്മി അമ്മക്ക് പുടിക്കാതിരിക്കൂലാ...." സ്വന്തം വിവാഹജീവിതത്തിലെ പൊരുത്തക്കേടുകളാണ് ഉമ്മാച്ചുവിന്റെ വാക്കുകളിൽ ഇളകി മറിയുന്നത്. ചാപ്പുണ്ണിനായരിൽ അവർ കാണുന്ന ഗുണങ്ങളൊക്കെ ബീരാന്റെ കുറവുകളുമാണ്. ചാപ്പുണ്ണിനായരുടെ വിവാഹാനന്തരം അയാളുടെ ഭാര്യ ലക്ഷ്മി അമ്മയെ കണ്ടുമടങ്ങുന്ന ഉമ്മാച്ചു തന്റെയും ലക്ഷ്മി അമ്മയുടെയും ജീവിതാവസ്ഥകളെ താരതമ്യം ചെയ്ത് നോക്കുന്നു. തനിക്ക് പണവും പ്രതാപവുമുണ്ടെങ്കിലും ഭർത്താവിനെക്കുറിച്ച് അഭിമാനവും അയാളിൽ സംതൃപ്തിയുമുള്ളത് ലക്ഷ്മി അമ്മയ്ക്കാണെന്നു ഉമ്മാച്ചു തിരിച്ചറിയുന്നു. പൂതിക്കൊത്ത ഒരു കെട്ട്യോൻ വന്നാൽ അതിന്റെ സൊഹം ബെറെത്തന്യാ-എന്നു വിചാരിക്കുമ്പോൾ പ്രണയനഷ്ടത്തിന്റെ തേങ്ങൽ ഉമ്മാച്ചു അടക്കിനിർത്തുകയാണ്.

സഹനമൂർത്തിയായി നിന്നുകൊണ്ട് എല്ലാ പ്രതിസന്ധികളെയും ഉമ്മാച്ചു സമചിത്തതയോടെ നേരിടുന്നു. ഉള്ളിന്റെ ഉള്ളിലെ അസംതൃപ്തി അഹമ്മദുണ്ണിയോടുള്ള പകയായി പുറത്തുവരുന്നുണ്ട്. ബീരാനുമായുള്ള വിവാഹം നടക്കാൻ കാരണക്കാരനായി ഉമ്മാച്ചു കരുതുന്നത് അഹമ്മദുണ്ണിയെയാണ്. അയാൾക്ക് സഹായവും സംരക്ഷണവും നല്കുന്ന ബീരാനെ അവൾ ശകാരിക്കുന്നു. സഹായങ്ങൾ നിർത്തലാക്കുന്നു. കാര്യസ്ഥനായി ചാപ്പുണ്ണിനായരെ ചുമതലപ്പെടുത്തിക്കൊണ്ട് ബീരാനെ നിഷ്പ്രഭനാക്കുന്നു.

പ്രണയനഷ്ടത്തോട് പ്രതികാരമനോഭാവത്തോടെയാണ് മായൻ പ്രതികരിക്കുന്നത്. ഉമ്മാച്ചുവും ബീരാനും ഒരുമിക്കുന്നതിനെക്കുറിച്ച് ആലോചിക്കുമ്പോഴൊക്കെ അയാളുടെ ഉള്ളിൽ ഒരു കാട്ടുപോത്ത് ഉണരാറുണ്ടെന്ന് നോവലിസ്റ്റ് വ്യക്തമാക്കുന്നുണ്ട്. പകയും വിദ്വേഷവും കൊണ്ട് അയാളുടെ മനസ്സ് പുകയുകയാണ്. മായൻ അഹമ്മദുണ്ണിയോട് ക്രോധത്തോടെ സംസാരിക്കുകയും അയാളെ മർദ്ദിച്ച് അവശനാക്കുകയും ചെയ്യുന്നു. അയാളെ ഇടവഴിയിൽ തള്ളിയിട്ട് മായൻ ഗ്രാമം വിട്ട് പോകുന്നു. അഹമ്മദുണ്ണി മരിച്ചോ എന്ന ഭയം അയാളെ അലട്ടുന്നുണ്ട്. വനരഥ്യയിലൂടെ ദീർഘയാത്ര നടത്തി അവസാനം മായൻ

വയനാട്ടിലെത്തിച്ചേരുന്നു. അവിടെ ഒരു ഹാജിയാരുടെ ജോലിക്കാരനായി അയാൾ പുതിയൊരു ജീവിതാദ്ധ്യായം തുറക്കുന്നു. ഹാജിയാരുടെ വിശ്വസ്തനായിത്തീർന്ന മായൻ പടിപടിയായി ഉയരുകയാണ്. ക്രമേണ സ്വന്തമായി സ്ഥലവും വീടുമൊക്കെ സമ്പാദിക്കുന്നു. ഈ സമയത്തെല്ലാം അഹമ്മദുണ്ണി മരിച്ചിരിക്കുമോ തന്നെ പൊലീസ് തിരയുന്നുണ്ടാകുമോ, എന്നൊക്കെയുള്ള ഭയം അയാളെ വേട്ടയാടിക്കൊണ്ടിരുന്നു. അങ്ങനെ ഉമ്മാച്ചുവിന്റെയും മായന്റെയും ജീവിതം മാനസികസംഘർഷങ്ങളാൽ വീർപ്പുമുട്ടിക്കൊണ്ടിരുന്നു.

മായന്റെ ജീവിതത്തിൽ പിന്നീട് ഒരു വഴിത്തിരിവുണ്ടാകുന്നത് അഹമ്മദുണ്ണിയുടെ മകനായ ഹസനെ വയനാട്ടിൽ വെച്ചുകണ്ടുമുട്ടുന്നതോടെയാണ്. താൻ നാടുവിട്ട് രണ്ടു വർഷങ്ങൾക്കുശേഷം പനി ബാധിച്ചാണ് അഹമ്മദുണ്ണി മരിച്ചതെന്ന് ഹസനിൽനിന്ന് മായൻ അറിയുന്നു. അയാൾക്ക് വലിയ ആശ്വാസം തോന്നി. അതുവരെ ചുമന്നു നടന്നിരുന്ന കുറ്റബോധത്തിൽനിന്നും ഭയത്തിൽനിന്നും അയാൾ മുക്തിനേടുകയാണ്. ആശ്വാസത്തിന്റെ തുരുത്ത് കണ്ടെത്തിയ മായൻ ഹസനെ അകമഴിഞ്ഞ് സഹായിക്കുന്നു. നാട്ടിൽ പോകണമെന്ന് മായന് ആഗ്രഹമുദിക്കുന്നു, വയനാട്ടിലെ ചുമതലകൾ ഹസനെ ഏല്പിച്ച് അയാൾ യാത്രതിരിക്കുന്നു. നാട്ടിലെത്തി ഉമ്മാച്ചുവിനെ കാണുന്ന മായൻ ക്ഷുഭിതനാകുന്നുണ്ട്. അവളോടു പരുഷമായി സംസാരിക്കുന്നുണ്ട്. അപ്പോഴും ഇരുവരുടെയും മനസ്സുകളിൽ പ്രണയജ്വാലകൾ അണഞ്ഞിരുന്നില്ല. "ഉമ്മാച്ചു ചവിട്ടിയമർത്തിയിരുന്ന പല വേദനകളും തലപൊക്കുകയാണ്." എന്നാണ് ആ സന്ദർഭത്തെക്കുറിച്ച് നോവലിസ്റ്റ് പറയുന്നത്. വയനാട്ടിലേക്ക് തിരിച്ചുപോകുന്നതിനു മുമ്പ് ഒരു രാത്രിയിൽ മായൻ ബീരാന്റെ കിടപ്പറയിൽ പ്രവേശിച്ച് അയാളെ കുത്തിക്കൊല്ലുന്നതോടെ നോവലിലെ പ്രണയാവിഷ്കാരം ഒരുഘട്ടം പിന്നിടുകയാണ്. പ്രണയം നിരാശയുടെയും വിദ്വേഷത്തിന്റെയും ഭാവമാർജ്ജിച്ച് ഏതു സാഹസകൃത്യം ചെയ്യുവാനുമുള്ള കരുത്തുനേടുകയാണ്. പ്രണയം പകയായും പ്രതികാരവാഞ്ഛയായും മാറിപ്പോകുന്നു. പിന്നീട് മായൻ ഉമ്മാച്ചുവിനെ വിവാഹം ചെയ്യുന്നതോടെ അയാൾ പ്രതികാര നിർവ്വഹണത്തിലൂടെ പ്രണയസാഫല്യം കൈവരിക്കുകയാണ്. ഒരു നിരപരാധിയുടെ മേൽ കുറ്റം ചുമത്തപ്പെടുകയും മായൻ കൊലക്കുറ്റത്തിൽ നിന്ന് രക്ഷപ്പെടുകയും ചെയ്യുന്നു. മായന്റെയും ഉമ്മാച്ചുവിന്റെയും പ്രണയാഭിലാഷങ്ങൾ പ്രതിബന്ധങ്ങളെയൊക്കെ അതിജീവിച്ച് സഫലമാകുമ്പോഴും ആദ്യവിവാഹത്തിന്റെ വേദനിപ്പിക്കുന്ന ഓർമ്മയായി ബീരാന്റെ മകൻ അബ്ദു അവർക്കൊപ്പം താമസിച്ചു വളരുന്നുണ്ട്. നിലാവ് ചുവന്ന ആ രാത്രിയിൽ ബീരാൻ ചോരയിൽ പിടയുമ്പോൾ ഓടി മറഞ്ഞ ആൾരൂപം ഉമ്മാച്ചുവിനൊപ്പം അബ്ദുവും തിരിച്ചറിയുന്നുണ്ട്. മായനുമൊത്തുള്ള ജീവിതത്തിൽ ഉമ്മാച്ചു സംതൃപ്തയും സന്തുഷ്ടയുമായിരുന്നു.

അവൾക്ക് സ്നേഹവും സാന്ത്വനവും പകർന്നുകിട്ടിയ ദാമ്പത്യമായിരുന്നു അത്. അവർക്ക് ഹൈദ്രോസ്, മരക്കാർ എന്നീ മക്കൾ ജനിക്കുകയും ചെയ്യുന്നു.

അബ്ദു വളരുന്തോറും മായനോടുള്ള അവന്റെ പകയും വളരുകയാണ്. ബാപ്പയുടെ ഘാതകനായ മായനെ തന്റെ ജീവിതത്തിലെ ഏകശത്രുവായി അബ്ദു പരിഗണിക്കുന്നു മായനോടൊപ്പമുള്ള ജീവിതവും അയാൾ നല്കുന്ന സംരക്ഷണവും അബ്ദുവിന് ദുസ്സഹമായി തോന്നുന്നു. തന്റെ മനസ്സിനെ വേട്ടയാടിക്കൊണ്ടിരിക്കുന്ന ആ സത്യം—മായൻ ബീരാന്റെ ഘാതകനാണെന്നത്—ഒരു പ്രക്ഷുബ്ധ നിമിഷത്തിൽ അബ്ദു മായനോടു വിളിച്ചുപറയുന്നു. മായനു ജീവിതത്തിൽ കിട്ടിയ ഏറ്റവും വലിയ പ്രഹരമായിരുന്നു അത്. അയാൾക്ക് ബോധക്ഷയമുണ്ടാക്കിയ വാക്കുകളായിരുന്നു അബ്ദുവിന്റേത്. ഇനി വീട്ടിൽ നിന്നാൽ പ്രശ്നങ്ങൾ കുടുതൽ വഷളാകുമെന്ന് മനസ്സിലാക്കിയ മായൻ വീണ്ടും പടിയിറങ്ങുന്നു. വയനാടിനെ തന്നെ അഭയം പ്രാപിക്കുന്നു. കുറ്റബോധവും നിരാശയും മായനെ വേട്ടയാടി ത്തളർത്തുന്നു. എന്തൊക്കെയോ നിശ്ചയിച്ചുകൊണ്ടുള്ള യാത്രയാണത്. തിരിച്ചു വിളിക്കാനെത്തിയ മകൻ ഹൈദ്രോസിനെ മായൻ സ്നേഹത്തോടെ പറഞ്ഞയയ്ക്കുന്നു. താനിനി നാട്ടിലേക്കില്ലെന്ന് ഉറച്ച തീരുമാനത്തിലാണയാൾ. വയനാട്ടിലെ വീടും സ്ഥലവുമൊക്കെ ഹസന്റെയും ഭാര്യയുടെയും പേരിൽ എഴുതിക്കൊടുത്തശേഷം മായൻ കാട്ടിൽ പോകുന്നു. അശാന്തസ്മരണകളുടെ വീർപ്പുമുട്ടലിൽ അയാൾക്ക് ആത്മഹത്യയേ വഴിയുണ്ടായിരുന്നുള്ളൂ.

മായന്റെ പുത്രന്മാരും അബ്ദുവുമായുള്ള അകലം വർദ്ധിച്ചുകൊണ്ടേയിരുന്നു. തന്റെ അസ്വസ്ഥ ദിനങ്ങളിൽ അബ്ദുവിന് താങ്ങും തണലുമായി നിന്നത് ചാപ്പുണ്ണിനായരുടെ മകൾ ചിന്നമ്മു ആയിരുന്നു. ആ അടുപ്പം നിഗൂഢപ്രണയമായി വളരുന്നുണ്ട്. ആർക്കും കീഴടങ്ങാത്ത മനസ്സിന്റെ ഉടമയാണ് ചിന്നമ്മു. അച്ഛനമ്മമാർ എതിർത്തിട്ടും അവൾ ടീച്ചേഴ്സ് ട്രെയിനിങ്ങിന് പോകുകയും സ്കൂൾമിസ്ട്രസ്സായി ജോലി നേടുകയും ചെയ്തു. അബ്ദുവിന്റെ മനസ്സിനെ രാഷ്ട്രീയ കാര്യങ്ങളിലേക്കും കോൺഗ്രസിന്റെ നേതൃത്വത്തിൽ നടക്കുന്ന സ്വാതന്ത്ര്യസമരത്തിലേക്കുമൊക്കെ അവൾ നയിക്കുന്നുണ്ട്. ആത്മസംഘർഷങ്ങളിൽ നിന്നും അബ്ദുവിനെ മോചിപ്പിക്കുവാൻ ചിന്നമ്മു കണ്ടെത്തിയ ഉപാധിയാണത്. നോവലിന്റെ അവസാനഭാഗത്തു പരാമർശിക്കുന്ന രാഷ്ട്രീയ കാര്യങ്ങളും തിരഞ്ഞെടുപ്പുമത്സരവുമൊന്നും ഇതിവൃത്തഘടനയുമായി ദൃഢബന്ധം പുലർത്തുന്നില്ല. ഉമ്മാച്ചുവിന്റെ മക്കൾ ഇരുചേരികളിൽനിന്ന് കലഹിക്കുന്നത് ചിത്രീകരിക്കുകയാണ് നോവലിസ്റ്റിന്റെ ലക്ഷ്യം. അബ്ദുവും മരയ്ക്കാരുമായുള്ള തിരഞ്ഞെടുപ്പുമത്സരത്തിൽ അബ്ദു തോല്ക്കുന്നു. അന്തർമുഖനും നിഷ്ക്രിയനുമാ

യിരുന്ന അബ്ദുവിനെ ഊർജ്ജസ്വലനാക്കി മാറ്റിയെടുക്കുവാനാണ് ചിന്നമ്മു രാഷ്ട്രീയ കാര്യങ്ങളിലേക്ക് അയാളുടെ ശ്രദ്ധയെ നയിച്ചത്. തിരഞ്ഞെടുപ്പു മത്സരം ചിന്നമ്മുവിന് അബ്ദുവിന്റെ ജീവിതത്തിലേക്ക് ഓടിക്കയറുവാനുള്ള അവസരം ഒരുക്കിക്കൊടുത്തു. ചിന്നമ്മുവിനെ ഇഷ്ടമായിരുന്നെങ്കിലും അവളും അബ്ദുവുമായുള്ള വിവാഹം ഉമ്മാച്ചു അനുവദിക്കുന്നില്ല. സമുദായികമായ അതിർവരമ്പുകൾ ലംഘിക്കാനുള്ള വൈമനസ്യം തന്നെ കാരണം. അതേ കാരണം കൊണ്ടുതന്നെ ചാപ്പുണ്ണിനായർക്കും ലക്ഷ്മി അമ്മയ്ക്കും ആ വിജാതീയവിവാഹം അംഗീകരിക്കാനാവുന്നില്ല. ചിന്നമ്മു അമ്മയായിത്തീരുമ്പോൾ മാത്രമാണ് ആ വിവാഹം സാവധാനം അവരുടെ അംഗീകാരം നേടുന്നത്.

പ്രണയതീവ്രതയുടെ രണ്ടുമുഖങ്ങളാണ് *ഉമ്മാച്ചു* എന്ന നോവൽ കാഴ്ചവെക്കുന്നത്. ഉമ്മാച്ചുവും മായനുമായുള്ള പ്രണയവും അബ്ദുവും ചിന്നമ്മുവുമായുള്ള പ്രണയവും പ്രതിബന്ധങ്ങളെ അതിജീവിച്ച് ലൗകികസാക്ഷാൽക്കാരം കൈവരിക്കുന്ന പ്രണയങ്ങളാണവ.. സഹപാഠിയായ ബീരാനെ വധിക്കാൻ പോലും പ്രേരിപ്പിക്കുന്ന പ്രണയതൃഷ്ണയാണ് മായന്റേത്. ബീരാന്റെ മരണം ഉമ്മാച്ചുവിനെ സാരമായി ഉലയ്ക്കുന്നില്ല എന്നുവേണം കരുതാൻ. അതിനുശേഷം പ്രതീക്ഷിച്ചിരുന്ന ഒരുസംഭവം പോലെ, തികഞ്ഞ സ്വാഭാവികതയോടെ അവൾ മായനെ വിവാഹം ചെയ്യുന്നു. വിധവയായ ഒരമ്മയുടെ മാനസികസംഘർഷമൊന്നും ഉമ്മാച്ചുവിനുണ്ടാകുന്നില്ല. പ്രതിബന്ധങ്ങൾ നീങ്ങിക്കിട്ടിയ ലാഘവഭാവത്തോടെ പ്രണയസാക്ഷാല്ക്കാരത്തെ പുണരുകയാണ് ഉമ്മാച്ചു. വിസ്മയിപ്പിക്കുന്ന മനോഘടനയാണ് ഈ കഥാപാത്രത്തിന് ഉറൂബ് നല്കിയിരിക്കുന്നത്. ഉമ്മാച്ചുവിന്റെയും മായന്റെയും പ്രണയം കേവലം കൗമാരകൗതുകമായിരുന്നില്ല. മനസ്സുകളുടെ ആഴങ്ങളിൽ ദൃഢീഭവിച്ച ജീവിതാഭിലാഷമായിരുന്നു. ആ പ്രണയസാഫല്യത്തിന്റെ അഭാവത്തിൽ ഇരുവരുടെയും ജീവിതം അർത്ഥശൂന്യമാകുകയായിരുന്നു. ബീരാനെ വിവാഹം ചെയ്ത ഉമ്മാച്ചുവിനോ, വയനാട്ടിലേക്ക് പലായനം ചെയ്ത മായനോ അവരുടെ പ്രണയതൃഷ്ണകളെ കുഴിച്ചു മൂടുവാനായില്ല. കാല്പനികപ്രണയാനുഭവങ്ങളിൽനിന്നും ശ്രദ്ധേയമായ അകലം ഉറുബ് പുലർത്തിയിരുന്നു എന്നുകാണാം.

അബ്ദുവും ചിന്നമ്മുവുമായുള്ള പ്രണയം വലിയ വെല്ലുവിളികൾ നേരിടുന്നു. അതേ സമയം തന്നെ അത് സാമുദായിക വ്യവസ്ഥകൾക്കു മുന്നിൽ വെല്ലുവിളികൾ ഉയർത്തുകയും ചെയ്യുന്നു. നോവൽ മുന്നോട്ടു വെക്കുന്നത് സാമുദായിക വ്യവസ്ഥകൾക്കതീതമായ പ്രണയസങ്കല്പമാണ്. അത് പ്രക്ഷോഭസ്വഭാവമുള്ള പ്രണയം തന്നെയാണ്. അതുമായി പൊരുത്തപ്പെടാനാവാത്ത മാനസികാവസ്ഥയാണ് ഉമ്മാച്ചുവിന്റെ ധർമ്മസങ്കടത്തിനും ചാപ്പുണ്ണിനായരുടെ പൊട്ടിത്തെറിക്കും കാരണമാകുന്നത്. എന്നാൽ ജാതി-മത ചിന്തകൾക്കതീതമായി വളർന്നുവരുന്ന

പ്രണയങ്ങളെ കാലക്രമേണ അംഗീകരിക്കേണ്ടിവരുമെന്ന സുചനയാണ് ഉറൂബ് നല്കുന്നത്. പ്രണയവ്യഥകൾ ഇരമ്പിമറിയുന്ന ഈ ഇതിവൃത്തത്തിൽ പ്രക്ഷോഭങ്ങളുടെ നിഗൂഢസാന്നിദ്ധ്യം അനുഭവിക്കാം. പ്രണയപരിണാമങ്ങളാണ് *ഉമ്മാച്ചു*വിന്റെ ഇതിവൃത്തത്തെ രൂപപ്പെടുത്തുന്നത്. പ്രണയപരിണാമങ്ങളുമായി ബന്ധപ്പെടുത്തി പ്രക്ഷോഭങ്ങളെ വിശകലനം ചെയ്യുന്നില്ല. സ്വാതന്ത്ര്യസമരവും ദേശീയപ്രസ്ഥാനവുമൊക്കെ സൂചിപ്പിക്കപ്പെടുന്നുണ്ടെങ്കിലും നോവലിന്റെ പ്രമേയ ധമനികളിലേക്ക് അവ പ്രവഹിച്ചെത്തുന്നില്ല. അബ്ദു രാഷ്ട്രീയ പ്രവർത്തനങ്ങളിലേർപ്പെടുന്നത് അയാളുടെ ജീവിതസന്ദർഭങ്ങളുടെ അനിവാര്യപ്രേരണയാലാണ്. അതിനുതകുന്ന ആനുഷംഗിക പരാമർശം മാത്രമാണ് സ്വാതന്ത്ര്യസമരവും കോൺഗ്രസ് പ്രവർത്തനവുമൊക്കെ. സാമൂഹികവും രാഷ്ട്രീയവുമായ മാനങ്ങളുള്ള പ്രക്ഷോഭങ്ങളെക്കാൾ കഥാപാത്രങ്ങളുടെ മാനസികസംഘർഷങ്ങൾ പകർന്നേകുന്ന വൈകാരിക പ്രക്ഷുബ്ധതയാണ് *ഉമ്മാച്ചു*വിൽ സാന്ദ്രമാകുന്നത്. വിജാതീയ പ്രണയവും മിശ്രവിവാഹവും ഏതുകാലത്തും നമ്മുടെ സമൂഹത്തിൽ അനിവാര്യമാണ്. അത്തരം പ്രണയം എന്നും സമരോത്സുകമായ പ്രണയമായിരിക്കും. *ഉമ്മാച്ചു*വിലെ അബ്ദുവിന്റെയും ചിന്നമ്മുവിന്റെയും പ്രണയം അത് ഓർമ്മിച്ചുകൊണ്ടേയിരിക്കും. അവരുടെ പ്രണയം തന്നെ ഒരു സമരമാണ്.

രണ്ട്

സുന്ദരികളും സുന്ദരൻമാരും സംസ്കാരചരിത്രമാണെന്നും അതിനെ ഒരു ചരിത്രനോവലെന്നുതന്നെ പറയാമെന്നും പ്രൊഫ. എം അച്യുതൻ അഭിപ്രായപ്പെടുന്നു. ഒരു കാലഘട്ടത്തിന്റെ സാംസ്കാരിക സത്ത മാത്രം ആവാഹിച്ച് കല്പിത കഥാപാത്രങ്ങളുടെ ജീവിത പരിണാമങ്ങളിലൂടെ മൂർത്തമാക്കി കാണിക്കുകയാണ് നോവലിസ്റ്റ് ചെയ്യുന്നതെന്നും അദ്ദേഹം നിരീക്ഷിക്കുന്നു. എന്നാൽ സൂക്ഷ്മ വിശകലനത്തിൽ ചരിത്രത്തെയും സാസ്കാരികാനുഭവങ്ങളെയുമൊക്കെ പിന്നിലാക്കുന്ന രീതിയിൽ പ്രണയാനുഭവങ്ങളുടെ ഭിന്നമുഖങ്ങൾ ഈ ഇതിവൃത്തം കാഴ്ചവെക്കുകയാണ് ചെയ്യുന്നത് എന്നു കാണാം. ചരിത്രം പലപ്പോഴും തിരശ്ശീലയ്ക്ക് പിന്നിലാണ്. പ്രണയാനുഭവങ്ങളാണ് ക്യാൻവാസിൽ നിറയുന്നത്. ശിഥിലമാകുന്ന നാലു പ്രണയ കഥകൾ കോർത്തെടുക്കുന്ന ഇതിവൃത്ത ഘടനയാണ് ഈ നോവലിന്റേത്.

ഒരു കാല്പനിക പ്രണയത്തിന്റെ ഭാവഹാവങ്ങൾ ഇരുവരിലും സന്നിവേശിപ്പിച്ചുകൊണ്ടാണ് രാമൻനായർ മാസ്റ്ററും കുഞ്ചുക്കുട്ടിയുമായുള്ള പ്രണയത്തെ ഉറൂബ് അവതരിപ്പിക്കുന്നത് കുഞ്ചുകുട്ടിയെ പല തവണ കാണുകയും അവളുടെ വീട്ടിലെ നിത്യസന്ദർശകനായിത്തീരു

കയും ചെയ്ത രാമൻനായർ മാസ്റ്റർ നേരിട്ടു വിവാഹാഭ്യർത്ഥന നടത്തുകയാണ്. എന്നാൽ തങ്ങളുടെ തറവാടിത്തത്തിനും ആഭിജാത്യത്തിനും യോജിച്ച ആലോചനയല്ലെന്നു പറഞ്ഞ് കുഞ്ചുക്കുട്ടിയമ്മയുടെ വീട്ടുകാർ മാസ്റ്ററുടെ വിവാഹാഭ്യർത്ഥന നിരസിക്കുകയായിരുന്നു. മാസ്റ്റർ ആ നാട്ടിൽ നിന്നും മാറ്റം വാങ്ങിപ്പോകുകയും ചെയ്തു.

രാമൻമാസ്റ്റർ മാറ്റം വാങ്ങിപ്പോയതിനു ശേഷം ഖിലാഫത്ത് ലഹളക്കാർ ഗ്രാമം കീഴടക്കുകയുണ്ടായി. കുഞ്ചുക്കുട്ടിക്കും കുടുംബാംഗങ്ങൾക്കും തറവാടും നാടും വിട്ടുപോകേണ്ടിവരുന്നു. ഗോവിന്ദൻനായരോടൊപ്പമായിരുന്നു ആ പലായനം. ആ കൂട്ടപ്പാച്ചിലിനിടയിൽ അവർ അധികാരിയുടെ ബന്ധുവായ പണിക്കരുടെ വീട്ടിൽ അഭയം തേടുന്നു. കെട്ടുറപ്പും കാവലുമുള്ള ആ വീട്ടിൽ അവരെപ്പോലെ വേറെയും ധാരാളമാളുകൾ എത്തിച്ചേർന്നിട്ടുണ്ട്. അക്രമികൾ ആ വീട് ആക്രമിക്കുകയും ചുട്ടെരിക്കുകയും ചെയ്തപ്പോൾ, ഗോവിന്ദൻനായർ കുഞ്ചുക്കുട്ടിയെയും കൂട്ടി അവിടെ നിന്നും രക്ഷപ്പെടുന്നു. അമ്മയും അമ്മാവനും ഉൾപ്പെടെയുള്ള ഉറ്റവരെല്ലാം കൈവിട്ടുപോകുന്നു. പതിനൊന്നു ദിവസം ഗോവിന്ദൻനായർക്കൊപ്പം, വഴിമദ്ധ്യേ കണ്ട ഒരു വീട്ടിൽ അവൾ താമസിച്ചു. കാര്യങ്ങൾ തിരക്കിവരാൻ, പോകുന്ന ഗോവിന്ദൻനായരെ പിന്നീടൊരിക്കലും അവൾ കാണുന്നില്ല. അയാളെ അന്വേഷിച്ച് ഏറെ നടന്നിട്ടും പ്രയോജനമുണ്ടാകുന്നില്ല. ആ കഥയുടെ ബാക്കിപത്രമാണ് നോവലിന്റെ തുടക്കത്തിൽ കാണുന്ന പെരുവഴിയിൽ പ്രസവവേദന കൊണ്ടുപുളയുന്ന അവശയായ കുഞ്ചുക്കുട്ടിയുടെ ദയനീയ ചിത്രം. രാമൻനായർ മാസ്റ്ററുടെ കണ്ണിൽപ്പെടുന്ന അവളെ അയാൾ സ്വന്തം വീട്ടിലേക്ക് കൂട്ടിക്കൊണ്ടുപോകുന്നു. പ്രസവത്തോടെ അവൾ മരിക്കുകയാണ്. ചാർത്തിക്കിട്ടിയ ആ കുട്ടിയെ മാസ്റ്റർ ഏറ്റെടുക്കുന്നു. അവന് വിശ്വനാഥൻ എന്ന് പേരിട്ടു വളർത്തുന്നു. മാസ്റ്ററുടെ ഭഗ്നപ്രണയത്തിന്റെ വിചിത്ര പരിണാമം. രാമൻനായർ മാസ്റ്ററുടെയും കുഞ്ചുക്കുട്ടിയുടെയും പ്രണയത്തിന്റെ തകർച്ച ഇരുവരുടെയും ജീവിതത്തിൽ മാരകമായ മുറിവുകളാണേല്പിക്കുന്നത്. മാസ്റ്റർ മറ്റൊരു നാട്ടിലെത്തി വിവാഹിതനായി മൂന്നു കുട്ടികളുടെ അച്ഛനുമായി. ദുരന്തങ്ങൾ അയാളെ വിടാതെ പിന്തുടരുന്നു. ഒരു മകളുടെ മരണം, വിട്ടുമാറാത്ത വയറ്റിൽ വേദന, സാമ്പത്തിക ക്ലേശം, കൃഷ്ണൻ നമ്പിടിയുടെയും വേലുനായരുടെയും ഉപദ്രവങ്ങൾ. എല്ലാം ചേർന്ന് അയാളുടെ ജീവിതത്തെ ചീന്തിയെറിയുന്നു. കുഞ്ചുക്കുട്ടിയമ്മയുടെ വീട്ടുകാർ അവരുടെ തറവാടിത്തത്തെ സംബന്ധിച്ചു പുലർത്തിപ്പോന്ന യാഥാസ്ഥിതിക മനോഭാവവും പൊള്ളയായ അഹംബോധവും ഒരു പ്രണയത്തെയും രണ്ടുജീവിതങ്ങളെയും തകർത്തുകളയുന്നു. ലഹളമൂലം ആ തറവാടും തകരുന്നു.

കഥകളിനടനായ ഗോപിക്കുറുപ്പിന്റെയും ലക്ഷ്മിക്കുട്ടിയമ്മയുടെയും പ്രണയം തകർന്നതും ലക്ഷ്മിക്കുട്ടിയുടെ തറവാട്ടുകാരുടെ കുലീനഭാ

വത്താലാണ്. സിംഗപ്പൂരിൽ ജോലിയുള്ളവനും പണക്കാരനുമായ പണിക്കർക്ക് ലക്ഷ്മിക്കുട്ടിയമ്മയെ വിവാഹം ചെയ്ത് കൊടുക്കാൻ വീട്ടുകാർ തീരുമാനിച്ചു. ആ വിവാഹം നടക്കുന്നതോടെ ഗോപിക്കുറുപ്പ് തകർന്നുപോകുന്നു.അയാൾ പിന്നെ ചൊല്ലിയാടില്ല എന്നു തീരുമാനിക്കുന്നു. സിംഗപ്പൂരിലെത്തിയ ലക്ഷ്മിക്കുട്ടിയമ്മ ഉദ്യോഗസ്ഥന്റെ ഭാര്യയായി വിലസുകയായിരുന്നു. അയാളെ വരച്ചവരയിൽ നിർത്തി ഭർത്താവിനെ നിർബ്ബന്ധിച്ച് നാട്ടിൽ സ്വന്തം പേരിൽ വീടും സ്ഥലവും നിലവുമൊക്കെ വാങ്ങിപ്പിച്ചു. ഭർത്താവിന്റെ അകാലമരണത്തോടെ മകൾ ശാന്തയേയും കൂട്ടി ലക്ഷ്മിക്കുട്ടിയമ്മ നാട്ടിൽ മടങ്ങിയെത്തി. ഗോപികുറുപ്പ് അങ്ങേയറ്റം അന്തർമുഖനും നിഷ്ക്രിയനുമായിത്തീർന്നു. ഉദയാസ്തമയങ്ങൾ സംഭവിക്കുന്നതുപോലും അയാൾ അറിയാറില്ല. ലക്ഷ്മിക്കുട്ടിയമ്മ തിരിച്ചെത്തിയ വിവരമറിഞ്ഞ് ഒരു രാത്രിയിൽ കുറുപ്പ് അവരുടെ വീട്ടിലെത്തി. കള്ളനാണെന്ന് കരുതി ജോലിക്കാർ അയാളെ പിടികൂടി ലക്ഷ്മിക്കുട്ടിയമ്മയുടെ മുന്നിലെത്തിക്കുന്നു. കുറുപ്പിന്റെ തകർന്ന അവസ്ഥകണ്ട് അവർ ഞെട്ടിപ്പോകുന്നു. ഗോപിക്കുറുപ്പിന് സ്നേഹവും അഭയവും നല്കി ലക്ഷ്മിക്കുട്ടിയമ്മ കൂടെ താമസിപ്പിക്കുന്നു. ശാന്തയെ നൃത്തം അഭ്യസിപ്പിക്കുന്ന ചുമതല അയാളെ ഏല്പിക്കുന്നു. അവസാനം വരെ ആ സ്നേഹവും സംരക്ഷണവും അയാൾക്ക് ലഭിക്കുന്നു. അവർ അയാളെ കൂടെ താമസിപ്പിക്കുന്നതോടെ അഭിശപ്താവസ്ഥയിൽനിന്നും അയാൾ മുക്തനാകുന്നു.

ഈ രണ്ട് പ്രണയത്തകർച്ചകൾക്കും പിന്നിൽ കേരളീയ സമൂഹത്തിന്റെ വീക്ഷണത്തിൽ വരുന്ന സൂക്ഷ്മമായ മാറ്റത്തിന്റെ ചിഹ്നങ്ങൾ പതിഞ്ഞു കിടക്കുന്നു. പെൺകുട്ടികളുടെ തറവാട്ടുകാർ അവരെ നിർദ്ധനർക്ക് വിവാഹം ചെയ്ത് കൊടുക്കാൻ തയ്യാറാകുന്നില്ല. തറവാടിന്റെ പ്രൗഢിക്കു യോജിക്കാത്തതുകൊണ്ടാണ് രാമൻനായർ മാസ്റ്ററും ഗോപിക്കുറുപ്പും നിരാകരിക്കപ്പെടുന്നത്. ഒരു മാസ്റ്റർക്കോ കഥകളിവേഷക്കാരനോ ശ്രേഷ്ഠകുടുംബങ്ങളിൽ വരനായി കടന്നുചെല്ലാനുള്ള യോഗ്യതയില്ല എന്ന വീക്ഷണമാണ് ഇവിടെ പ്രകടമാകുന്നത്. നാടുവാഴിത്തത്തിന്റെ നാളുകളിൽ ഇതുപോലുള്ള തറവാട്ടുകാർ സംബന്ധത്തിനെത്തുന്ന നമ്പൂതിരിമാർക്കു മുന്നിൽ—സൂരിനമ്പൂതിരിയെപ്പോലുള്ള ജളന്മാരുടെ മുന്നിൽ പോലും—വാതിൽ തുറന്നിടുമായിരുന്നു. നാടുവാഴിത്തത്തിന്റെ തിരോധാനവും മുതലാളിത്തത്തിന്റെ ആവിർഭാവവും സംഭവിക്കുന്ന ഒരു കാലഘട്ടത്തെയാണ് സുന്ദരികളും സുന്ദരന്മാരും പ്രതിനിധാനം ചെയ്യുന്നത്. കുലമഹിമയോടൊപ്പം ധനസ്ഥിതിയും വരന്മാരുടെ യോഗ്യതയായി പരിഗണിക്കപ്പെട്ടു തുടങ്ങുകയാണ്. ധനസ്ഥിതി യോഗ്യതയുടെ അളവുകോലാകാൻ തുടങ്ങുന്നു. മുതലാളിത്തമൂല്യങ്ങൾ സമൂഹഘടനയിലാകെ പിടിമുറുകുന്ന ഒരു കാലഘട്ടത്തെ ഈ നോവൽ അടയാളപ്പെടുത്തുന്നുണ്ട്.

ആസക്തിയുടെ കറപുരണ്ട മനോഭാവമാണ് ശാന്തയ്ക്ക് വിശ്വത്തിനോട് തോന്നുന്നത്. രാമൻനായർ മാസ്റ്ററുടെ വീട്ടിൽ കഴിഞ്ഞിരുന്ന വിശ്വം ഒരു ലക്ഷ്യവുമില്ലാതെ യാത്രചെയ്ത് ലക്ഷ്മിക്കുട്ടിയമ്മയുടെ വീട്ടിൽ എത്തുകയാണ്. അവിടെ അയാൾക്ക് വാസസ്ഥലം അനുവദിക്കപ്പെടുന്നു. ശാന്തയോടൊപ്പം കുറുപ്പ് വിശ്വത്തെയും നൃത്തം പഠിപ്പിക്കുന്നു. ഒരുമിച്ചുള്ള പഠനവും വിശ്വത്തിന്റെ നൃത്തവൈഭവവും ശാന്തയ്ക്ക് വിശ്വത്തിനോടു പ്രതിപത്തിയുണരാനുള്ള അവസരമൊരുക്കി. ശാന്തയ്ക്ക് നർത്തകി എന്ന നിലയിൽ പേരും പ്രശസ്തിയും ഉണ്ടായി. കൃഷ്ണൻനമ്പിടിയുടെ മകനും വ്യവസായിയുമായ കാർത്തികേയൻ അവളെ വിവാഹം ചെയ്യാനെത്തുന്നു. ആ വിവാഹം നടക്കുന്നതോടെ പ്രണയം തകർച്ചയെ നേരിടുന്നതായി തോന്നാം. എന്നാൽ ശാന്തയുടേത് പ്രണയം എന്ന് വിളിക്കാവുന്ന വികാരമായിരുന്നില്ല. ശാരീരികമായ ആസക്തി അവളിൽ കെട്ടടങ്ങാതെ നില്ക്കുന്നു. വീണ്ടും നഗരത്തിൽ വെച്ചു കണ്ടുമുട്ടുമ്പോൾ ശാന്ത വിശ്വത്തെ നിർബ്ബന്ധിച്ച് വിളിച്ചുവരുത്തുന്നു. ഒരിക്കൽ അവർ ഒരുമിച്ച് വേദിയിൽ നൃത്തം ചെയ്യുന്നുമുണ്ട്. പക്ഷേ, അവളുടെ പ്രലോഭനങ്ങളിൽ നിന്നും വിശ്വം ഓടിയകലുകയാണ്.

ഉറൂബ് ഈ നോവലിൽ ഭാവനചെയ്യുന്ന ഒരു പ്രണയം മാത്രമേ പ്രക്ഷോഭവുമായി ബന്ധിപ്പിക്കപ്പെടുന്നുള്ളൂ. ഒരു പ്രക്ഷോഭകാരിയായ കുഞ്ഞിരാമനും രാമൻനായർ മാസ്റ്ററുടെ മകൾ രാധയുമായുള്ള പ്രണയമാണത്. രാമൻനായർ മാസ്റ്ററുടെ മരണത്തോടെ അയാളുടെ കുടുംബം നിരാലംബമാകുന്നു. മാധവിയമ്മ കൂടി മരിച്ചപ്പോൾ രാധയും ഗോപാലകൃഷ്ണനും തീർത്തും അനാഥരായി. നേരത്തേ നഗരത്തിലേക്ക് ചേക്കേറിയ കുഞ്ഞിരാമനെ അന്വേഷിച്ച് അവർ പുറപ്പെടുന്നു. നഗരത്തിലെത്തുന്ന അവർ ആദ്യം കണ്ടുമുട്ടുന്നത് വിശ്വത്തെയാണ്. വിശ്വത്തിന്റെയും സുലൈമാൻ എന്ന ഗോവിന്ദൻനായരുടെയും സഹായത്തോടെ കുഞ്ഞിരാമനെ കണ്ടെത്തുന്നു. അയാൾ ഫാക്ടറി തൊഴിലാളിയാണ്; തൊഴിലാളികളുടെ പ്രിയപ്പെട്ട നേതാവാണ്. തൊഴിലാളികളെ സംഘടിപ്പിക്കുകയും സമരസജ്ജരാക്കുകയും അവരുടെ ജീവൽ പ്രശ്നങ്ങളിലെല്ലാം ഇടപെടുകയും ചെയ്യുന്നവനാണ്; ഇടതുപക്ഷരാഷ്ട്രീയ മാർഗ്ഗത്തിൽ സഞ്ചരിക്കുന്നവനാണ്: സ്വാതന്ത്ര്യത്തിനുവേണ്ടിയുള്ള പോരാട്ടത്തിൽ സജീവമായി പങ്കെടുക്കുന്നവനാണ്; ലോകമഹായുദ്ധത്തിന്റെ കെടുതികൾ അനുഭവിക്കുന്നവർക്ക് സാന്ത്വനം പകരുന്നവനാണ്; ജാപ്പ് വിരുദ്ധ പ്രക്ഷോഭത്തിന്റെ ഭാഗമായി പ്രവർത്തിക്കുന്നവനാണ്; പ്രക്ഷോഭങ്ങൾക്ക് നേതൃത്വം നല്കുന്നവനും പാവങ്ങളുടെ ദുഃഖങ്ങളും ദുരിതങ്ങളും പങ്കിടുന്നവനുമാണ്. ആദർശങ്ങളെ മുറുകെ പിടിക്കുന്ന കുഞ്ഞിരാമൻ കൂടുതൽ ഉയർന്ന നിലവാരത്തിൽ സ്നേഹിക്കാൻ പഠിക്കണം എന്ന അഭിപ്രായക്കാരനാണ്. ഉറച്ച സാമൂഹ്യ ബോധമാണ് ആ കാഴ്ചപ്പാടിനു പിന്നിലുള്ളത്. പട്ടാളത്തിൽ ചേരുന്ന അയാൾ

പിന്നീട് കൊല്ലപ്പെടുന്നു. ഒരു പ്രക്ഷോഭകാരിയുടെ പ്രണയസങ്കല്പവും അതിന്റെ ആദർശ ദീപ്തിയും കുഞ്ഞിരാമനിൽ പ്രകടമാണ്. ത്യാഗസുര ഭിലവും സംരക്ഷണവ്യഗ്രവുമായ പ്രണയമാണത്. പട്ടാളത്തിൽ പോകാ നൊരുങ്ങുമ്പോൾ രാധയുടെ സംരക്ഷണം ശാന്തയെ ഏല്പിക്കാൻ അയാൾ മറക്കുന്നില്ല. ജീവിതയാഥാർത്ഥ്യങ്ങളോട് പൊരുതിത്തോ ല്ക്കുന്ന പ്രണയമാണ് കുഞ്ഞിരാമന്റെയും രാധയുടെയും എന്നു പറയാം. വിദ്യാർത്ഥിയായിരിക്കുമ്പോൾ മുതൽ സാമൂഹ്യ-രാഷ്ട്രീയ പ്രശ്നങ്ങ ളിൽ തല്പരനാണ് കുഞ്ഞിരാമൻ. പ്രതിസന്ധികളുടെ മുന്നിലാണ് എന്നും അയാൾ നിലകൊള്ളുന്നത്. ഒരു പ്രശ്നവും തന്റേതുമാത്രമായി അയാൾ കാണുന്നില്ല. എന്നാൽ എല്ലാക്കാര്യവും സ്വന്തം പ്രശ്നമായി കാണുകയും ചെയ്യുന്നു. സുരക്ഷിത സമൂഹത്തെയും സ്നേഹസാഫല്യ ത്തെയും ഒരുപോലെ സ്വപ്നം കണ്ട മനസ്സാണയാളുടേത്. ഈ മനോ ഭാവമാണ് കുഞ്ഞിരാമനെ തീവ്രവാദ പാളയത്തിൽ എത്തിക്കുന്നത്.

നോവൽ അവസാനം എത്തിച്ചേരുന്നത് രാധയുടെയും വിശ്വത്തി ന്റെയും ജീവിതങ്ങൾ ഒരുമിക്കുന്ന സന്ദർഭത്തിലേക്കാണ്. പ്രണയം എന്ന് ആ ബന്ധത്തെ വിശേഷിപ്പിക്കാനാവില്ല. അനുഭവങ്ങളും സാഹചര്യ ങ്ങളും അവരെ ഒരുമിപ്പിക്കുകയാണ്. "താൻ ഒരനുരാഗത്തിന്റെ വിഡ്ഢിത്തം നിറഞ്ഞ ഓർമ്മകൾ മുഴുവൻ ഉൾക്കൊണ്ടിട്ടുണ്ട്" എന്ന് വിശ്വം പറയുന്നുണ്ട്. ശാന്തയുമായുള്ള പ്രണയത്തെ പിന്നീടയാൾ വിലയിരുത്തുന്നത് അപ്രകാരമാണ്. പരസ്പരം മനസ്സിലാക്കാത്തവർ പ്രണയിക്കുന്നതും ഒരുമിക്കുന്നതും അർത്ഥശൂന്യമാണ്. അനുഭവങ്ങ ളിലൂടെയും പരിചയത്തിലൂടെയും പരസ്പരം അറിയുകയും അംഗീകരി ക്കുകയും ചെയ്യുന്നവരാണ് രാധയും വിശ്വവും അവരുടെ പ്രണയം സഫലമാകുമെന്നും അതവരുടെ ജീവിതത്തെ അർത്ഥവത്താക്കുമെ ന്നുമുള്ള പ്രതീക്ഷയിലാണ് നോവൽ അവസാനിക്കുന്നത്. പ്രണയത്തിന് വിശുദ്ധിയുടെ പരിവേഷം കല്പിക്കുന്ന എഴുത്തുകാരനാണ് ഉറൂബ്. ശരീരകാമനകൾക്കപ്പുറം നിലനില്ക്കുന്ന മൂല്യം പ്രണയത്തിനുണ്ട്. അതുകൊണ്ടാണ് ശാന്തയിൽനിന്ന് വിശ്വം അകന്നുപോകുന്നത്. ശാരീരികപ്രലോഭനങ്ങൾ ഇല്ലാത്ത, സ്വഭാവശുദ്ധിയുടെയും സഹനത്തി ന്റെയും നൈർമ്മല്യത്തിന്റെയും മൂർത്തിയായ രാധയെ വിശ്വം സ്വീകരി ക്കുന്നതും ശ്രദ്ധേയമാണ്. ജീവിതസാഹചര്യങ്ങളുടെ സമ്മർദ്ദങ്ങളാണ് അവരെ ഒരുമിപ്പിക്കുന്നത്. അവിചാരിതവും അനിവാര്യവുമായ ഒരു പ്രണയ സംഗമമാണവരുടേത്.

കഥാപാത്രങ്ങളുടെ മനസ്സുകളിലെ നിഗൂഢപ്രേരണകൾ പോലും ഉറൂബ് കണ്ടെത്തുന്നുണ്ട്. നൃത്തം ചെയ്യുന്ന വിശ്വത്തിൽ നളവേഷം ചൊല്ലിയാടുന്ന ഗോപിക്കുറുപ്പിനെയാണ് ലക്ഷ്മിക്കുട്ടിയമ്മ കാണുന്നത്. ശാന്തയുടെയും വിശ്വത്തിന്റെയും പ്രണയത്തെ ലക്ഷ്മിക്കുട്ടിയമ്മ അംഗീ കരിക്കാത്തത് അവരുടെ ഭൂതകാലാനുഭവ സ്മൃതികളുടെ പ്രേരണ

കൊണ്ടാകാം.

ഒരു കാലഘട്ടത്തിലെ ദേശചരിത്രം പശ്ചാത്തലമാക്കി ആ കാലഘട്ടത്തിലെ ചില കഥാപാത്രങ്ങളെ സങ്കല്പിച്ചെടുത്ത് അവരുടെ പ്രണയാനുഭവങ്ങൾ ആവിഷ്കരിക്കുന്ന നോവലാണ് *സുന്ദരികളും സുന്ദരൻമാരും.* രണ്ടാം ലോകമഹായുദ്ധവും ഇന്ത്യൻ സ്വാതന്ത്ര്യസമരവും നാടുവാഴിത്തത്തിന്റെ തളർച്ചയും മുതലാളിത്തത്തിന്റെ വളർച്ചയും ഖിലാഫത്ത്പ്രസ്ഥാനത്തിന്റെ പ്രവർത്തനങ്ങളും മുതലാളി-തൊഴിലാളി സംഘർഷങ്ങളും മതംമാറ്റങ്ങളുമൊക്കെ നോവലിന്റെ ഇതിവൃത്തത്തിൽ കടന്നുകയറുന്ന ചരിത്രാനുഭവങ്ങളാണ്. ദേശീയപ്രസ്ഥാനവും സ്വാതന്ത്ര്യസമരവും ഉറൂബിനെ ആവേശം കൊള്ളിച്ചിരുന്നു. കുഞ്ഞിരാമൻ പഠിക്കുന്ന സ്കൂളിനടുത്ത് സ്വാതന്ത്ര്യസമരത്തിന്റെ ഭാഗമായി തുണിക്കട പിക്കറ്റ് ചെയ്യുന്ന രംഗം ഉറൂബ് ആവേശത്തോടെ ചിത്രീകരിക്കുന്നു. പിക്കറ്റിങ് നടത്തിയ വടക്കൻ കേരളക്കാരനായ നമ്പ്യാരെ പോലീസ് മർദ്ദിച്ചവശനാക്കുന്ന രംഗം വിവരിക്കുന്നതിങ്ങനെയാണ്.

"നിന്റെ രാജ്യമൊക്കെ പിടിച്ചുകഴിഞ്ഞോടാ, ഇവിടേക്ക് വരാൻ." —ഇൻസ്പെക്ടർ ചോദിച്ചു. അതിനു നമ്പ്യാർ സമാധാനം പറഞ്ഞില്ല.. "പറയെടാ.."—ഒരിടീം, തുടർന്ന് നാല് ചവിട്ടും. നമ്പ്യാർ മറിഞ്ഞുവീണു. രണ്ടു പൊലീസുകാർ അയാളുടെ കാൽമുട്ടുകളിൽ കയറിനിന്നു. ഇൻസ്പെക്ടറാകട്ടെ, വളഞ്ഞുലയുന്ന ചൂരൽകൊണ്ട് നമ്പ്യാരുടെ കാൽവെള്ളയിൽ നിന്നു തോൽ നക്കിയെടുക്കാൻ തുടങ്ങി. ഒടുവിൽ രണ്ടു കാലടികളും അരിഞ്ഞെടുത്ത ഇറച്ചിത്തുണ്ടുകൾ പോലെയായപ്പോൾ അടി നിർത്തി. ബോധരഹിതനായി കിടക്കുന്ന നമ്പ്യാരെ നോക്കി ഇൻസ്പെക്ടർ കിതച്ചു. "പിടിക്ക്, രാജ്യം പിടിക്ക്...."

പൊലീസുകാരൻ താഴെയിറങ്ങി. ബൂട്ട്സിട്ടകാലുകൾകൊണ്ട് ഇൻസ്പെക്ടർ നമ്പ്യാരെ വരമ്പത്ത് നിന്ന് തോണ്ടിയിട്ടു. ആ യുവാവ് കട്ട പൊട്ടിച്ച കണ്ടത്തിലേക്ക് മുഖം കുത്തിമറിഞ്ഞു. ഭൂമിയിൽ രക്തം ഇറ്റുവീഴുകയായിരുന്നു. ആ രക്തത്തിലൂടെ ഇൻസ്പെക്ടർ നടന്നു. പരിവാരങ്ങളും... ഇങ്ങനെ പൊലീസ് മർദ്ദനത്തിന്റെ ഭീകരത ചിത്രീകരിച്ച ശേഷം നോവലിസ്റ്റ് തുടരുന്നു:

"അവരുടെ ബൂട്ട്സിന്റെ അടിയിലെ ആണികൾ തട്ടി ഭൂമിയിൽ തുളകളുണ്ടായി. പക്ഷേ, ആ രക്തം മാഞ്ഞുപോയില്ല. അത് ആവിയായി പോയതുമില്ല. മനുഷ്യാത്മാവ് കടഞ്ഞെടുത്ത തുള്ളികളാണവ. ആയിരമായിരം വർഷങ്ങളിലെ മനുഷ്യതപസ്സിന്റെ തേജസ്സ് അതിൽ ഊറിക്കിടപ്പുണ്ട്. മേല്പോട്ട് ഉയരുന്ന മനുഷ്യാത്മാവ് ഭൂമിയിൽ ശക്തിയായി നിക്ഷേപിക്കുന്ന വിത്തുകളാണ്. ആ രക്തബിന്ദുക്കൾ. ഭൂമി അവ ഹൃദയത്തിലെടുത്ത് മുളപ്പിക്കുന്നു. തുടുത്തപൂക്കളും കനത്ത ഫലങ്ങളും അവിടെയും വിളയുന്നു. ഇത്രയും ദൂരം കാണുന്ന കണ്ണുകൾ ആവലാതിപ്പെടുന്നില്ല. നോവേല്ക്കുന്നില്ല. പിന്മാറുന്നില്ല. നാളത്തെ വിജയം ഇന്ന്

അയാൾ ഹൃദയത്തിൽ വെച്ചാഘോഷിക്കുന്നു. മനുഷ്യപുരോഗതിയുടെ പാതയിൽ വീണുകിടക്കുന്ന ആ ചെറുപ്പക്കാരന്റെ ഹൃദയത്തിൽ എന്തായിരുന്നു എന്നു പറയാൻ വയ്യാ. അയാൾ മോഹാലസ്യപ്പെട്ടിരുന്നു."

ആവേശം മുറ്റിയ, കാവ്യാത്മകമായ ഈ വിവരണം മർദ്ദനങ്ങളെയെല്ലാം അതിജീവിച്ച് സ്വാതന്ത്ര്യത്തിലേക്ക് കുതിക്കുന്ന പോരാട്ടങ്ങളെ ഹൃദയത്തിലേറ്റുവാങ്ങുന്ന എഴുത്തുകാരനേ നല്കാൻ കഴിയൂ. ഇത്തരം പ്രക്ഷോഭങ്ങളെയും നോവലിലെ പ്രണയാനുഭവങ്ങളെയും പ്രകടമായി ബന്ധിപ്പിക്കാൻ ഉറൂബ് ഉദ്യമിക്കുന്നില്ല. ഒരു കാലഘട്ടത്തിലെ മനുഷ്യാനുഭവങ്ങളുടെ രണ്ടു മുഖങ്ങളായി പ്രണയത്തെയും പ്രക്ഷോഭത്തെയും വിന്യസിക്കുകയാണ്. 'പ്രക്ഷോഭകാരികളുടെ പ്രണയം' - എന്നോ 'പ്രണയികളുടെ പ്രക്ഷോഭം' എന്നോ നിർവ്വചിക്കത്തക്കവിധം മൂർത്തമായും ദൃഢമായും ഈ ഘടകങ്ങളെ ബന്ധിപ്പിക്കുന്നില്ല. പിരിഞ്ഞകന്ന പ്രണയികൾക്ക് ജീവിതത്തിന്റെ മാറിമറിഞ്ഞ അവസ്ഥകളിൽ സന്ധിക്കാനുള്ള അവസരങ്ങൾ പ്രക്ഷോഭങ്ങളൊരുക്കുന്നുണ്ട്. പ്രക്ഷോഭവാസനകളിൽ ശിഥിലമാകുന്ന പ്രണയാനുഭവങ്ങൾ പകർത്തുന്നുണ്ട്. എന്നാൽ നവോത്ഥാനപൈതൃകത്തിൽനിന്നും ഉരുത്തിരിയുന്ന പ്രക്ഷോഭചൈതന്യം പ്രണയത്തെയും ജീവിതത്തെയും ഉത്സാഹപ്പെടുത്തുന്ന ഒരനുഭവതലം ഉറൂബ് ആവിഷ്കരിക്കുന്നില്ല. അതേ സമയം ഉമ്മാച്ചുവിൽ പ്രകടമാക്കിയ സാമൂഹ്യ വീക്ഷണത്തിന്റെ ഹിന്ദു-മുസ്ലീം സമുദായങ്ങളിൽപ്പെട്ട വ്യക്തികളെ ഒരുമിപ്പിക്കുന്ന ജീവിത വീക്ഷണത്തിന്റെ വക്താവായി ഈ നോവലിനു പിന്നിലും ഉറൂബ് നിവർന്നുനില്ക്കുന്നു. ഹിന്ദു-മുസ്ലീം എന്നിങ്ങനെ മനുഷ്യരെ വിഭജിച്ചുകാണുന്നതിന്റെയും മതം മാറ്റത്തിന്റെയുമൊക്കെ യുക്തിശൂന്യത നോവലിസ്റ്റ് വിളംബരം ചെയ്യുന്നുണ്ട്. ചാപ്പുണ്ണിനായരുടെ മകൾ ചിന്നമ്മുവിനെയും *ഉമ്മാച്ചു*വിന്റെ മകൻ അബ്ദുവിനെയും ഭാര്യാഭർത്താക്കന്മാരായി വാഴിക്കുകയാണ് ഉറൂബ് *ഉമ്മാച്ചു* എന്ന നോവലിൽ. *സുന്ദരികളും സുന്ദരൻമാരും* എന്ന നോവലിൽ ഗോവിന്ദൻനായർ സുലൈമാനായി മതം മാറ്റം നടത്തുന്നു. പ്രത്യേകിച്ച് ഒരു വിശദീകരണവും നോവലിസ്റ്റ് അതു സംബന്ധിച്ച് നടത്തുന്നില്ല. ജീവിത സാഹചര്യങ്ങളുടെ പ്രേരണയാൽ സംഭവിച്ചുപോകുന്നതാകാം. വിധവയായ കദീജയെ വിവാഹം ചെയ്ത് സ്വസ്ഥമായ കുടുംബജീവിതം നയിക്കുകയാണയാൾ. ആരെയും എപ്പോഴും സഹായിക്കുന്ന നല്ല മനുഷ്യനായി അയാളെ അവതരിപ്പിക്കുന്നു. ജീവിതത്തിൽ സംഭവിച്ചുപോയ തെറ്റുകളിൽ പശ്ചാത്തപിക്കുകയും പ്രായശ്ചിത്തം ചെയ്യുകയും ചെയ്യുന്നു. ഏതു മതക്കാരനായാലും സ്നേഹവും കാരുണ്യവുമാണ് ഒരു വ്യക്തിയുടെ ശ്രേഷ്ഠതകളെന്ന് ഉറൂബ് ഈ കഥാപാത്രങ്ങളിലൂടെ പഠിപ്പിക്കുകയാണ്. മതാതീതമായ മനുഷ്യബോധത്തെ ഉയർത്തിപ്പിടിക്കുകയാണ്. ഹൃദയ വിശുദ്ധിപുലർത്തുമ്പോഴാണ് മനുഷ്യൻ സുന്ദരനാകുന്നത് എന്ന് ഉദ്ഘോഷിക്കുകയാണ്.

പ്രണയവും പ്രക്ഷോഭവും ഈ നോവലിൽ ഇടം നേടുന്ന ഘടകങ്ങളാണ്. എന്നാൽ അവയെ പരസ്പരം ബന്ധിപ്പിച്ചുകൊണ്ട് ഇതിവൃത്തത്തെ രൂപകല്പനചെയ്യാനല്ല ഉറൂബ് ഉദ്യമിച്ചിട്ടുള്ളത്. അവയെ പശ്ചാത്തലത്തിൽ നിർത്തിക്കൊണ്ട് മനുഷ്യനിലെ നന്മയെ തിരയുകയാണ് അദ്ദേഹം. ഉറൂബിന്റെ ഇഷ്ടവിഷയം മനുഷ്യബന്ധങ്ങളാണ്. സമൂഹഘടനയും സമൂഹത്തിലുണ്ടാകുന്ന മാറ്റങ്ങളും മനുഷ്യബന്ധങ്ങളെ എങ്ങനെയെല്ലാം സ്വാധീനിക്കുന്നു എന്നും ബാധിക്കുന്നുവെന്നും അദ്ദേഹം സൂക്ഷ്മനിരീക്ഷണം നടത്തുന്നു. അത്തരം നിരീക്ഷണത്തിനും വിശകലനത്തിനും അദ്ദേഹം ഉപയോഗപ്പെടുത്തുന്ന രണ്ടു ഘടകങ്ങളാണ് പ്രണയവും പ്രക്ഷോഭവും. *ഉമ്മാച്ചുവും സുന്ദരികളും സുന്ദരൻമാരും* അതു സാക്ഷ്യപ്പെടുത്തുന്നു.

8

സമരമാകുന്ന പ്രണയം

ഒന്ന്

ഒരു കാലഘട്ടത്തിൽ കേരളീയ സമൂഹത്തെ പ്രകമ്പനം കൊള്ളിച്ച വിമോചനതൃഷ്ണയുടെ സാഹിത്യഭാഷ്യമാണ് ചെറുകാടിന്റെ *മുത്തശ്ശി* എന്ന നോവൽ. സമൂഹത്തിന്റെ വിവിധ മേഖലകളിൽ ചൂഷണത്തിനും പീഡനങ്ങൾക്കും ഇരകളായിക്കൊണ്ടിരുന്നവരുടെ ഉയിർത്തെഴുന്നേല്പിന്റെ ചിത്രമാണ് *മുത്തശ്ശി*യുടെ ക്യാൻവാസിൽ വാർന്നുവീഴുന്നത്. ജന്മിത്തത്തിന്റെയും നാടുവാഴിത്തത്തിന്റെയും അധീശത്വത്തിനു കീഴിൽ ഞെരിഞ്ഞമർന്നവരുടെ ത്യാഗവും സഹനവും പ്രതിഷേധവും ഈ നോവലിൽ പ്രതിഫലിക്കുന്നു. അദ്ധ്യാപകസമൂഹം അനുഭവിച്ച അപമാനവീകരണവും അതിനെ അതിജീവിക്കാൻ നടന്ന പോരാട്ടങ്ങളും മുത്തശ്ശിയുടെ ഇതിവൃത്തഘടനയിലെ കനത്ത ഇഴയാണ്. സ്ത്രീത്വത്തെ വലയം ചെയ്യുന്ന ചങ്ങലക്കെട്ടുകളെ പൊട്ടിച്ചെറിയുവാൻ വെമ്പുന്ന സ്ത്രീ ചേതനയുടെ സാന്നിദ്ധ്യം മറ്റൊരു പ്രധാന കണ്ണിയാണ്. 'ഫെമിനിസം' 'പെണ്ണെഴുത്ത്' തുടങ്ങിയ സങ്കല്പങ്ങൾ കടന്നുവരുന്നതിനും ദശകങ്ങൾക്ക് മുമ്പുതന്നെ ചെറുകാട്, സമരോത്സുകതയും നിശ്ചയദാർഢ്യവുമുള്ള സ്ത്രീമനസ്സിനെ ഭാവന ചെയ്തിരുന്നു എന്ന് ഈ നോവൽ സാക്ഷ്യപ്പെടുത്തുന്നു.

കാലദേശങ്ങളുടെ ചട്ടക്കൂട് ചെറുകാടിന്റെ കൃതികളുടെ അടിത്തറയെ ഭദ്രമാക്കുന്ന ഘടകമാണ്. ആ ചട്ടക്കൂടിനുള്ളിൽ വികസിക്കുന്ന ഇതിവൃത്തമാണ് *മുത്തശ്ശി*യുടേതും. വള്ളുവനാടിന്റെ ഹൃദയരേഖയിലൂടെ ചുവടുവെച്ച സാമൂഹ്യനവോത്ഥാന സംരംഭങ്ങളുടെയും രാഷ്ട്രീയ

പ്രക്ഷുബ്ധതയുടെയും ചരിത്രം ചെറുകാട് വിശകലനം ചെയ്യുന്നു. വള്ളുവനാടൻ ഗ്രാമീണ ജീവിതത്തിന്റെ സുഖ ദു:ഖങ്ങളും രാഗദ്വേഷങ്ങളും പങ്കുവെക്കുന്നവരാണ് *മുത്തശ്ശി*യിലെ കഥാപാത്രങ്ങൾ. ജന്മിത്തത്തിന്റെയും നാടുവാഴിത്തത്തിന്റെയും കാലം മുതൽ ദേശീയപ്രസ്ഥാനത്തിന്റെയും കമ്യൂണിസത്തിന്റെയും കാലം വരെയുള്ള സമൂഹജീവിതപരിണാമാനുഭവങ്ങളിലൂടെയുള്ള പര്യടനമാണ് ചെറുകാട് നിർവ്വഹിക്കുന്നത്. ചരിത്രസംഭവങ്ങളെ രേഖപ്പെടുത്തി വെക്കുകയല്ല മനുഷ്യാനുഭവങ്ങളിലേക്ക് അവയെ സംക്രമിപ്പിക്കുകയാണ് ചെയ്യുന്നത്. ആയിരത്തിത്തൊള്ളായിരത്തി മുപ്പതുകളിൽ നിന്ന് അമ്പതുകളിലേക്ക് എത്തുന്നതുവരെയുള്ള കേരളീയാനുഭവസാകല്യത്തെ തെക്കൻ മലബാറിലെ ഒരു ഗ്രാമത്തിന്റെ ചുറ്റളവിലേക്ക് വലിച്ചടുപ്പിക്കുമ്പോഴും ചരിത്രാനുഭവങ്ങളുടെ സമഗ്രത നിലനിർത്തുന്നു. സാമാന്യം വലിപ്പമുള്ള നോവലാണെങ്കിലും ഏറെക്കുറെ മൂന്ന് ദശാബ്ദകാലത്തെ ചരിത്രം *മുത്തശ്ശി*യിൽ സംഗ്രഹിക്കുകയാണ്. അങ്ങനെ സംഗ്രഹിക്കുമ്പോഴും സമഗ്രത ചോർന്നു പോകാതെ ആവിഷ്കാരം നിർവ്വഹിക്കാനുള്ള നോവലിസ്റ്റിന്റെ അപൂർവ്വസിദ്ധി ഇവിടെ സാക്ഷാല്കാരം നേടുന്നു.

യുവതിയായ നാണി സ്വയംപരിചയപ്പെടുത്തിക്കൊണ്ട് കഥപറഞ്ഞു തുടങ്ങുകയാണ്. താൻ സുന്ദരിയല്ല എന്നു പറഞ്ഞുകൊണ്ടാണ് തുടക്കം. സുന്ദരിയല്ലാത്ത ഒരു നായികയെ അവതരിപ്പിക്കുന്നതിൽ ചെറുകാടിന്റെ വ്യത്യസ്തത മുഴച്ചുനില്ക്കുന്നു. കഥാനായിക ശ്രദ്ധേയയാകുന്നത് ബാഹ്യസൗന്ദര്യത്തിന്റെ വിലോഭനീയത കൊണ്ടല്ല, കാലഘട്ടത്തിന്റെ പ്രതികൂലതകളോടു പ്രതികരിക്കുന്നതുകൊണ്ടാണ്. നാണിയുടെ മുൻതലമുറ ജീവിച്ചതുപോലെയല്ല അവൾ ജീവിക്കുന്നത്. അവൾ പരിണാമത്തിന്റെ ഒരു സന്ദിഗ്ദ്ധ ഘട്ടം തരണം ചെയ്യുകയാണ്. നാണി മാത്രമല്ല അവളുടെ കുടുംബവും നാടും സമൂഹവുമെല്ലാം ആ പരിണാമത്തിന്റെ പടവുകൾ കയറുകയാണ്. വ്യക്തി, കുടുംബം, സമൂഹം ഇങ്ങനെ വ്യത്യസ്ത തലങ്ങളിൽ സംഭവിക്കുന്ന മാറ്റങ്ങളിലാണ് ചെറുകാട് ഊന്നുന്നത്. അദ്ധ്യാപികയായിത്തീരുന്നതോടെ നാണിമിസ്ട്രസ് ബഹുമുഖ പ്രവർത്തനങ്ങളിൽ മുഴുകുന്നു. കുടുംബത്തിന്റെയും വർഗ്ഗ (അദ്ധ്യാപകവർഗ്ഗം) ത്തിന്റെയും നാടിന്റെയും ക്ഷേമമാണ് അവരുടെ ലക്ഷ്യം. കൃഷിപ്പണിയിലും സംഘടനാരംഗത്തും വായനശാലാ പ്രവർത്തനത്തിലും അവർ സജീവമാകുന്നു. സ്ത്രീക്ക് നാടുവാഴിത്തം കല്പിച്ച വിലക്കുകൾ അവർ വക വെക്കുന്നില്ല. അപകർഷതാബോധത്താൽ തല കുനിക്കുന്ന ഭർത്താവിനെ അവർ കാര്യങ്ങൾ ബോദ്ധ്യപ്പെടുത്തുന്നു. നാണിയുടെ പ്രവർത്തനമേഖലകൾ നവോത്ഥാനത്തിന്റെ വഴിത്താരകളായിത്തീരുന്നു. ഇതുപോലുള്ള ബഹുമുഖപ്രവർത്തനങ്ങളിലൂടെയാണ് ആധുനികകേരളം രൂപീകരിക്കപ്പെടുന്നത്. സമൂഹപരിണാമത്തിന്റെ സമഗ്രതയാണ് ചെറുകാടിന്റെ ഭാവനയെ ഉദ്ദീപിപ്പിച്ചത്. രാഷ്ട്രീയവ്യവസ്ഥ,

ജനങ്ങളുടെ ജീവിതസങ്കല്പം അവരുടെ ചിന്ത, വിദ്യാഭ്യാസ മേഖല, അദ്ധ്യാപകരംഗം, കാർഷികരംഗം ഇവിടെയെല്ലാം മാറ്റത്തിന്റെ കാറ്റുവീശുന്നു. സമൂഹത്തെ പുതുക്കിപ്പണിയാനുള്ള വ്യഗ്രതയിൽ നിന്നാണ് മാറ്റത്തിന്റെ കാറ്റൂതിത്തുടങ്ങുന്നത്. ദേശീയപ്രസ്ഥാനത്തിന്റെയും സ്വാതന്ത്ര്യസമരത്തിന്റെയും കാലം, കർഷത്തൊഴിലാളികൾ ജന്മിത്തത്തിന്റെ ദുഷ്പ്രവണതകളോടെ ഏറ്റുമുട്ടുന്ന കാലം, അദ്ധ്യാപകർ സംഘം ചേർന്ന് മാനേജർമാരുടെ അനീതികളെയും അഴിമതികളെയും ചോദ്യം ചെയ്ത് തുടങ്ങുന്ന കാലം; കമ്യൂണിസ്റ്റ് പ്രസ്ഥാനം ജനങ്ങളുടെ ഇടയിൽ ചുവടുറപ്പിക്കുന്ന കാലം; സ്വാതന്ത്ര്യലബ്ധിക്കുമുമ്പും പിമ്പും വിദേശികളും സ്വദേശികളുമായ അധികാരികൾ കമ്യൂണിസ്റ്റുകാരെ വേട്ടയാടിക്കൊണ്ടിരുന്ന കാലം— ഈ ചരിത്രസന്ധിയാണ് *മുത്തശ്ശി*യിലെ സംഭവങ്ങൾക്കു പശ്ചാത്തലമൊരുക്കുന്നത്.

നാടുവാഴിത്തത്തിന്റെയും ജന്മിത്തത്തിന്റെയും ജീർണ്ണാവശിഷ്ടങ്ങൾ മണ്ണിനെയും മനസ്സിനെയും മലിനമാക്കിക്കൊണ്ടിരുന്നു. പാട്ടബാക്കി പിരിച്ചെടുക്കാനുള്ള കുതന്ത്രങ്ങൾ അരങ്ങേറിക്കൊണ്ടിരുന്നു. അതിന്റെ പശ്ചാത്തലത്തിൽ സ്ത്രീത്വം അവഹേളിക്കപ്പെടുന്നത് നോവലിൽ പരാമർശിക്കുന്നുണ്ട്. അനീതികൾക്കെതിരെ പടുത്തുയർത്തപ്പെടുന്ന ജനകീയ ഐക്യനിരയായിരുന്നു ചെറുകാടിന്റെ സ്വപ്നം. സംഘടിതമായ ചെറുത്തുനില്പും പോരാട്ടവുമാണ് അദ്ദേഹം കണ്ട പരിഹാരം. പക്ഷേ, അത് എളുപ്പമല്ലെന്ന് ചെറുകാടിന് അറിയാമായിരുന്നു. അദ്ധ്യാപകപ്രസ്ഥാനത്തിന്റെ ചരിത്രത്തിലൂടെ കടന്നുപോകുമ്പോൾ ഈ അനുഭവജ്ഞാനം ചെറുകാട് വിളംബരം ചെയ്യുന്നുണ്ട്. വാർഷിക ഗ്രാന്റ് കിട്ടുമ്പോൾ തുച്ഛമായ സംഖ്യ അദ്ധ്യാപകർക്ക് ശമ്പളമായി നല്കിയിരുന്ന മാനേജർമാരുടെ പ്രഭാവകാലം *മുത്തശ്ശി*യിൽ വിചാരണചെയ്യപ്പെടുന്നു. ശമ്പളക്കൂടുതൽ ആവശ്യപ്പെട്ടാൽ ജോലി നഷ്ടപ്പെടുന്ന അവസ്ഥയാണുണ്ടായിരുന്നത്. അദ്ധ്യാപകർക്ക് സ്കൂളിലെ ജോലി മാത്രമല്ല മാനേജർമാരുടെ വീടുകളിലെ ദാസ്യവേലവരെ ചെയ്യേണ്ടിവന്നിരുന്നു. ഹെഡ്മാസ്റ്റർമാരും ഇൻസ്പെക്ടർമാരും അധികാരപ്രമത്തതയുടെ ആൾരൂപങ്ങളായി അദ്ധ്യാപകരെ അലോസരപ്പെടുത്തിക്കൊണ്ടിരുന്നു. മാനേജരുടെ മകന്റെ പ്രേമാഭ്യർത്ഥന നിരസിച്ചതിന് നാണി മിസ്ട്രസ്സിന് പിരിച്ചുവിടൽ ഭീഷണി നേരിടേണ്ടിവന്നു. അദ്ധ്യാപികമാരുടെ ചാരിത്ര്യം കവർന്നെടുക്കാനുള്ള ശ്രമം വരെ സ്കൂൾ അധികാരികളുടെ ഭാഗത്തു നിന്നുണ്ടായി. ഇതിനെല്ലാമെതിരായ നിരന്തര പോരാട്ടത്തിന് അദ്ധ്യാപകസംഘടന തയ്യാറായി. പിരിച്ചുവിടൽ, മർദ്ദനം, അറസ്റ്റ്, ജയിൽവാസം ഇത്തരം നടപടികൾ നിശ്ചയദാർഢ്യത്തോടെ അദ്ധ്യാപകസംഘടന നേരിടുന്നുണ്ട്. ചൂഷണം ചെയ്യപ്പെടുന്ന അദ്ധ്യാപകരുടെ വിമോചനസംരഭങ്ങൾ *മുത്തശ്ശി*യുടെ ഇതിവൃത്തത്തെ സംഭവബഹുലമാക്കുന്നു.

നാണിയുടെ ജീവിതത്തിന് സമാന്തരമായി ചെറുകാട് കോറിയിടുന്ന

ചെറിയജീവിതരേഖയാണ് നളിനിയുടേത്. നാണി സുന്ദരിയല്ലെങ്കിൽ നളിനി സുന്ദരിയാണ്. എന്നിട്ടും അവളുടെ ജീവിതം തകർന്നുപോകുന്നു. നിലവിലിരുന്ന സാമൂഹ്യസമ്പ്രദായങ്ങൾക്കും ആൺകോയ്മയ്ക്കും വഴങ്ങിജീവിച്ചതാണ് ആ തകർച്ചയ്ക്ക് കാരണം എന്നുപറയാം. വിധേയത്വം പുലർത്തുന്ന സ്ത്രീജീവിതത്തിന്റെ പതനവും ചെറുത്തുനില്ക്കുന്ന പെൺജന്മത്തിന്റെ ആത്മസംതൃപ്തിയുമാണ് നളിനിയുടെയും നാണിയുടെയും വിരുദ്ധാനുഭവാവിഷ്കാരത്തിലൂടെ ചെറുകാട് ഉദ്ഘോഷിക്കുന്നത്. കൗമാരപ്രായത്തിലെ വിവാഹം എന്ന പൊതുസമ്പ്രദായത്തിന് നളിനി വഴങ്ങുമ്പോൾ നാണി അതിനോട് കലഹിക്കുന്നു. തനിക്ക് പഠിക്കണം എന്നു വാശിപിടിക്കുന്നു. നളിനിയുടെ അവസ്ഥ നാണിയുടെ പോരാട്ടത്തിന് വീര്യം പകരുന്ന അനുഭവം കൂടിയാണ്. സ്ത്രീസഹജമായ പരിമിതികളെ ബോധപൂർവ്വം അതിജീവിക്കാൻ പോന്ന വിവേകവും പ്രതിബദ്ധതയുമുള്ള നായികയാണ് നാണി മുത്തശ്ശി. ആദ്യമൊക്കെ നാണിയോട് ഇടയുന്നുവെങ്കിലും ക്രമേണ അവളുടെ മഹത്ത്വം ഗ്രഹിക്കുന്നുണ്ട്. നാണി തെറ്റൊന്നും ചെയ്യില്ലാ എന്ന നിഗമനത്തിൽ എത്തിച്ചേരുന്നുണ്ട് ഭർത്താവ്. ചാത്തുനായരാകട്ടെ 'തന്നെ മനുഷ്യനാക്കാനുള്ള ഭാരം' നാണിയെ ഏല്പിക്കുകയാണ്. കുടുംബം, ദാമ്പത്യം, എന്നിവയെക്കുറിച്ചും ആദർശോജ്ജ്വലമായ സങ്കല്പങ്ങളാണ് നാണി വെച്ചുപുലർത്തുന്നത്. അന്ധമായ പുരുഷവിദ്വേഷമല്ല സ്ത്രീവിമോചനത്തിന്റെ സത്ത എന്ന തിരിച്ചറിവ് ചെറുകാടിനുണ്ടായിരുന്നു. സ്ത്രീ-പുരുഷന്മാർ തോളോടുതോൾ ചേർന്നുനിന്നുകൊണ്ട് അനീതികൾക്കെതിരെ പടയണിതീർക്കുന്നിടത്താണ് അദ്ദേഹം വിമോചനരഥ്യ തെളിഞ്ഞുകണ്ടത്. *മുത്തശ്ശി*യുടെ ആഖ്യാതാവായി ഒരു സ്ത്രീയെത്തന്നെ നിയോഗിച്ചത് യാദൃച്ഛികമല്ല.

തന്റെ ചുറ്റുമുള്ള മനുഷ്യരെ സ്വപ്നം കാണാൻ പഠിപ്പിക്കുകയായിരുന്നില്ല ചെറുകാട്. യാഥാർത്ഥ്യങ്ങളെ അഭിമുഖീകരിക്കാൻ അവരെ പ്രേരിപ്പിക്കുകയായിരുന്നു. പ്രതിസന്ധികളെ അഭിമുഖീകരിക്കാൻ കരുത്തു പകരുകയും പരിശീലിപ്പിക്കുകയുമായിരുന്നു. വ്യക്തി സമൂഹത്തിൽ നിന്നു മാറിനില്ക്കേണ്ടവനോ ഭ്രഷ്ടമാക്കപ്പെടേണ്ടവനോ അല്ല. സമൂഹത്തോടു യുദ്ധം ചെയ്യേണ്ടവനുമല്ല. അയാൾ സമൂഹത്തിന്റെ ഭാഗമാണ്. സമൂഹത്തെ പൊതിഞ്ഞമർത്തുന്ന രോഗാവസ്ഥയ്ക്കെതിരെ കവചവും ഖഡ്ഗവും അണിയേണ്ടവനാണ്. സമൂഹത്തെ നവീകരിക്കേണ്ടവനാണ്. ഇതാണ് ചെറുകാടിന്റെ കാഴ്ചപ്പാട്.

ചെറുകാടിന്റെ കഥാപാത്രങ്ങൾ ചരിത്രത്തിലെ വഴിത്തിരിവുകളുടെയും സാമൂഹ്യമാറ്റത്തിന്റെയും സാക്ഷികളാണ്. പരിവർത്തന പ്രക്രിയയിൽ അനുകൂലമായും പ്രതികൂലമായും ഇടപെട്ടുകൊണ്ട് വീക്ഷണ വൈരുദ്ധ്യങ്ങളെ പ്രതിനിധാനം ചെയ്യുന്നവരാണ്. സവിശേഷമായ ചരിത്രസന്ധിയുടെ നിയോഗം ഏറ്റെടുക്കുന്നവരാണ്. സമൂഹ ചരിത്രത്തിലെ

നിർണ്ണായക ഘട്ടങ്ങളിൽ അവർ നടത്തുന്ന ഇടപെടലുകൾ വഴിത്തിരിവിനു കളമൊരുക്കുന്നു. കഥാപാത്രങ്ങൾക്കുണ്ടാകുന്ന വീക്ഷണവ്യതിയാനം സമൂഹപരിവർത്തനത്തിന്റെ ദിശാരേഖയെ അടയാളപ്പെടുത്തുന്നു. നോവലിന്റെ തുടക്കത്തിൽ മുത്തശ്ശി പരമ്പരാഗതമനസ്സിന്റെ ഉടമയാണ്. നാണി വിവാഹിതയാകുക, അവൾക്കൊരു സന്തതിയുണ്ടായി കാണുക തുടങ്ങി സാധാരണ സ്ത്രീയുടെ കേവല മോഹങ്ങളേ അവർക്കുണ്ടായിരുന്നുള്ളൂ. നോവലിന്റെ അവസാന ഭാഗത്ത് കമ്യൂണിസ്റ്റ് പാർട്ടി യോഗത്തിൽ വെച്ച് പാർട്ടിക്ക് ഒരു പവൻ സംഭാവന നല്കുന്ന ധീരവനിതയായി അവർ മാറുന്നു. അനുഭവങ്ങളിലുടെ ആർജ്ജിച്ച രാഷ്ട്രീയ ബോധമാണ് അവരെ മാറ്റിത്തീർക്കുന്നത്. ആയിരത്തിത്തൊള്ളായിരത്തി മുപ്പതിൽ ആരംഭിക്കുന്ന രണ്ട് ദശകങ്ങളിലൂടെ കേരളീയ സമൂഹം ആർജ്ജിച്ച രാഷ്ട്രീയ ബോധവും അതുതന്നെയാണ്. കമ്യൂണിസ്റ്റ് പാർട്ടിയോടുള്ള കൂറ് മുത്തശ്ശി പരസ്യമായി പ്രഖ്യാപിക്കുന്നിടത്ത് നോവൽ അവസാനിക്കുന്നു. ജന്മിത്തവും നാടുവാഴിത്തവും വിദേശാധിപത്യവും കോൺഗ്രസ് ഭരണവും അടിച്ചേല്പിച്ച കഠിനയാതനകളിലൂടെ കേരളീയ ജനമനസ്സ് എത്തിച്ചേരുന്ന രാഷ്ട്രീയ നിലപാടിനാണ് മുത്തശ്ശിയുടെ പ്രഖ്യാപനം അടിവരയിടുന്നത്. തെക്കുംമുറിയിലെ കമ്യൂണിസ്റ്റ് പ്രസ്ഥാനം പുതിയൊരു മനുഷ്യബോധത്തിന്റെ അരുണോദയം വിളിച്ചറിയിക്കുന്നു. സാമൂഹ്യവിരുദ്ധരായി ജീവിച്ചവരെ മനുഷ്യസ്നേഹികളായി അതുമാറ്റിയെടുക്കുന്നു. പാരമ്പര്യത്തിന്റെ ജീർണ്ണതകളിൽ നിന്നും മാനവികതയുടെ ശില്പങ്ങൾ വാർത്തെടുക്കുന്നു.

സംഘർഷവും സമന്വയവും *മുത്തശ്ശി*യുടെ ഇതിവൃത്തഘടനയിൽ ഇടം നേടുന്ന സവിശേഷതകളാണ്. ജന്മി-കുടിയാൻ, അടിമകൾ-ഉടമകൾ, ഭരണകൂടം-ജനങ്ങൾ, മാനേജർമാർ-അദ്ധ്യാപകർ ഇങ്ങനെ സംഘർഷത്തിന്റെ ഭിന്നമുഖങ്ങൾ ഇതിവൃത്തത്തിൽ തെളിയുന്നു. മുത്തശ്ശി, നാണി എന്നീ കഥാപാത്രങ്ങൾ തമ്മിലുള്ള ആശയപരമായ ഭിന്നതയും വാഗ്വാദവും നോവലിന്റെ ആദ്യഭാഗത്തെ സംഘർഷനിർഭരമാക്കുന്നു. ജന്മി-നാടുവാഴിത്തവ്യവസ്ഥിതി സമൂഹത്തിന്റെ അടിത്തട്ടിൽ ജീവിക്കുന്നവരിൽ അടിച്ചേല്പിച്ച വിധേയത്വമനോഭാവമാണ് ആദ്യഭാഗത്ത് മുത്തശ്ശിയിൽ കുടികൊള്ളുന്നത്. ആ നുകക്കീഴിൽ നിന്നുള്ള വിമോചനതൃഷ്ണ നാണിയുടെ രക്തത്തിലലിഞ്ഞ വാസനയാണ്. നാണിയുടെ വിവാഹവും കുടുംബജീവിതവുമായിരുന്നു മുത്തശ്ശിയുടെ സ്വപ്നം. അതിനപ്പുറമുള്ള ആകാശങ്ങളിലേക്ക് അവരുടെ സങ്കല്പം ചിറകുവിടർത്തിയില്ല. *പാട്ടബാക്കി*യുടെ സാമ്പത്തികഭാരത്തിൽ നിന്നു കരകയറാൻ ജന്മിയുടെ കാര്യസ്ഥനു വഴങ്ങിക്കൊടുക്കാൻ പോലും അവർ നാണിയെ പ്രേരിപ്പിക്കുന്നുണ്ട്. മുത്തശ്ശിയുടെ നിർബ്ബന്ധവും പിടിവാശിയും കുട്ടപ്പൻ നായരുമായുള്ള വിവാഹകുരുക്കിലേക്ക് നാണിയെ എടുത്തെറിയുന്നുണ്ട്. ഇതൊക്കെ വ്യവസ്ഥിതിയുടെ സഹജസമ്പ്രദായങ്ങൾക്ക് അടി

മപ്പെട്ടു നിന്നുകൊണ്ട് മുത്തശ്ശി നടത്തുന്ന പ്രശ്നപരിഹാരങ്ങളും പ്രതിവിധികളുമാണ്. അതൊന്നും അനുസരിക്കാത്ത നാണിയോട് അവർ കലഹിക്കുന്നു. മുത്തശ്ശിയുടെ പരിഹാരനിർദ്ദേശങ്ങളിലെ മനുഷ്യത്വവിരുദ്ധാംശങ്ങളോട് ഏറ്റുമുട്ടിക്കൊണ്ടാണ് നാണി സ്വന്തം ജീവിതത്തിന് അർത്ഥം ചമയ്ക്കുന്നത്. നാണിയുടെ വിചാരങ്ങളെ നോവലിസ്റ്റ് ഇങ്ങനെ രേഖപ്പെടുത്തുന്നു: "നാട്ടിലെ പെൺകിടാങ്ങളുടെ നാണവും മാനവുംചാരിത്ര്യവും തട്ടിയെടുക്കുന്ന ജന്മിദുഷ്പ്രഭുത്വത്തിന്റെ തേർവാഴ്ചയെ സന്തോഷിപ്പിക്കാൻ അവരെന്റെ ചാരിത്ര്യവും കാഴ്ചവെയ്ക്കണമെന്നുപദേശിച്ചു. ജന്മിത്തമാകുന്ന കാളസർപ്പത്തിന്റെ ചീഞ്ഞളിഞ്ഞുനാറിയ ശവം അവരെടുത്ത് മുല്ലപ്പൂമാല പോലെ എന്നെ ചൂടിക്കുകയാണ്. പഴമയും പുതുമയും തമ്മിൽ, കാട്ടാളത്തവും സംസ്കാരവും തമ്മിൽ മുത്തശ്ശിയും ഞാനും തമ്മിൽ ഒരു സമരം നടക്കുകയാണ്. കാര്യസ്ഥനു കീഴ്പ്പെടാതിരിക്കുക. കുട്ടപ്പൻ നായരെ നിരസിച്ചുകൊണ്ട് ഇറങ്ങിപ്പോരിക. പഠിക്കണം എന്നു ശഠിക്കുക. അങ്ങനെ സ്വന്തം നിലപാടിൽ ഉറച്ചുനിന്നുകൊണ്ട് നാണി ലക്ഷ്യപ്രാപ്തി കൈവരിക്കുന്നു. മുത്തശ്ശിയും നാണിയും തമ്മിലുള്ള വാഗ്വാദം– വിധേയത്വവും സമരോത്സുകതയും തമ്മിലുള്ള സംഘർഷം– സാമൂഹ്യമാറ്റത്തിന്റെ പ്രേരണയായി ഭവിക്കുന്നു. ആ മാറ്റം മുത്തശ്ശിയുടെ മനസ്സിനെയും നിലപാടിനെയും ഇളക്കിമറിക്കുന്നു. തീക്ഷ്ണാനുഭവങ്ങളിലൂടെ മുത്തശ്ശി കൈവരിക്കുന്ന അറിവും പ്രതികരണക്ഷമതയും നോവലിന്റെ ഉത്തരാർദ്ധഭാഗത്തിന്റെ വായനയെ ആവേശഭരിതമാക്കുന്നു. നാണിയെ വിശ്വസിക്കുകയും അവളോടൊപ്പം നിന്നുപോരാടുകയും ചെയ്യുന്ന മുത്തശ്ശി സാമൂഹ്യപരിവർത്തനത്തിന്റെ വക്താവും സാക്ഷിയുമാണ്. അനുഭവങ്ങളുടെ തീച്ചൂളകളിൽ ഉരുകിയുണർന്ന മുത്തശ്ശിയുടെ മനസ്സ് മാറ്റങ്ങളെ ശ്ലാഘിക്കുന്നു. വീടുനഷ്ടം, ജയിൽവാസം തുടങ്ങി പീഡനങ്ങളുടെ കാളരാത്രികളിലൂടെ മുത്തശ്ശിക്ക് കടന്നുപോകേണ്ടിവരുന്നു. അഗ്നിപരീക്ഷകളിലൂടെ അവർ പുതിയ പാഠങ്ങൾ പഠിക്കുന്നു. അതാകട്ടെ കമ്യൂണിസ്റ്റ്പ്രസ്ഥാനത്തിന്റെ കനൽപ്പാതയിൽ അവരെ കൊണ്ടുചെന്നെത്തിക്കുന്നു. 'സഖാവ്, ലാൽസലാം' തുടങ്ങിയ വാക്കുകൾ മുത്തശ്ശിക്ക് ഹൃദിസ്ഥമായിത്തീരുന്നു. തപ്താനുഭവങ്ങളിലൂടെ അവർ മനുഷ്യരെയും സമൂഹത്തെയും ജീവിതത്തെയും അറിയുകയായിരുന്നു. ഈ അറിവും മാറ്റവും മുത്തശ്ശി എന്ന ഒരു വ്യക്തിക്കു സംഭവിക്കുന്ന മാറ്റം മാത്രമല്ല. ഇതുപോലുള്ള അറിവും അനുഭവവും ആർജ്ജിച്ചുകൊണ്ടാണ് കേരളീയ സമൂഹമാകെ കമ്യൂണിസ്റ്റ് പ്രസ്ഥാനത്തെ ആശ്ലേഷിച്ചത്. ഒരു വ്യക്തിയുടെ കാഴ്ചപ്പാടിലുണ്ടാകുന്ന പരിണാമത്തിലൂടെ സാമൂഹ്യപരിവർത്തന ചരിത്രത്തിലേക്ക് ചെറുകാട് പ്രകാശം പരത്തുകയാണ്. അര നൂറ്റാണ്ടിനു ശേഷം ഈ നോവൽ വായിക്കുമ്പോൾ നാം ചരിത്രം പഠിക്കുകയാണ്. പുതിയ പ്രതിസന്ധികളെ അതിജീവിക്കാനുള്ള ഊർജ്ജം സംഭരിക്കുകയാണ്.

പ്രക്ഷോഭങ്ങളുടെ അനിവാര്യത നിരന്തരം ഓർമ്മിപ്പിക്കുന്ന ഈ ഇതിവൃത്തത്തിൽ പ്രണയത്തിന് പ്രവേശനമുണ്ടോ എന്നു സന്ദേഹിക്കാം. പ്രക്ഷോഭവുമായി സമരസപ്പെട്ടുകൊണ്ടുള്ള പ്രവർത്തനത്തിലെ അവിഭാജ്യഘടകമായാണ് പ്രണയത്തെ ചെറുകാട് പരിഗണിക്കുന്നത്. പ്രണയസംബന്ധമായ പ്രലോഭനങ്ങളെയും സ്വാർത്ഥനായ ഒരാളുടെ വിവാഹബന്ധനത്തെയും അതിജീവിച്ചുകൊണ്ടാണ് മഹത്തായ ചില സാമൂഹ്യദൗത്യങ്ങളിലേക്ക് നാണി മിസ്ട്രസ് കുതിക്കുന്നത്. നാണി മിസ്ട്രസിന്റെ ഭർത്താവാകട്ടെ തന്നെ നേർവഴിക്കു നയിക്കാനുള്ള ചുമതലകൂടി അവരെ ഏല്പിക്കുകയാണ്. പ്രണയ വഴിയിലും പ്രക്ഷോഭവഴിയിലും നാണിമിസ്ട്രസും ഭർത്താവും അടിപതറാതെ മുന്നേറുകയാണ്. ചെറുകാടിന് പ്രണയവും പ്രക്ഷോഭവും രണ്ടായിരുന്നില്ല. ജീവിതം അദ്ദേഹത്തിന് പ്രണയവും പ്രക്ഷോഭവും ചേർന്നതായിരുന്നു.

രണ്ട്

തന്റെ സാഹിത്യപര്യടനത്തിനിടയിൽ ചെറുകാട് എത്തിച്ചേരുന്ന അപൂർവ്വ ദ്വീപാണ് *ദേവലോകം*. ഏറനാടിന്റെയും വള്ളുവനാടിന്റെയും ഹൃദയരേഖയിലൂടെ സഞ്ചരിച്ചുകൊണ്ടും രാഷ്ട്രീയ പരിവർത്തനങ്ങളുടെയും സാമൂഹ്യസംഘർഷങ്ങളുടെയും ഉൾക്കിടിലങ്ങൾ ഏറ്റുവാങ്ങിക്കൊണ്ടും സാഹിത്യരചന നടത്തിയ എഴുത്തുകാരനാണ് ചെറുകാട്. പുരോഗനോന്മുഖമായ ചുവടുവയ്പുകളെ നെഞ്ചേറ്റി ലാളിച്ച മനുഷ്യസ്നേഹിയാണദ്ദേഹം.

ചെറുകാടിന്റെ ഇതരകൃതികളിലെല്ലാം തന്നെ പരാമർശിതമാകുന്നത് വളർച്ചയുടെ ചരിത്രമാണ്. പ്രസ്ഥാനത്തിന്റെയും മാനവികതയുടെയും വളർച്ചയും വിജയവുമാണ് അദ്ദേഹം ഉദ്ഘോഷിക്കുന്നത്. തന്റെ പ്രിയപ്പെട്ട പ്രസ്ഥാനങ്ങൾ - കർഷകത്തൊഴിലാളിപ്രസ്ഥാനം, അദ്ധ്യാപകപ്രസ്ഥാനം. സോഷ്യലിസ്റ്റ് കമ്യൂണിസ്റ്റ്പ്രസ്ഥാനങ്ങൾ തുടങ്ങിയവ — എല്ലാ പ്രതിസന്ധികളെയും അതിജീവിക്കുന്നതും അവയുടെ മാനുഷികാടിത്തറ വികസിക്കുന്നതുമായ വിജയേതിഹാസങ്ങളാണ് അദ്ദേഹം വിരചിച്ചിരുന്നത്. എന്നാൽ *ദേവലോകം* ശൈഥില്യത്തിന്റെ ചരിത്രത്തിലേക്കാണ് വിരൽചൂണ്ടുന്നത്. രാമചന്ദ്രന്റെ സ്ഥാനം നോവലിലെ നായകന്റേതല്ലാ, പ്രതിനായകന്റേതാണ്. പ്രസ്ഥാനത്തിൽ കടന്നുകയറുന്ന ഇത്തിൾകണ്ണികളെയും അവസരവാദികളെയും ചെറുകാട് വിചാരണ ചെയ്യുന്നു. അതിനുള്ള ഉപകരണമാണ് രാമചന്ദ്രൻ. ധാർമ്മികാധപതനത്തിന്റെ ദുരന്തചിത്രമാണ് അയാൾ കാഴ്ചവെക്കുന്നത്. രാമചന്ദ്രന്റെ പതന ചരിത്രം ആവിഷ്കരിക്കുമ്പോൾ അയാളോടു സഹതാപം പ്രകടിപ്പിക്കാൻ ചെറുകാടിനു കഴിയുന്നില്ല. നിസ്സംഗത നടിക്കാൻ ശ്രമിക്കു

ന്നുണ്ടെങ്കിലും നിർദ്ദാക്ഷണ്യവിചാരണയ്ക്ക് അദ്ദേഹം രാമചന്ദ്രനെ വിധേയനാക്കുന്നു. കാരണം, രാമചന്ദ്രൻ പ്രസ്ഥാനത്തെ ബാധിച്ച ജീർണ്ണതയുടെ പ്രതീകമാണ്. അത്തരം ജീർണ്ണതകളോട് പൊറുക്കാൻ ചെറുകാടിനു കഴിയില്ല.

*ദേവലോക*ത്തിന്റെ ഇതിവൃത്തഘടന വൈരുദ്ധ്യങ്ങളെ അനാവരണം ചെയ്യുന്നുണ്ട്. ഭോഗാസക്തിയും ത്യാഗസന്നദ്ധതയും ആ വൈരുദ്ധ്യങ്ങളുടെ കാതലായി നിലകൊള്ളുന്നു. രാമചന്ദ്രനും അനന്തൻ പിള്ളയും ഭോസാക്തിയുടെ അഴുക്കു ചാലിൽ നിലതെറ്റി വീഴുന്നവരാണ്. രാജമ്മ മുതൽ ചന്തുട്ടി വരെയുള്ളവർ ത്യാഗനിർഭരതയുടെ വക്താക്കളാണ്. ഭോഗാസക്തർ കമ്യൂണിസ്റ്റ് പ്രസ്ഥാനത്തെ പുച്ഛിക്കുകയും തള്ളിപ്പറയുകയും ചെയ്യുമ്പോൾ ത്യാഗസന്നദ്ധർ അതിന്റെ മഹത്ത്വം ഉയർത്തിപ്പിടിക്കുന്നു. കമ്യൂണിസ്റ്റ് പ്രസ്ഥാനത്തിന്റെ കറകളഞ്ഞ ആദർശശുദ്ധിയും കപടകമ്യൂണിസ്റ്റുകളുടെ പൊയ്മുഖങ്ങളും ചെറുകാടിനു പരിചിതമാണ്. യഥാർത്ഥ കമ്യൂണിസ്റ്റുകാരെയും കപടകമ്യൂണിസ്റ്റുകാരെയും അവതരിപ്പിച്ചുകൊണ്ട് അവരുടെ പ്രവർത്തനങ്ങളെയും ജീവിതചര്യകളെയും കാഴ്ചപ്പാടുകളെയും വിശകലനം ചെയ്യുകയാണ് ചെറുകാട്. അങ്ങനെ വൈരുദ്ധ്യങ്ങൾക്കിടയിലെ അകലം അളക്കുകയാണ്.

മണ്ണിനോടുബന്ധമില്ലാത്ത സങ്കല്പ സൃഷ്ടമായ ഒരുയർന്ന മണ്ഡലം എന്നാണ് ദേവലോകത്തെ ചെറുകാട് നിർവ്വചിക്കുന്നത്. മരണശേഷം മാത്രമേ ഒരാൾക്ക് അവിടെ എത്തിച്ചേരാൻ കഴിയൂ. രാമചന്ദ്രൻ മരിച്ച് അവിടെ എത്തിച്ചേർന്നിരിക്കയാണ് എന്നും ചെറുകാട് പറയുന്നുണ്ട്. ആ മരണം ശാരീരികമായ മരണമല്ല. രാമചന്ദ്രനിലെ കമ്യൂണിസ്റ്റുകാരനാണ് മരിച്ചത്. അയാളുടെ വ്യക്തിത്വത്തിൽനിന്നും ഊർന്നുപോയത് ആദർശശുദ്ധിയുടെ പരിവേഷമാണ്. ആദർശശുദ്ധി മുമ്പ് അയാൾ അണിഞ്ഞിരുന്ന ഒരു പൊയ്മുഖം മാത്രമായിരുന്നു. വ്യക്തിപരമായ നേട്ടങ്ങൾ ലക്ഷ്യമാക്കി കമ്യൂണിസ്റ്റ് കുപ്പായം ധരിച്ചവനാണയാൾ. എപ്പോഴും എവിടെയും അയാൾ തിരഞ്ഞത് ഉയർച്ചയിലേക്കുള്ള കോണിപ്പടികളും സുഖഭോഗങ്ങളുടെ പട്ടുമെത്തയുമാണ്. പാർട്ടിയോഗത്തിൽ പ്രസംഗിക്കാനെത്തുന്ന രാമചന്ദ്രൻ, യോഗാനന്തരം ഹോട്ടൽമുറിയിൽവെച്ച് രാജമ്മയുടെ ചാരിത്ര്യം കവരുന്നതോടെ അയാളിലെ ആദർശശാലിയുടെ കപടമുഖാവരണം അഴിഞ്ഞുവീഴുന്നു. തനിക്ക് അറസ്റ്റ് വാറണ്ടുണ്ടെന്നറിഞ്ഞ് തന്ത്രപൂർവ്വം രക്ഷപ്പെടുന്ന രാമചന്ദ്രന് പാർട്ടി സഖാക്കൾ ഷെൽട്ടർ നല്കുന്നു. എന്നാൽ അവിടത്തെ അസൗകര്യങ്ങളും പരിമിതികളും അയാൾക്ക് സഹിക്കാനാവുന്നില്ല. ആ കുടിലിലെ ഭക്ഷണം അയാൾക്ക് കഴിക്കാനാവുന്നില്ല. രാത്രി ആരും അറിയാതെ അയാൾ അവിടെനിന്നും ഓടിപ്പോകുന്നു. ആ പലായനം പ്രസ്ഥാനത്തിൽനിന്നും അതിന്റെ ത്യാഗനിർഭരതയിൽനിന്നും ആദർശശുദ്ധിയിൽനിന്നുമുള്ള പലായനം കൂടിയായിരുന്നു. പിന്നീടൊരിക്കലും പ്രസ്ഥാനത്തിലേക്ക്

അയാൾ തിരിഞ്ഞുനോക്കിയിട്ടില്ല. ദീർഘകാലം പാർട്ടിപ്രവർത്തകനും പാർട്ടിയിലെ അറിയപ്പെടുന്ന പ്രസംഗകനുമായ രാമചന്ദ്രന് പാർട്ടിയുമായുള്ള ബന്ധം അവസാനിപ്പിക്കുന്നതിനോ, സഖാക്കളെ കൈവെടിയുന്നതിനോ, രാജമ്മയെ ഉപേക്ഷിക്കുന്നതിനോ, ലളിതയെ സ്വീകരിക്കുന്നതിനോ യാതൊരു വൈമുഖ്യവും തോന്നുന്നില്ല. ലളിതയെ സ്വീകരിക്കുന്നത് അവളോടു സ്നേഹം തോന്നുന്നതുകൊണ്ടല്ല, ആ വിവാഹത്തിലൂടെ ഔന്നത്യത്തിന്റെ പടവുകൾ കയറാം എന്ന വ്യാമോഹം കൊണ്ടാണ്. ആ വിവാഹത്തിലൂടെ ലഭ്യമായ മജിസ്ട്രേട്ട് ഐ എ എസ് ഉദ്യോഗസ്ഥൻ തുടങ്ങിയ പദവികളും ബംഗ്ലാവ്, കാറ്, സുഖജീവിതം തുടങ്ങിയ സൗഭാഗ്യങ്ങളും അനുഭവിച്ച് രാമചന്ദ്രൻ ദേവലോകത്തിന്റെ ഐശ്വര്യസമൃദ്ധിയിൽ മതിമറന്ന് ലയിക്കുന്നു.

ദേവലോകത്തിലെ രാജകീയജീവിതത്തിന് രാമചന്ദ്രൻ പണയപ്പെടുത്തിയത് സ്വന്തം പൗരുഷവും അഭിമാനവും വിശ്വാസപ്രമാണവുമാണ്. ഞാൻ ഏറ്റവുമധികം വിലമതിച്ചിരുന്നത് പാർട്ടിയെയും പാർട്ടിയുടെ ലക്ഷ്യങ്ങളെയുമായിരുന്നു. അത് എന്റെ ജീവിതത്തിൽ പ്രതിബന്ധമായിത്തീർന്നിരിക്കുന്നു. അതുകൊണ്ട് ഞാനതിനെ കൈയൊഴിയുകയാണ്—ഇതാണ് രാമചന്ദ്രന്റെ ചിന്താഗതി. അതേ മനോഭാവത്തോടെയാണ് രാജമ്മയേയും അയാൾ കൈവെടിയുന്നത്. “ക്ഷമിക്കൂ രാജമ്മേ എന്നോടു ക്ഷമിക്കൂ. ഞാനെന്റെ ഹൃദയം അവൾക്കു മേച്ചാർത്തുകൊടുത്തുപോയി. രാജമ്മ ഇറങ്ങിക്കൊടുക്കണം. ഞാൻ സ്വാർത്ഥിയാണ്. എനിക്കു ജോലി വേണം. മജിസ്ട്രേറ്റാവണം. മുൻസിഫാകണം. ജഡ്ജിയാകണം. ഹൈക്കോർട്ട് ജഡ്ജിതന്നെയാകണം. എന്നെ തിരുക്കൊച്ചി പബ്ലിക് സർവ്വീസ് കമീഷൻ ജുഡീഷ്യറിയിലേക്ക് തിരഞ്ഞെടുത്തിരിക്കുന്നു. പൊലീസ് വെരിഫിക്കേഷൻ വരികയാണ്. അതുബാധിക്കാതെ രക്ഷപ്പെടണം. അതിന് ഈശ്വരൻ എന്റെ മുമ്പിലൊരു വഴിതുറന്നുവെച്ചിരിക്കുന്നു. ഞാനാ വഴിയിൽക്കൂടെ മുന്നോട്ടുപോവുകയാണ്. വഴിയൊഴിഞ്ഞുതരൂ...” സ്വാർത്ഥതാല്പര്യങ്ങളുടെ പാതമാത്രം അന്വേഷിക്കുന്ന ഒരവസരവാദിയുടെ വിചാരങ്ങളാണ് ഈ വാക്കുകൾക്കു പിന്നിലുള്ളത്. കമ്യൂണിസ്റ്റ് പ്രസ്ഥാനത്തിൽ നിന്ന് സ്വാർത്ഥതയുടെ കൂടാരത്തിലേക്കുള്ള രാമചന്ദ്രന്റെ പിന്മാറ്റമാണ് ഇവിടെ പ്രകടമാവുന്നത്.

“ഈ രാഷ്ട്രീയത്തിന്റെ ഷെൽട്ടറിൽക്കിടന്ന് കോഴിപ്പേനിന്റെ കടി കൊള്ളാൻ എനിക്കുവയ്യ. രക്ഷപ്പെടണം. ജോലിയിൽ പ്രവേശിക്കണം. മാനമായി ജീവിക്കണം. ഇപ്പോൾ ഇതായിരിക്കുന്നു എന്റെ ലക്ഷ്യം.” ഈ വാക്കുകൾ രാമചന്ദ്രനു സംഭവിച്ച മാറ്റം വ്യക്തമാക്കുന്നു. അയാളുടെ ലക്ഷ്യവും കാഴ്ചപ്പാടും എങ്ങനെ മാറിപ്പോയി എന്ന് രേഖപ്പെടുത്തുന്ന വാക്കുകളാണവ.

“രാജമ്മേ, നീ ആരെ സ്നേഹിക്കുന്നുവോ ആ സഖാവ് രാമചന്ദ്രൻ മരിച്ചിരിക്കുന്നു. അവൻ നിനക്കു നഷ്ടപ്പെട്ടിരിക്കുന്നു. മാന്യനായ

ഒരുദ്യോഗസ്ഥൻ രാമചന്ദ്രൻ ജനിക്കാൻ തുടങ്ങുകയാണ്. അയാളൊരു ഇണയോടുകൂടിയാണ് ജനിക്കുന്നതുതന്നെ. അവിടെ പ്രേമമില്ല. വിവാഹവും വിവാഹാനന്തര കടമകളുമായി ഞാൻ മറ്റൊരു വഴിക്കു പോകട്ടെ." ഇങ്ങനെ അയാൾ മറ്റൊരു വഴിയിലൂടെ ദേവലോകത്തേക്കു പ്രവേശിക്കുകയാണ്.

മജിസ്ട്രേട്ടായതിനുശേഷമുള്ള രാമചന്ദ്രന്റെ ജീവിതം അഹന്തയുടെയും അല്പത്വത്തിന്റെയും പ്രകടമായഭാവം കൈക്കൊള്ളുന്നു.

"രാജമ്മേ, ഞാനീ ചെയ്തത് നല്ല ശരിയായി എന്ന അഭിപ്രായം എനിക്കില്ല. എന്റെ നിലനില്പിനു ഞാനിതുചെയ്തു. നിന്നെയോർക്കുമ്പോൾ മാത്രം എനിക്കൊരു ചൂളലുണ്ട്." ഈ ആത്മഭാഷണത്തിൽ ആത്മാർത്ഥയുടെ അംശമേയില്ല. ആ ചൂളലിൽ പശ്ചാത്താപത്തിന്റെ ആർദ്രതയുമില്ല. കുറ്റബോധത്തിൽ നിന്നുയിർക്കൊള്ളുന്ന കുമ്പസാര വചനങ്ങളല്ല, മറിച്ച് സ്വന്തം ക്രൂരകൃത്യങ്ങൾ തിരിച്ചറിയുന്ന സ്വാർത്ഥിയുടെ വികാരശൂന്യമായ ആത്മമൊഴികൾ മാത്രമാണവ. കൂടുതൽ നീചവൃത്തികളാണ് പിന്നീട് രാമചന്ദ്രൻ ചെയ്യുന്നത്. അതുകൊണ്ടുതന്നെ അയാൾ ഉരുവിട്ടത് വെറും പൊള്ളവാക്കുകളാണെന്നു സ്പഷ്ടമാകുന്നു.

രാമചന്ദ്രന്റെ പിന്നീടുള്ള ജീവിതം സുഖഭോഗങ്ങളുടെ കുത്തൊഴുക്കിൽപ്പെട്ട അനിയന്ത്രിത സഞ്ചാരമായി പരിണമിക്കുന്നു. മദ്യത്തിന്റെയും മദിരാക്ഷിയുടെയും പ്രലോഭനങ്ങളിൽ അയാൾ കുടുങ്ങിപ്പോകുന്നു. അനന്തൻ പിള്ളയുമായുള്ള ചങ്ങാത്തം അയാളെ കൂടുതൽ വഴിതെറ്റിക്കുന്നു. എറണാകുളത്തെ ഉന്നത ശ്രേണികളിൽ വിലസുന്ന വഴിപിഴച്ച സ്ത്രീകളുമായി അനന്തൻപിള്ള രാമചന്ദ്രനെ ബന്ധപ്പെടുത്തുന്നു. അങ്ങനെ അപഥസഞ്ചാരത്തിന്റെ ആഴങ്ങളിൽ അയാൾ ചെന്നെത്തുന്നു. രാമചന്ദ്രനും അനന്തൻപിള്ളയുമൊക്കെ ദേവലോകത്തിലെ രാജാക്കന്മാരായി പരിണമിക്കുന്നു. മാനുഷികതയുമായി ബന്ധമില്ലാത്ത ഈ ദേവലോകവാസികൾക്ക് ജീവിതസമരങ്ങളെ പുച്ഛമാണ്.

ഇതര എഴുത്തുകാരുടേതിൽ നിന്നും വ്യതിരിക്തവും ഉദാത്തവുമായ ഒരു സ്ത്രീ സങ്കല്പം ചെറുകാട് വെച്ചുപുലർത്തിയിരുന്നു. ആ കാലഘട്ടത്തിലെ മറ്റെഴുത്തുകാരൊന്നും സ്ത്രീസ്വാതന്ത്ര്യത്തെ ഇത്ര ആവേശത്തോടെ ആശ്ലേഷിച്ചിട്ടില്ല. വിദ്യാഭ്യാസം നേടുവാനും ഏതുമേഖലയിലും പ്രവർത്തിക്കുവാനും ഉന്നതമായ ജീവിതസങ്കല്പങ്ങൾ വെച്ചു പുലർത്താനും വെല്ലുവിളികളെ നേരിടുവാനും സ്ത്രീകൾക്കും കഴിയണം എന്ന കാഴ്ചപ്പാടാണ് ചെറുകാടിനുണ്ടായിരുന്നത്. രാജമ്മയും ലളിതയും ആ പ്രവണതകൾ പ്രകടിപ്പിക്കുന്നവരാണ്. രാമചന്ദ്രൻ വഞ്ചിക്കുകയും അയാളുമായുള്ള പ്രണയബന്ധം തകരുകയും ചെയ്യുമ്പോൾ രാജമ്മ തകർന്നുപോകുന്നില്ല. മാനമായി തന്റെ തൊഴിലായ വക്കീൽ പണിചെയ്യുന്നതോടൊപ്പം പാർട്ടിപ്രവർത്തനവും നടത്തിക്കൊണ്ട് അവൾ ജീവിതത്തിന് പുതിയ അർത്ഥം കണ്ടെത്തുന്നു. എല്ലാ രീതിയിലും യോജി

ക്കുന്ന ഒരു പുരുഷനാണ് രവീന്ദ്രൻ എന്നു ബോദ്ധ്യപ്പെട്ടപ്പോൾ അയാളെ സ്വീകരിക്കുകയും അന്തസ്സായി കുടുംബജീവിതം നയിക്കുകയും ചെയ്യു ന്നു. ലളിതയാകട്ടെ രാമചന്ദ്രന്റെ സ്വഭാവം മനസ്സിലായപ്പോൾ അയാളെ ഒഴിവാക്കുന്നു. അയാളുടെ അച്ഛന്റെ ആഗ്രഹം അറിഞ്ഞപ്പോൾ വീണ്ടും അയാളോടൊപ്പം ജീവിക്കുന്നു. എന്നാൽ അയാളുടെ തനിനിറം പൂർണ്ണ മായും മനസ്സിലാകുമ്പോൾ അവൾ അയാളെ കൈവെടിയുന്നു. വീടിനു ള്ളിൽ ഒതുങ്ങിക്കഴിഞ്ഞവളെങ്കിലും ലളിത സന്ദർഭാനുസരണം ഉണരു കയും ഉയരുകയും ചെയ്യുന്നുണ്ട്. തന്റെ സ്ത്രീകഥാപാത്രങ്ങൾക്ക് കരു ത്തുപകരുന്നതിൽ അന്യാദൃശ്യമായ സൂക്ഷ്മതയും സമചിത്തതയും ചെറുകാട് പ്രകടിപ്പിക്കുന്നു. വ്യക്തിജീവിതത്തിലും കുടുംബാന്തരീക്ഷ ത്തിലും സമൂഹമദ്ധ്യത്തിലും സ്ത്രീ ആർജ്ജിച്ചുകണ്ട തന്റേടവും സ്വാശ്രയത്വവും ചെറുകാടിന്റെ ഭാവനയെ ഉത്തേജിപ്പിച്ച ആദർശങ്ങ ളാണ്. നാണിമിസ്ട്രസ് മുതലുള്ള കഥാപാത്രങ്ങൾ ആ ആദർശസ ങ്കല്പത്തെ അതുല്യ തേജസ്സോടെ സാക്ഷാൽക്കരിക്കുന്നു. *ദേവലോക ത്തിലെ* വ്യത്യസ്തങ്ങളായ സ്ത്രീ വ്യക്തിത്വങ്ങളാണ് രാജമ്മയും ലളി തയും. രാമചന്ദ്രന്റെ കാമചോദനകൾക്കും സ്വാർത്ഥതയ്ക്കും ഇരകളാ കുന്നവരാണ് അവർ. എന്നാൽ തങ്ങളുടെ അഭിരപ്താനുഭവങ്ങളെ വിധി യുടെ നിയോഗം പോലെ കണക്കാക്കുന്ന നിസ്സഹായരല്ല അവർ. പ്രതി സന്ധികളെ ആദർശധീരതയോടെ അവൾ അഭിമുഖീകരിക്കുകയാണ്. രാജമ്മയുടെയും ലളിതയുടെയും ജീവീതാനുഭവങ്ങളും അവർ പരിച യിച്ച ലോകവും തികച്ചും വിഭിന്നങ്ങളാണ്. പൊതുരംഗത്തു പ്രവർത്തി ക്കുകയും മറ്റുള്ളവരുമായി ഇടപെടുകയും ആശയവിനിമയം നടത്തു കയും ചെയ്തിട്ടുള്ളവളാണ് രാജമ്മ. ലളിത പുറംലോകവുമായി അധികം ഇടപെടാത്തവളാണ്. സ്ത്രൈണാനുഭവങ്ങളുടെ ഭിന്നമുഖങ്ങൾ കാഴ്ച വെക്കുമ്പോൾത്തന്നെ, ആ ഭിന്നതകൾക്കപ്പുറം വേരോടിനില്ക്കുന്ന ചില സമാനതകളുണ്ട്. ഉന്നതമായ വ്യക്തിത്വവും സ്വാതന്ത്ര്യബോധവും ഈ രണ്ടു കഥാപാത്രങ്ങളും ഉയർത്തിപ്പിടിക്കുന്നു. അടിച്ചേല്പിക്കുന്ന അടി മത്തവും വിധേയത്വവും പൊറുക്കാത്ത സ്ത്രീചേതനയെയാണ് ചെറു കാട് വിഭാവനം ചെയ്യുന്നത്.

തന്റെ രചനകളിൽ ഋജുവായും ലളിതമായും പ്രമേയാവിഷ്കാരം നടത്തുന്ന രീതിയാണ് ചെറുകാട് സ്വീകരിക്കാറുള്ളത്. *ദേവലോക*ത്തിലും ആ രീതിയാണ് അവലംബിക്കുന്നത്. നോവലിന്റെ അവസാനം സർക്കാർ ഫയൽ ബാറിൽവെച്ചു മറന്നുപോകുന്ന രാമചന്ദ്രൻ, അനന്തൻപിള്ള യോടും അപഥസഞ്ചാരികളായ ചില സ്ത്രീകളോടുമൊപ്പം തേക്കടിയി ലേക്ക് തിരിക്കുന്നതാണ് ചിത്രീകരിക്കുന്നത്. ഫയലിന്റെ കാര്യം രാമച ന്ദ്രൻ ഓർമ്മിപ്പിക്കുമ്പോൾ അനന്തൻപിള്ള അതിനെ നിസ്സാരവല്ക്കരി ക്കുന്നു. പാർട്ടിയുടെ സമ്മേളനവും മന്ത്രിയുടെ പ്രസംഗവും നടക്കുന്ന രാജേന്ദ്രമൈതാനത്തിന്നരികിലൂടെ ദേവലോകവാസികളായ രാമചന്ദ്രനും

പരിവാരങ്ങളും കടന്നുപോകുന്നത് ചിത്രീകരിക്കുന്നു. പ്രതീകാത്മക മാണ് ഈ ചിത്രീകരണം. ധ്വനിപരിവേഷമാർജ്ജിക്കുന്ന സന്ദർഭമാണിത്. രാമചന്ദ്രന്റെയും ഭരണയന്ത്രം തിരിക്കുന്ന ഉദ്യോഗസ്ഥപ്രമാണികളു ടെയും ജീർണ്ണതയെയും ഒരു ജനകീയപ്രസ്ഥാനത്തെ ഗ്രസിക്കുന്ന ദുഷിച്ച പ്രവണതകളെയും സമാന്തരങ്ങളായി സൂചിപ്പിക്കുന്നു. വ്യക്തി കളുടെയും ഭരണകൂടത്തിന്റെയും പ്രസ്ഥാനങ്ങളുടെയും ആത്മശൈ ഥില്യം പൊതുപ്രവണതയാണെന്ന് വരുന്നു. 'ശൈഥില്യത്തിന്റെ ചരിത്രം' നോവലിന്റെ പ്രമേയമാണെന്ന് ഈ ഭംഗം സാക്ഷ്യപ്പെടുത്തുന്നു. ആ ശൈഥില്യത്തെ അതിജീവിക്കുന്ന പ്രസ്ഥാനത്തിന്റെ ഭാവികാലവിജയം നോവലിന്റെ ആമുഖത്തിൽ ചെറുകാട് പ്രവചിക്കുന്നുണ്ട്.

രാമചന്ദ്രൻ പ്രണയാനുഭൂതിയെ അതിന്റെ വിശുദ്ധിയോടു കൂടി ഉൾക്കൊള്ളാൻ കഴിയാത്ത മനസ്സിന്റെ ഉടമയാണ്. പ്രണയം നടിച്ച് രാജമ്മയെ ചൂഷണം ചെയ്യുകയും ഉയർച്ചയിലേക്കുള്ള കോണിപ്പടി കൾക്കു മുന്നിലെത്തുമ്പോൾ അവളെ കൈവെടിയുകയും ചെയ്യുന്ന അവ സരവാദിയാണയാൾ. എന്നാൽ രാജമ്മ, പ്രണയത്തെ എല്ലാ വിശുദ്ധി യോടും കൂടി സൂക്ഷിക്കുന്നവളാണ്. താൻ പ്രണയിക്കുന്നവന് മനസ്സും ശരീരവും പൂർണ്ണമനസ്സോടെ സമർപ്പിക്കുന്നവൾ; അയാൾ ചതിച്ചുവെ ന്നറിയുമ്പോൾ ആദ്യം പതറുന്നുവെങ്കിലും പിന്നീട് സമചിത്തത വീണ്ടെ ടുക്കുന്നവൾ; തന്റെ തൊഴിലായ അഭിഭാഷകവൃത്തി അന്തസ്സോടെ ചെയ്ത് ജീവിതം തിരിച്ചുപിടിക്കുന്നവൾ; താൻ വിശ്വസിക്കുന്ന പ്രസ്ഥാ നത്തോടൊപ്പം ഉറച്ചുനില്ക്കുന്നവൾ; വിശ്വസ്ഥനാണെന്ന് തോന്നുന്ന ആളോട് തുറന്ന് സംസാരിച്ച് വിശ്വാസ്യത ബോദ്ധ്യപ്പെട്ട് വിവാഹബന്ധം സ്ഥാപിക്കുന്നവൾ, സൂക്ഷ്മാവലോകനത്തിൽ *മുത്തശ്ശി*യിലെ നാണിമി സ്ട്രസിന്റെ സഹയാത്രികയോ പിൻഗാമിയോ ആയി കണക്കാക്കുന്നവ ളാണ് രാജമ്മ. ചെറുകാട് മനസ്സിൽ താലോലിച്ചിരുന്ന സ്ത്രീസങ്കല്പ ത്തെയാണ് ഈ രണ്ടു കഥാപാത്രങ്ങളും പ്രതിനിധാനം ചെയ്യുന്നത്. ഇവർക്ക് പ്രണയം തൊലിപ്പുറമേ ഉണരുന്ന നനുനനുത്ത വികാരമല്ല.; ജീവിതസമരത്തിനു ഊർജ്ജം പകരുന്ന ശക്തിസ്രോതസ്സാണ്. ജീവി തത്തെ അർത്ഥവത്താക്കുന്ന പ്രതിരോധ യത്നമാണ് പ്രണയം. അഗ്നി യിൽ സ്ഫുടം ചെയ്തെടുത്ത് ശുദ്ധിയും വീര്യവും ബോദ്ധ്യപ്പെടുത്തുന്ന അനുഭവം.

ചെറുകാടിനെ സംബന്ധിച്ചിടത്തോളം പ്രണയം ഒരു വികാരം, അനു ഭൂതി എന്നതിനെക്കാൾ വ്യക്തിയുടെയും സമൂഹത്തിന്റെയും കാലികാ വശ്യങ്ങൾ നിർവ്വഹിക്കാനുള്ള ഘടകമാണ്. സ്ത്രീ-പുരുഷന്മാർ ഒരു മിച്ചുനിന്ന് പ്രതികൂല സാഹചര്യങ്ങളെ ചെറുക്കുന്ന കഥാസന്ദർഭങ്ങളെ അദ്ദേഹം ആവേശപൂർവ്വം സൃഷ്ടിക്കുന്നു. അത്തരം ചെറുത്തുനില്പു കളെ ഫലപ്രദമാക്കാനുള്ള സംരംഭമായാണ് ചെറുകാട് പ്രണയത്തെ കണ്ടത്. സ്ത്രീ-പുരുഷ കൂട്ടായ്മയെ അർത്ഥവത്താക്കുന്ന മാനുഷിക

ദൗത്യമാണ് പ്രണയം നിർവ്വഹിക്കുന്നത്. ചെറുകാടിന്റെ പ്രണയസങ്കല്പം സദാചാരസങ്കല്പങ്ങളെ ഉല്ലംഘിക്കുന്നതല്ല, ഊട്ടിയുറപ്പിക്കുന്നതാണ്. മനുഷ്യബന്ധങ്ങളെ ദൃഢപ്പെടുത്തുന്ന സമൂഹഘടനയുടെ അതിർവരമ്പുകൾക്കുള്ളിൽ മാത്രമേ അതു നിലനില്ക്കുന്നുള്ളൂ. പ്രതികൂല വ്യവസ്ഥിതിയെ മാറ്റി അനുകൂലവ്യവസ്ഥിതിയെ സംജാതമാക്കാനുള്ള പ്രക്ഷോഭങ്ങളെ ചെറുകാട് എപ്പോഴും പ്രോത്സാഹിപ്പിച്ചിരുന്നു. അനുകൂല വ്യവസ്ഥിതിയുടെ ചട്ടക്കൂടിനെ ബലപ്പെടുത്തുന്ന മനുഷ്യബന്ധങ്ങൾ സൃഷ്ടിക്കാനുള്ള ഉപാധിയാണ് ചെറുകാടിനു പ്രണയം. പ്രതികൂല വ്യവസ്ഥിതി പൊളിച്ചെറിയാനുള്ള മനുഷ്യയത്നങ്ങൾ വളമേകി നില്ക്കുന്ന ഘടകവും കൂടിയാണത്.

9

വിയോഗമറിയാത്ത പ്രണയം

ലളിതാംബിക അന്തർജ്ജനത്തിന്റെ *അഗ്നിസാക്ഷി* അവിസ്മരണീയമായ വായനാനുഭവമാണ് മലയാളികൾക്ക് പ്രദാനം ചെയ്തത്. കാലംതെറ്റി പിറന്ന ഒരുനോവലാണ് *അഗ്നിസാക്ഷി* എന്നുപറയാം. ആയിരത്തിത്തൊള്ളായിരത്തി എഴുപതുകളുടെ മദ്ധ്യത്തോടെയാണ് ഈ നോവൽ എഴുതപ്പെട്ടത്. 'ആധുനികത'യുടെ ഉൾച്ചൂടേറ്റ് നമ്മുടെ സാഹിത്യമണ്ഡലം തിളച്ചുമറിഞ്ഞ കാലമായിരുന്നു എഴുപതുകൾ. ആധുനികരായ എഴുത്തുകാർ, അന്യതാബോധത്തിനിരയായിത്തീർന്ന കഥാപാത്രങ്ങളുടെ തീരാവ്യഥകളാവിഷ്കരിച്ചുകൊണ്ട് തങ്ങൾ ജീവിച്ചുപോരുന്ന കാലഘട്ടത്തിന്റെ പ്രവണതകളോട് പ്രതികരിച്ച കാലം. വ്യവസായവിപ്ലവത്തിന്റെയും മഹായുദ്ധങ്ങളുടെയും പശ്ചാത്തലത്തിൽ പടിഞ്ഞാറൻ നാടുകളിൽ അരങ്ങേറിയ ശൂന്യതാവാദത്തെ നമ്മുടെ എഴുത്തുകാർ ആവേശപൂർവ്വം ആലിംഗനം ചെയ്യുകയായിരുന്നു. ഇറക്കുമതി ചെയ്ത കഥാപാത്രങ്ങളും കടംവാങ്ങിയ ദർശനങ്ങളും നോവലുകളിൽ നിറഞ്ഞുനിന്നു. ഇങ്ങനെ കലുഷമായ സാഹിത്യരംഗത്തിലേക്കാണ് ഏതാണ്ട് അരനൂറ്റാണ്ടുപഴക്കമുള്ള ഇതിവൃത്തവുമായി ലളിതാംബിക അന്തർജ്ജനം കടന്നുവരുന്നത്. പ്രമേയപരമായും ആഖ്യാനപരമായും പുതുമകളൊന്നും അവകാശപ്പെടാനില്ലെങ്കിലും *അഗ്നിസാക്ഷി* വ്യാപകമായ അംഗീകാരവും പ്രശംസയും പിടിച്ചുപറ്റുകയുണ്ടായി. നോവൽ കാഴ്ചവെക്കുന്ന നവോത്ഥാനാശയങ്ങളാണ് വായനക്കാരെ വശീകരിച്ച ഒരു ഘടകം. നവോത്ഥാനാശയങ്ങളെ തിരസ്കരിച്ചുതുടങ്ങാത്ത ഒരു സമൂഹം അന്നുണ്ടായിരുന്നു. തീവ്രാനുഭവങ്ങളുടെ ആവിഷ്കാരം എന്ന നിലയിൽ വായനക്കാരിൽ അസ്വസ്ഥത പടർത്തുന്ന ഇതിവൃത്തമാണ് *അഗ്നിസാക്ഷി*യുടേത്. കഥാപാത്രങ്ങളുടെ അനുഭവങ്ങൾക്കൊപ്പം അനുവാചകമനസ്സുകളെ കൂട്ടിക്കൊണ്ടുപോകാൻ നോവലിസ്റ്റിനു കഴിഞ്ഞു. അതും

ഈ നോവലിന്റെ വ്യാപകമായ അംഗീകാരത്തെയും ന്യായീകരിക്കുന്നുണ്ട്.

*അഗ്നിസാക്ഷി*യുടെ താളുകളിലൂടെ കടന്നുപോകുമ്പോൾ 'തേതി' എന്നുവിളിക്കുന്ന ദേവകി അന്തർജ്ജനത്തിന്റെ സംഭവബഹുലമായ ജീവിതത്തിലെ ഓരോ അനുഭവത്തിനും നാം സാക്ഷികളാകുകയാണ്. മാന്തരിളിന്റെ നിറമുള്ള, നിബിഡമായ കൺപീലികളുള്ള ചുരുണ്ട മുടിയുള്ള കൃശഗാത്രിയായ ദേവകി. വിറയ്ക്കുന്ന കാൽവെയ്പുകളോടെയാണ് മാനമ്പിള്ളി ഇല്ലത്തേക്കു കടന്നുവരുന്നത്. അവളുടെ വിതുമ്പുന്ന മനസ്സിൽ ഭയാശങ്കകൾ സാന്ദ്രത പ്രാപിച്ചുനിന്നിരുന്നു. ഇത്ര വല്യേ ഇല്ലത്ത് ഇത്ര വല്യേ ആളുടെ ഭാര്യയാകാൻ മാത്രമുള്ള തന്റെ യോഗ്യത എന്തെന്നുള്ള സംശയം അവളെ ചകിതയാക്കിക്കൊണ്ടിരുന്നു. ക്രമേണ ആ സംശയം ബലപ്പെട്ടുവരികയും സത്യത്തിന്റെ ക്രൂരത കലർന്ന അനുഭവമായി പരിണമിക്കുകയും ചെയ്തു. വിവാഹ ജീവിതത്തിന്റെ പ്രാരംഭനാളുകളിൽത്തന്നെ ആ നിറഞ്ഞ കൺപീലികളുടെ അറ്റം കണ്ണീരിൽ നനഞ്ഞു. ഔപാസനത്തിന് ഒരു പത്നി വേണം അതുമാത്രമാണ് തന്റെ സ്ഥാനവും പ്രസക്തിയുമെന്ന് അവർ അറിഞ്ഞുതുടങ്ങി. ജലപ്പിശാചുമുത്തശ്ശിമാരുടെയും ഭ്രാന്തിച്ചെറിയമ്മമാരുടെയും ലോകത്തിൽ അവൾ വീർപ്പുമുട്ടി. പി കെ പി നമ്പൂതിരി എന്ന സഹോദരൻ നല്കിയ പ്രബോധനം, സൂര്യവെളിച്ചത്തിൽ കുളിച്ചുനില്ക്കുന്ന വിശാലമായ പുറംലോകത്തെക്കുറിച്ചുള്ള അവരുടെ സങ്കല്പങ്ങൾക്ക് ചാരുതയണച്ചിരുന്നു. ഇല്ലങ്ങളുടെ ചുമരുകൾക്കപ്പുറമുള്ള, അനുദിനം വികസിച്ചുകൊണ്ടിരിക്കുന്ന ലോകത്തിലേക്ക് ആ കുരുന്നു മനസ്സ് പണ്ടുമുതല്ക്കേ ചിറകടിച്ചിരുന്നു. ആചാരബദ്ധമായ യാന്ത്രികജീവിതത്തിന്റെ പഴയ ചാലുകളിലൂടെ കടുത്ത അസഹിഷ്ണുതയോടെയാണ് അവർ ഇഴഞ്ഞുനീങ്ങിയത്. ആചാരാനുഷ്ഠാനങ്ങളും അർത്ഥമില്ലാത്ത വിശ്വാസങ്ങളും കടിഞ്ഞാണിടുന്ന സാഹചര്യങ്ങളിൽപ്പെട്ട് തേതിയുടെ ആത്മാവ് പിടഞ്ഞുനീറി. പരലോകത്തിനുള്ള നോട്ടങ്ങൾ മാത്രമുള്ള ആ ഇല്ലത്ത് അവരുടെ ദാഹമോഹങ്ങളും തീവ്രാഭിനിവേശങ്ങളും അമർന്നൊടുങ്ങുകയായിരുന്നു. അപ്ഫനെയും അമ്മയെയും ആചാരങ്ങളെയുമെല്ലാം പേടിക്കുന്ന, ഭാര്യയുടെ അറയിൽ പ്രവേശിക്കാൻ മുഹൂർത്തം നോക്കുന്ന ഉണ്ണിനമ്പൂതിരിക്ക്, കാലത്തിന്റെയും സാഹചര്യങ്ങളുടെയും വാസനകളെയും രീതികളെയും അതീജീവിച്ച ഒരു മനസ്സിന്റെ ഉൾത്തുടിപ്പുകളെ ഉൾക്കൊള്ളുവാൻ കഴിയാത്തത് സ്വാഭാവികം മാത്രമാണ്.

പി കെ പി നമ്പൂതിരിയുടെ പൊതുപ്രവർത്തനങ്ങളുടെ പ്രത്യാഘാതം എന്ന നിലയിൽ പിറന്നില്ലം നിഷേധിക്കപ്പെടുന്ന തേതി, മരണാസന്നയായ അമ്മയെ ഒരു നോക്കു കാണുവാൻവേണ്ടി എല്ലാ വിലക്കുകളെയും ലംഘിച്ചുകൊണ്ട് പടിയിറങ്ങുന്നു. മാതൃസ്നേഹവും കർത്തവ്യനിർവ്വഹണ വ്യഗ്രതയുമൊക്കെ ഈ ഇറങ്ങിപ്പോക്കിന്റെ മാനുഷികമായ വശം മാത്രമാണ്. മാനമ്പള്ളി ഇല്ലത്തിന്റെ ഇരുണ്ട അകത്ത

ളങ്ങളിൽ വീർപ്പുമുട്ടി കഴിഞ്ഞിരുന്ന തേതിയുടെ മനസ്സ് വിമോചനത്തിന്റെ വാതിൽ തുറന്നുകിട്ടാൻ കാത്തിരിക്കുകയായിരുന്നു. നമ്പൂതിരി സമുദായത്തിൽ നടമാടിക്കൊണ്ടിരുന്ന എല്ലാ ദുഷ്പ്രവണതകളുടെയും ഇരയായി മാറിയ തേതിക്ക് താനനുഭവിച്ചുപോന്ന തിക്താനുഭവങ്ങൾ ആ കൃത്യത്തിന് പ്രേരണ നല്കി. തന്റെ വ്യക്തിത്വവും വികാരങ്ങളും നികൃഷ്ടമായ രീതിയിൽ അപമാനിക്കപ്പെടുന്ന സാഹചര്യങ്ങളിൽനിന്ന് ഏതെങ്കിലും തരത്തിലുള്ള രക്ഷപ്പെടൽ അവരെ സംബന്ധിച്ചിടത്തോളം ഒരനിവാര്യതയായിരുന്നു. ആചാരാനുഷ്ഠാനങ്ങളും അന്തഃപുരത്തിലെ കുത്തുവാക്കുകളും വെളിച്ചം കടക്കാത്ത അകത്തളങ്ങളിലെ ഏകാന്തവാസവും, മനസ്സിലെ തീവ്രാഭിനിവേശങ്ങളെയും സ്വാതന്ത്ര്യതൃഷ്ണകളെയും അടക്കിനിർത്തിക്കൊണ്ടുള്ള സഹനജീവിതവും മാത്രമല്ല ഭർത്താവായ ഉണ്ണിനമ്പൂതിരി തന്നോടു പ്രകടിപ്പിച്ചതായി തോന്നിയ താല്പര്യമില്ലായ്മയും സ്നേഹരാഹിത്യവും അവഗണനയുമാണ് തേതിയെ ഏറെ ശ്വാസം മുട്ടിച്ചത്. കിടപ്പറയ്ക്കുള്ളിലെ നിശ്ശബ്ദരാത്രികളിൽ ഘനീഭവിച്ചുപോയ ലൈംഗികതൃഷ്ണകൾ അവരുടെ പ്രജ്ഞയെയും മനസ്സിനെയും മരവിപ്പിച്ചുകഴിഞ്ഞിരുന്നു. നിർണ്ണായകമായ ഒരു സന്ദർഭത്തിൽ ലഭിച്ച പഴുതുപയോഗിച്ച് എല്ലാ അഭിശപ്തതകളിൽ നിന്നും അവർ രക്ഷപ്പെടുകയാണ്. സ്ത്രീത്വം നിരന്തരം ചൂഷണം ചെയ്യപ്പെട്ടുപോന്ന വ്യവസ്ഥിതിയോടുള്ള അമർഷവും പകയും ഉള്ളിലൊതുക്കിക്കൊണ്ടാണ് ദേവകി പടിയിറങ്ങുന്നത്. തന്റെ പ്രവൃത്തിയുടെ അനന്തരാഘാതങ്ങളെക്കുറിച്ച് ബോധവതിയായിരുന്നുകൊണ്ടുതന്നെയാണ് അവരതിനു മുതിരുന്നത്. ദേവകി പടിയിറങ്ങുന്നതുവരെയുള്ള നോവലിന്റെ കഥാഭാഗങ്ങളിൽ നമ്പൂതിരി സമുദായത്തിലെ അനാശാസ്യാചാരങ്ങളും നമ്പൂതിരി സ്ത്രീകൾക്കനുഭവിക്കേണ്ടി വന്നിരുന്ന പീഡനങ്ങളും ആവിഷ്കരിക്കാൻ അന്തർജ്ജനം ആത്മാർത്ഥ ശ്രമം നടത്തുന്നു. 'മറക്കുടകൾക്കുള്ളിലെ മഹാനരകങ്ങൾ' എന്നു വിശേഷിപ്പിക്കപ്പെട്ട, നമ്പൂതിരി ഇല്ലങ്ങളിലെ അകത്തളങ്ങളിൽ മാത്രം ഒതുങ്ങിനിന്നിരുന്ന അന്തർജ്ജനങ്ങളുടെ നെടുവീർപ്പുകളെയും നിശ്വാസങ്ങളെയും ഒരു കൊടുങ്കാറ്റിന്റെ അലയൊലിയോടെ വായനക്കാരിലേക്ക് സന്നിവേശിപ്പിക്കാൻ നോവലിസ്റ്റിനു കഴിഞ്ഞിരിക്കുന്നു. ഭ്രാന്തിച്ചെറിയമ്മയുടെ ജീവിതചിത്രീകരണം നമ്പൂതിരി സ്ത്രീകളുടെ ദുരിത നിർഭരമായ ജീവിതത്തെ സമഗ്രമായി ഉൾക്കൊള്ളുന്നു. വേളി കഴിച്ച നമ്പൂതിരിയുടെ സാമീപ്യത്തിന് അയൽപക്കത്തുള്ള വാരസ്യാരുടെ പടിക്കൽ കാവൽ നില്ക്കേണ്ടിവരുന്ന ഭ്രാന്തിച്ചെറിയമ്മയുടെ ഗതികേട് അവരോടുള്ള അനുതാപത്തേക്കാൾ ആ വ്യവസ്ഥിതിയോടുള്ള പ്രതിഷേധമാണ് ഉളവാക്കുന്നത്. സമുദായത്തിലെ ഈ ദുരവസ്ഥ നവോത്ഥാനപ്രവർത്തനങ്ങൾ കടന്നുവരേണ്ട സാഹചര്യങ്ങളെ ബോദ്ധ്യപ്പടുത്തുന്നവയാണ്. കേരളത്തിലെ നമ്പൂതിരി ഇല്ലങ്ങളിൽ വ്യാപകമായി നിലനിന്ന അവസ്ഥ ഇത്തരത്തിലുള്ളതായിരുന്നു. അതിനെതിരായ പ്രതിഷേധമാണ് സാമുദായിക

നവോത്ഥാന പ്രവർത്തനങ്ങളിലേക്ക് നമ്പൂതിരി യുവാക്കളെ നയിച്ചത്.

ദേവകി, ദേവീബഹനായി മാറുന്ന സാഹചര്യങ്ങൾ സ്വാതന്ത്ര്യസമരത്തിന്റെ പശ്ചാത്തലത്തിലാണ് ആവിഷ്കരിക്കുന്നത്. സ്വാതന്ത്ര്യാനന്തര കാലഘട്ടത്തെ ഗ്രസിച്ച മൂല്യശോഷണവും സാംസ്കാരികാധ:പതനവുമാണ് ദേവീബഹനെ യോഗിനിയുടെ ജീവിതം തെരഞ്ഞെടുക്കാൻ പ്രേരിപ്പിക്കുന്ന പ്രധാന ഘടകം. അനിയൻ നമ്പൂതിരിയുടെ ജീവിതത്തിലുണ്ടാകുന്ന ഭൗതികമായ പുരോഗതിയും ഈ സാഹചര്യങ്ങളുടെ വെളിച്ചത്തിലാണ് ആവിഷ്കൃതമാകുന്നത്. ത്യാഗോജ്ജ്വലമായ സ്വാതന്ത്ര്യസമരത്തെപ്പോലും, ഏതാനും വ്യക്തികളുടെ സ്വാർത്ഥ താല്പര്യങ്ങൾക്കും ഭൗതിക നേട്ടങ്ങൾക്കുംവേണ്ടി ചൂഷണം ചെയ്യുന്ന ദയനീയവും അപഹാസ്യവുമായ കാഴ്ച *അഗ്നിസാക്ഷി* ചൂണ്ടിക്കാണിക്കുന്നു. നോവലിന്റെ അവസാന ഭാഗങ്ങളിൽ പ്രത്യക്ഷപ്പെടുന്ന ഉണ്ണിനമ്പൂതിരിയുടെ ദുരന്തഗംഭീരമായ ചിത്രത്തിന് ഒരു പ്രായശ്ചിത്തത്തിന്റെ പരിവേഷമാണുള്ളത്. യോഗിനി മംഗല്യസൂത്രം തിരിച്ചുകൊടുക്കുന്നിടത്തും ഇതേ ഭാവമാണ് നിറഞ്ഞുനില്ക്കുന്നത്. പ്രേമസുരഭിലമായി നിലനിൽക്കേണ്ടിയിരുന്ന ദാമ്പത്യത്തെ വിരഹത്തിന്റെയും വേദനയുടെയും പീഡാനുഭവങ്ങളിലേക്ക് എറിഞ്ഞൊടുക്കിയതിന്റെ പശ്ചാത്താപം ഉണ്ണിനമ്പൂതിരിയെയും തേതിയെയും വേട്ടയാടുന്നുണ്ടാകും. ആചാരാനുഷ്ഠാനങ്ങളെയും പാരമ്പര്യത്തെയും അനുസരിക്കുന്ന ഉണ്ണിനമ്പൂതിരിയും അവയെ ധിക്കരിക്കുന്ന തേതിയും സ്വന്തം ജന്മങ്ങൾ ബലികൊടുക്കുകയായിരുന്നു. ഈ നോവലിനെ കുറ്റബോധത്തിന്റെ ഇതിഹാസമായി വിലയിരുത്തിട്ടുള്ളത് ശ്രദ്ധേയമാണ്. തങ്കം നായരുടെ ഓർമ്മകളുടെ പച്ചപ്പുകളിലൂടെ തെളിഞ്ഞുവരുന്ന *അഗ്നിസാക്ഷി*യുടെ ഇതിവൃത്തം തേതിയുടെ ജീവിതാനുഭവങ്ങളെ സമുദായത്തിന്റെയും രാഷ്ട്രത്തിന്റെയും ചരിത്രപശ്ചാത്തലത്തിലൂടെ പ്രതിഫലിപ്പിക്കുകയാണു ചെയ്യുന്നത്.

നമ്പൂതിരി ഇല്ലങ്ങളുടെ അകത്തളങ്ങളിൽ വീർപ്പുമുട്ടിക്കഴിഞ്ഞിരുന്ന തേതി എന്ന ദേവകിയുടെ ജീവിതം സ്വാതന്ത്ര്യത്തിന്റെ ചിറകൊച്ചകൾ കേട്ടുണരുന്നതും അതിന്റെ ദിവ്യപ്രഭ തേടിപ്പോകുന്നതുമാണ് അഗ്നിസാക്ഷിയുടെ ആദ്യഭാഗങ്ങളിൽ ചിത്രീകരിക്കുന്നത്. പിന്നീട് ദേശീയ പ്രവർത്തനങ്ങളുമായി ബന്ധപ്പെട്ട് ദേവകിയുടെ ജീവിതം പുതിയ ചാലുകളിലേക്കെത്തിച്ചേരുന്നു. ത്യാഗത്തിന്റെയും സഹനത്തിന്റെയും ദീർഘപഥങ്ങളിലൂടെ ആ യാത്ര നീണ്ടു. എന്നാൽ ഒരിക്കലും ഒരിടത്തും അവരുടെ മനസ്സിനു ശാന്തി ലഭിക്കുന്നില്ല. വിരക്തിയുടെ കാവിയണിഞ്ഞ് സന്ന്യാസത്തിലേക്കുള്ള സോപാനങ്ങൾ കയറിപ്പോകുമ്പോൾ ഒരഭയസങ്കേതമന്വേഷിക്കുകയാണവർ. മറ്റുള്ളവരുടെ പാപഭാരങ്ങളേറ്റെടുത്ത് ആത്മപീഡനങ്ങൾ അനുഭവിക്കാൻ പോലും അവർ തയ്യാറാകുന്നു. അവസാനം തങ്കം നായരുടെ മകൻ തന്റെ മുന്നിൽ പ്രണമിക്കുമ്പോൾ പ്രകൃതിയുടെ സർവ്വാംഗങ്ങളിൽ നിന്നും മുലപ്പാൽ ഊറി വരുംപോലുള്ള അനുഭവത്തിന്റെ ശാന്തി ഏറ്റുവാങ്ങി ഒരു നിമിഷം അവർ സായൂജ്യം

കൊള്ളുന്നു. മനസ്സിൽ മോഹങ്ങൾ പിടഞ്ഞുവീഴുകയും അശാന്തിയും നിരാശയും ഏകാന്തതയും നിരന്തരം വേട്ടയാടുകയും ചെയ്തപ്പോഴാണ് കുടുബത്തിന്റെയും സമുദായത്തിന്റെയും ആചാരങ്ങളുടെയും ബന്ധനങ്ങളറുത്തെറിയുവാൻ അവർ നിർബ്ബന്ധിതയാകുന്നത്. എന്നാൽ അവസാനം ഉണ്ണിനമ്പൂതിരിയുടെ എരിഞ്ഞടങ്ങിയ ജീവിതം അവർക്കൊരു പാഠമായിത്തീരുന്നു. ദാമ്പത്യം ഭോഗത്തിനല്ല ത്യാഗത്തിനാണെന്നും സ്നേഹം വിയോഗമറിയില്ലെന്നും മനസ്സിലാക്കാൻ തേതിക്കു സുമിത്രാനന്ദയാകേണ്ടിവന്നു. ഭൗതികജീവിതസൗഖ്യത്തിനായി താൻ തിരഞ്ഞതെല്ലാം വ്യർത്ഥതയാണെന്ന് അവർ അറിയുന്നു. നാലുകെട്ടിലെ ഇരുളടഞ്ഞ മൂലകളിൽ സ്വന്തം വിധിയെ പഴിച്ചു പരിതപിച്ചുകഴിയുമ്പോൾ സങ്കല്പങ്ങളിൽ ഇതളണിഞ്ഞുനിന്നിരുന്ന വർണ്ണോജ്ജ്വലമായ പ്രതീക്ഷകളെല്ലാം യാഥാർത്ഥ്യങ്ങളുടെ ചൂടേല്ക്കുമ്പോൾ ശുഷ്കമായിപ്പോകുന്നവയാണെന്ന സത്യത്തെ അവർ ഉൾക്കൊള്ളുന്നു. ഉണ്ണിനമ്പൂതിരിയുടെയും ദേവകിയുടെയും ജീവിതങ്ങൾ സമാന്തരരേഖകളാണ്. ആത്മീയ സാക്ഷാല്ക്കാരത്തിന്റെ ഗോപുരവാതിലിൽ ഇരുവരും എത്തിനില്ക്കുന്നു. സമുദായത്തിലെ ക്രൂരമായ ആചാരങ്ങളും വ്യവസ്ഥകളും വ്യക്തിജീവിതത്തിലടിച്ചേല്പിച്ച പരിക്കുകളാണ് സ്വാതന്ത്ര്യത്തിന്റെ വിശാലമായ ആകാശം തേടിയിറങ്ങാൻ തേതിയെ സജ്ജയാക്കിയത്. സാമുദായിക പരിഷ്കരണത്തിന്റെയും നവോത്ഥാന ചലനങ്ങളുടെയും ചുവന്ന വെളിച്ചവുമായി കടന്നുവന്ന പി കെ പി നമ്പൂതിരിയും നിരാശയുടെയും ആലംബഹീനതയുടെയും മരുഭൂമിയിലാണെത്തിച്ചേരുന്നത്. ഇരുണ്ട ജീവിതനിഴൽപ്പാടുകളിൽ നിന്നും പ്രകാശ ഗോപുരങ്ങൾ തേടി ഉണർന്നെഴുന്നേറ്റ ജീവിതങ്ങൾ; തേടിയതെല്ലാം മിഥ്യയാണെന്നറിഞ്ഞ് നിരാശയുടെയും നിഷ്ക്രിയതയുടെയും മരുഭൂമിയിൽ പതിക്കുന്ന ജീവിതങ്ങൾ. ഇതാണ് *അഗ്നിസാക്ഷി*യുടെ കാൻവാസിൽ അന്തർജ്ജനം വരച്ചിടുന്ന ജീവിതചിത്രങ്ങളുടെ അന്തർധാര. ക്രൂരസമുദായ നീതികളിൽ പെട്ടുഴലുന്ന ജീവിതങ്ങൾ സ്വാതന്ത്ര്യത്തിന്റെ ഉൾവിളികേട്ട് കർമ്മൗത്സുക്യത്തിലേക്കുണരുന്നതും കൂടുതൽ സങ്കീർണ്ണവും പ്രതികൂലവുമായ സാഹചര്യങ്ങളിൽ അവ പതറിപ്പോകുന്നതും ഇവിടെ കാണാം. നമ്പൂതിരി സമുദായത്തിൽ നടമാടിക്കൊണ്ടിരുന്ന മനുഷ്യത്വധ്വംസനങ്ങളും അവയ്ക്കെതിരെ ഉയർന്നുവന്ന നവോത്ഥാനചലനങ്ങളുമാണ് ചില ജീവിതങ്ങളുടെ ദുരന്തപരിണാമങ്ങളുടെ അടിസ്ഥാനശിലയായി പ്രതിഷ്ഠിച്ചിരിക്കുന്നത്.

പ്രണയവും പ്രക്ഷോഭവും കൈകോർത്ത് നില്ക്കുന്ന ഇതിവൃത്തശില്പമാണ് *അഗ്നിസാക്ഷിയുടേത്* എന്നു കാണാം. സവർണ്ണ നവോത്ഥാനപ്രവണതകൾ അതിന്റെ ചൈതന്യസാന്നിദ്ധ്യമാകെ *അഗ്നിസാക്ഷി*യിൽ പ്രകടമാക്കുന്നുണ്ട്. അന്തർജ്ജനങ്ങൾ ഒരു കാലത്ത് അഭിമുഖീകരിച്ചിരുന്ന യാതനാ നിർഭരാനുഭവങ്ങൾ പകർത്തിവെക്കുകയാണ് നോവലിസ്റ്റ്. ബഹുഭാര്യാത്വത്തിന്റെയും വൃദ്ധവിവാഹത്തിന്റെയും സംബ

ന്ധത്തിന്റെയും പ്രത്യാഘാതങ്ങൾക്ക് ഇരകളാകുന്ന സ്ത്രീജന്മങ്ങളുടെ നിലയ്ക്കാത്ത രോദനം ഈ നോവലിലാകെ മുഴങ്ങുന്നുണ്ട്.നോവലിലെ നായികയായ തേതിയുടെ അനുഭവങ്ങൾ ഇവയിൽ നിന്നൊക്കെ വ്യത്യസ്തമാണ്. ബഹുഭാര്യാത്വമോ, വൃദ്ധവിവാഹമോ, സംബന്ധമോ ഒന്നും തേതിയുടെ സ്വാനുഭവസീമകളിലേക്ക് എത്തിനോക്കുന്നുപോലുമില്ല. സർവ്വഥാ യോഗ്യനായ ഉണ്ണിനമ്പൂതിരിയുടെ ഭാര്യാപദവിയാണ് അവർക്കു വിധിച്ചത്. മാനമ്പിള്ളി ഇല്ലത്തെ പാരമ്പര്യാധിഷ്ഠിതവും അനുഷ്ഠാനബദ്ധവുമായ ജീർണ്ണിച്ച അന്തരീക്ഷവും സ്വകാര്യജീവിതത്തിലെ കടുത്ത ഏകാന്തതയുമാണ് അവരെ ശ്വാസം മുട്ടിച്ചത്. തലമുറകളായി പാലിച്ചുപോരുന്ന അർത്ഥരഹിതമായ ആചാരങ്ങളും ഉണ്ണിനമ്പൂതിരിയുടെ അനാസക്തിയുമാണ് ദുർവ്വിധിക്കു കളമൊരുക്കുന്ന പ്രതിയോഗികളുടെ സ്ഥാനത്ത് എത്തുന്നത്. പാരമ്പര്യാനുഷ്ഠാനങ്ങളൊക്കെ മുറ തെറ്റാതെ നടക്കണം എന്ന നിർബ്ബന്ധബുദ്ധിക്കാരനാണ് ഉണ്ണിനമ്പൂതിരി. അനുഷ്ഠാനപാലനത്തിനുശേഷം മാത്രമേ ഭാര്യയ്ക്ക് അദ്ദേഹം പരിഗണന നല്കിയിരുന്നുള്ളൂ. താൻ ഭർത്താവിനു നല്കുന്ന സ്നേഹം അവഗണിക്കപ്പെടുന്നതായി തേതിക്കു തോന്നി. അച്ഛനെയും അമ്മയെയും ആചാരങ്ങളേയുമൊക്കെ ഭയപ്പെടുന്നവനാണ് തന്റെ ഭർത്താവ് എന്ന് തേതിയുടെ പെൺമനസ്സ് ഉൽക്കണ്ഠപ്പെടുന്നു. ഒരു നവവധുവിന്റെ വികാരങ്ങളും സ്വപ്നങ്ങളും ചവിട്ടിയരയ്ക്കപ്പെടുകയായിരുന്നു. ഭ്രാന്തിച്ചെറിയമ്മ മരിക്കുന്നതോടെ ഉണ്ണിനമ്പൂതിരി സംവത്സരദീക്ഷ സ്വീകരിക്കുമ്പോൾ താൻ ഭർത്താവിനോട് പുലർത്തുന്ന സ്നേഹം പരീക്ഷിക്കപ്പെടുന്നതായി തേതിക്കു തോന്നുന്നു. പി കെ പി നമ്പൂതിരി എന്ന നവോത്ഥാന പ്രവർത്തകന്റെ തണലിൽ വളർന്ന തേതിയുടെ ഉൽബുദ്ധമായ മനസ്സ്, താൻ നിശ്ശേഷം അവഗണിക്കപ്പെട്ടു എന്ന തോന്നലിന്റെ വേദനയും പ്രതിഷേധവുമാർജ്ജിക്കുന്നു. നവോത്ഥാനത്തിന്റെ വെളിച്ചമുൾക്കൊണ്ട പി കെ പി നമ്പൂതിരിയുടെ പ്രവർത്തനങ്ങൾ യാഥാസ്ഥിതിക നമ്പൂതിരി സമൂഹത്തെ വിറളി പിടിപ്പിച്ചിരുന്നു. സമുദായം അദ്ദേഹത്തെ ഭ്രഷ്ടു കല്പിച്ചു ബഹിഷ്കരിച്ചു. അങ്ങനെ തേതിക്ക് പിറന്നില്ലം നിഷേധിക്കപ്പെടുന്നു. യാഥാസ്ഥിതിക-നവോത്ഥാന പ്രവണതകൾ തമ്മിലുള്ള ഏറ്റുമുട്ടലിന്റെ നിഴലിലാണ് തേതി നെടുവീർപ്പിട്ടുനില്ക്കുന്നത്. ഇരു ചേരികളും തമ്മിലുള്ള വടംവലിക്കിടയിൽ അവരുടെ ജീവിതം പൊടിഞ്ഞുതകരുകയാണ്. അമ്മയുടെ മരണത്തോടനുബന്ധിച്ച് മാനമ്പിള്ളിയുടെ പടികളിറങ്ങുന്ന തേതിക്ക് പിന്നീടൊരിക്കലും അവിടേക്ക് തിരിച്ചുവരാൻ കഴിയുന്നില്ല. ഭർത്തൃഗൃഹം തനിക്കന്യമാകുമെന്നും തന്റെ വിവാഹജീവിതം ശിഥിലമാകുമെന്നും അറിഞ്ഞുകൊണ്ടുതന്നെയാണ് അവർ പടിയിറങ്ങുന്നത്. ഇല്ലച്ചുമരുകൾക്കുള്ളിൽ വീർപ്പുമുട്ടി കഴിഞ്ഞിരുന്ന തേതി ഒരവസരം കൈവന്നപ്പോൾ സമരോത്സുകമായ ജീവിതപ്പാത തെരഞ്ഞെടുക്കുകയായിരുന്നു. ജീവിതത്തിന്റെ പ്രാരംഭഘട്ടത്തിൽ പി കെ പി നമ്പൂതിരിയുടെ പ്രവർത്തനങ്ങളും പ്രബോധനവും ഉൾ

ക്കൊണ്ട മനസ്സ് സ്വാഭാവികമായി സമരോത്സുക പാതയിൽ ചെന്നെത്തുന്നു. പി കെ പി തെളിച്ച വഴിയാണ് മുന്നിലെന്ന് അവർ തിരിച്ചറിയുന്നു. തേതിയുടെ ജീവിതം പ്രണയവഴി ത്യജിച്ച് പ്രക്ഷോഭവഴി സ്വീകരിക്കുകയാണ് ചെയ്യുന്നത്.

തേതിക്ക് വിവാഹജീവിതത്തിൽ അർഹിക്കുന്ന പരിഗണന കിട്ടിയില്ല എന്ന തോന്നൽ അന്ത:ക്ഷോഭത്തിലേക്കും വേർപിരിയലിലേക്കും നയിക്കുകയാണ്. ആചാരബദ്ധവും പാരമ്പര്യാധിഷ്ഠിതവുമായ ജീവിതചര്യകൾക്ക് അടിമപ്പെട്ടു കഴിയുന്ന ഭർത്താവിനെ അവർക്കു പരിത്യജിക്കേണ്ടിവരുന്നു. നമ്പൂതിരി സമുദായത്തെ ഇളക്കിമറിച്ച കൊടുങ്കാറ്റുകളിൽ അവരും പങ്കാളിയാകുന്നു. ഒരുമിച്ചുള്ള ജീവിതത്തിന് വിരാമചിഹ്നം രേഖപ്പെടുത്തിക്കൊണ്ട് ദമ്പതികൾ ഓരോ വഴിക്കു വേർപിരിഞ്ഞുപോകുന്നു. ഒരാൾ ഈശ്വരോപാസനയിലും പാരമ്പര്യാനുഷ്ഠാനങ്ങളിലും മാത്രം മുഴുകുമ്പോൾ, മറ്റേയാൾ തിളച്ചുമറിയുന്ന സമൂഹത്തിലേക്കും ചുറ്റുപാടുകളിലെ പ്രക്ഷോഭചലനങ്ങളിലേക്കും എടുത്തുചാടുകയായിരുന്നു. ഉണ്ണിനമ്പൂതിരി ഈശ്വരസാക്ഷാൽക്കാരം തേടി ശ്രീകോവിലിന്റെ പടി കയറുമ്പോൾ തേതി സ്വാതന്ത്ര്യത്തിന്റെ പൊരുൾ തേടി ചുറ്റുമുള്ള മനുഷ്യരിലേക്ക് ഇറങ്ങിച്ചെല്ലുകയായിരുന്നു. അങ്ങനെ അവരുടെ ദാമ്പത്യം ശിഥിലമാകുന്നു. ലൗകിക സാഫല്യം പ്രാപിക്കാനാകാതെ പ്രണയതൃഷ്ണകൾ കെട്ടടങ്ങുന്നു. സ്വാതന്ത്ര്യപ്രാപ്തിക്കു ശേഷമുള്ള മൂല്യശോഷണത്തിൽ മനംനൊന്ത് പിന്നീട് തേതിക്ക് ധ്യാനത്തിന്റെയും തപസ്സിന്റെയും ആത്മീയവഴിയിൽ അഭയം തേടേണ്ടിവരുന്നു.

പ്രണയാനുഭവങ്ങളുടെ വേദനപുരണ്ട രണ്ട് അദ്ധ്യായങ്ങൾ ഈ നോവലിൽ നമുക്ക് വായിക്കാം. വിവാഹത്തിനുശേഷമുള്ള പവിത്രമായ പ്രണയാനുഭവങ്ങൾ കൊതിക്കുന്നതും അതു നിഷേധിക്കപ്പെടുന്നതുമാണ് തേതിയുടെ ജീവിതത്തിനേറ്റ ആഘാതം. ദാമ്പത്യപ്രണയത്തിലെ നേരിയ പോറലുകൾ വേർപിരിയലിന്റെയും അസ്വസ്ഥതയുടെയും അശാന്തിയുടെയും മരുഭൂമിയിലേക്ക് രണ്ടു ജീവിതങ്ങളെ പറിച്ചെറിയുകയാണ്. അവരുടെ മനസ്സുകളിൽ ലൗകിക പ്രണയസങ്കല്പങ്ങൾ അസ്തമിക്കുകയും പ്രണയത്തിന്റെ സാത്വികവും ഉദാത്തവുമായ അനുഭവതലങ്ങളിൽ അവർ എത്തിച്ചേരുകയും ചെയ്യുന്നു. സ്നേഹം വിയോഗമറിയില്ലെന്ന അലൗകിക വീക്ഷണത്തെ അവർ ആശ്ലേഷിക്കുന്നു. 'സന്ന്യാസിനിക്കു പൂർവ്വാശ്രമമില്ലെന്ന്' സുമിത്രാനന്ദയോഗിനി പറയുന്നുണ്ട്. എന്നാൽ ഓർമ്മകളുടെ കുത്തൊഴുക്കിൽ പൂർവ്വാശ്രമത്തിന്റെ അഗാധതകളിൽ നിന്നും ഒരു ഭർത്താവ് ഭാര്യയോടുമന്ത്രിക്കുന്ന ഈ വാക്കുകൾ യോഗിനിയുടെ കാതുകളിൽ മുഴങ്ങുന്നു: "സ്നേഹമെന്നത് ഒരു വികാരമല്ല തേതിക്കുട്ടീ; അത് ഒരുതരം സ്വഭാവമാണ്. അനുഭൂതിയാണ്. ലയനമാണ്. അത് മനസ്സിലാകാത്തവർക്ക് ആർക്കും സുഖം കിട്ടുകയില്ല" ഉണ്ണിനമ്പൂതിരി എന്ന ഭർത്താവ് ഒരുപാടു വർഷങ്ങൾക്ക് മുമ്പ്, തേതിക്കുട്ടി എന്ന ഭാര്യയോടു പറഞ്ഞ വാക്കുകളാണിവ. അദ്ദേഹം വീണ്ടും

പറഞ്ഞു: "ഞാനും നീയും ഒന്നാണ് തേതിക്കുട്ടി! നമുക്ക് ഏതുനേരവും ഒരുമിച്ചിരിക്കാൻ പറ്റിയെന്നുവരില്ല. പക്ഷേ, നമ്മൾ ഒന്നാണ്. അതറിഞ്ഞാൽ ദുഃഖിക്കേണ്ടിവരില്ല." ഈ വാക്കുകളുടെയൊന്നും യുക്തി അന്നവർക്കു മനസ്സിലാക്കാനായില്ല. അതുകൊണ്ട് ദുഃഖത്തിന്റെ നെടുമ്പാതയിലൂടെ ഏറെദൂരം ക്ലേശയാത്ര ചെയ്യേണ്ടിവന്നു. തങ്കത്തിനെഴുതുന്ന കത്തിൽ ഉണ്ണിനമ്പൂതിരി ഇപ്രകാരം കുറിക്കുന്നുണ്ട്: "ഞാൻ അവരിൽ എന്നും പ്രസന്നനായിരുന്നു. അവർ എപ്പോഴും എന്നോടുകൂടി ഉണ്ടായിരുന്നുതാനും" സന്ന്യാസത്തിന്റെ പടവിലെത്തുന്ന തേതി തന്റെ മംഗല്യസൂത്രം ഉണ്ണിനമ്പൂതിരിക്ക് അയച്ചുകൊടുക്കുന്നു. അതോടൊപ്പം അയയ്ക്കുന്ന കത്ത് ഇങ്ങനെയാണ്:

"ശ്രീപാദങ്ങൾ അറിയാൻ,

നമ്മൾ വളരെ ദൂരെയായിരുന്നു

എന്നാൽ ഇപ്പോൾ വളരെവളരെ അടുത്തിരിക്കുന്നു. ദൂരമേ തോന്നുന്നില്ല. കാണാം, കേൾക്കാം, സ്പർശിക്കാം, ആ പാദത്തിൽ തലവെച്ചുകൊണ്ടല്ലാതെ ഞാൻ ഇതുവരെ ഉറങ്ങിയിട്ടില്ല. തിരിച്ചുവരണമോ? എന്നു ഞാൻ പലപാടും ആലോചിച്ചിട്ടുണ്ട്. പക്ഷേ, പിന്നെത്തോന്നി. ഏതായാലും ഭഗീരഥി ഹിമാനിൽ നിന്നുംപതിച്ചു. ഇനിയിവിടെ ഒരു പിന്മടങ്ങൽ സാദ്ധ്യമല്ല. ഒഴുക്ക്, ഒഴുക്ക്, ഒഴുക്ക്. പാതാളത്തിലേക്കാണെങ്കിൽ അങ്ങോട്ടാവട്ടെ ഈ പ്രയാണം. വളരെ നാൾ അലഞ്ഞതിനുശേഷവും ഒരുകാര്യം വ്യക്തമാകുന്നു. എത്ര നിഷേധിച്ചാലും മാറാതെ കർമ്മബന്ധങ്ങൾ നമ്മെ പിന്തുടരുമെന്ന്. അന്ന് അങ്ങയിൽ ദോഷങ്ങളായി കണ്ടതെല്ലാം ഇന്ന് ഗുണമായി തോന്നുന്നു. അവിടെയാണ് ഞാനും എത്തിയിരിക്കുന്നത്. ജീവിതം മടുത്തപ്പോൾ ആദ്യമായി സമുദായ സേവനത്തിനിറങ്ങി. പിന്നെ ദേശസേവനമായി. അതുംകഴിഞ്ഞ് ഇപ്പോൾ ഞാൻ പരമമായ ആ തത്ത്വത്തെ സേവിക്കാനാഗ്രഹിക്കുന്നു. ഏതാണ് ശരി, നന്മ എന്ന് ആർക്കറിയാം? ഏതായാലും ജന്മപഥത്തിലെന്നപോലെ കർമ്മപഥത്തിലും നാം ഒന്നുചേർന്നിരിക്കുന്നു. ഇനി വിയോഗമില്ല. ശരീരമുപേക്ഷിച്ച് മോക്ഷം പ്രാപിക്കണമെന്ന് ഒരിക്കൽ വിചാരിച്ചിരുന്നു. പക്ഷേ, അവിടെയും വാസനകൾ നിലനില്ക്കുമല്ലോ. ഇതുവെച്ചുകൊണ്ടുതന്നെ മുക്തി പ്രാപിക്കാൻ കഴിയുമോ? ഗുരുദേവന്റെ അനുഗ്രഹത്തോടെ ആ പരീക്ഷണം തുടങ്ങുന്നു. ഞാൻ നാളെ സന്ന്യസിക്കയാണ്. ഈ ജന്മം ത്യജിച്ചു മറ്റൊന്നു കൈകൊള്ളുന്നു. ജീവിതത്തിന്റെ കർമ്മബന്ധമായി ഞാനെന്നുമണിഞ്ഞിരുന്ന ഈ 'മുദ്ര' തിരിച്ചേല്പിക്കുന്നു. ഇത് എന്നും എന്റെ രക്ഷയായിരുന്നു. ആശ്വാസമായിരുന്നു. കവചമായിരുന്നു. ഇതിൽ പിടിച്ചുകൊണ്ട് ഞാൻ ലക്ഷലക്ഷം ഉരുനാമം ജപിച്ചിട്ടുണ്ട്. ഇത് കഴുത്തിൽ മുറുക്കിക്കെട്ടിയിരിക്കവേ സനാഥയാണെന്ന ധൈര്യം തോന്നിയിരുന്നു. പക്ഷേ, ഇന്ന് ഈ നിർണ്ണായകനിമിഷത്തിൽ മറ്റെല്ലാ ബന്ധനങ്ങൾക്കും മുമ്പേ ഇതും അഴിച്ചുമാറ്റേണ്ടിയിരിക്കുന്നു. മന്ത്രപവിത്രമായ മംഗല്യസൂത്രം. ഇത് മടക്കി സ്വീകരിച്ച് അനുഗ്രഹിച്ചാലും. ഇനി മേലാൽ

തേതിക്കുട്ടിയല്ല, സുമിത്രാനന്ദയേയുള്ളൂ. നമസ്കാരം
സ്വന്തം......"

ഉണ്ണിനമ്പൂതിരി ചില സന്ദർഭങ്ങളിൽ ഉരുവിടുന്ന വാക്കുകളും, തേതിക്കുട്ടിയുടെ അവസാനത്തെ കത്തിലെ പരാമർശങ്ങളും, 'സ്നേഹം വിയോഗമറിയില്ല.' എന്ന ദർശനത്തെ സാക്ഷാൽക്കരിക്കുന്നവയാണ്.

പ്രണയത്തെയും അതുളവാക്കുന്ന സന്തോഷസന്താപങ്ങളെയും മന ക്ലേശങ്ങളെയും അവയുടെ സമഗ്രവിശുദ്ധിയോടും കൂടി മനസ്സിൽ സൂക്ഷി ക്കുന്നവരാണ് *അഗ്നിസാക്ഷി*യിലെ കഥാപാത്രങ്ങൾ. കഥാഖ്യാനം നിർവ്വ ഹിക്കുന്ന തങ്കം നായരും അത്തരം അനുഭവം മനസ്സിൽ സൂക്ഷിക്കു ന്നുണ്ട്. കുട്ടിക്കാലത്ത് തങ്കത്തിനെയാണ് തന്റെ സഹോദരനായ പി കെ പി നമ്പൂതിരിക്കുള്ള കത്തുകൾ പോസ്റ്റ് ചെയ്യുന്നതിനായി തേതി ഏല്പി ച്ചിരുന്നത്. വീട്ടിൽ മറ്റാരും അറിയാതെ നടന്നിരുന്ന കത്തിടപാടുകളാ യിരുന്നു അത്. പി കെ പി നമ്പൂതിരി അക്കാലത്തെ എല്ലാ വിപ്ലവസംര ഭങ്ങൾക്കുമുന്നിലും തലയുയർത്തിനിന്ന നേതാവായിരുന്നു. കരുത്തുറ്റ പ്രസംഗകനും നിർഭയനായ സമുദായപരിഷ്കർത്താവുമായിരുന്നു. സ്ഫോടനാത്മകമായ പല ആഹ്വാനങ്ങളും അദ്ദേഹം നല്കിയിരുന്നു. "അന്തർജ്ജനങ്ങൾക്കു മറക്കുടവേണ്ട" എന്നും നമ്പൂതിരിമാർക്കു പൂണൂൽ വേണ്ട" എന്നും "അയിത്താചാരം അനാവശ്യമാണെ"ന്നും "ചക്രവർത്തി ഭരണം അവസാനിച്ച് നാട് സ്വാതന്ത്ര്യം ആർജ്ജിക്കണം" എന്നുമൊക്കെയുള്ള വിപ്ലവകരമായ ആശയങ്ങൾ നാട്ടിലാകെ പ്രചരി പ്പിച്ചും പ്രസംഗിച്ചും നടക്കുകയായിരുന്നു അദ്ദേഹം. നമ്പൂതിരി സമുദാ യത്തിലാകെ കോളിളക്കം സൃഷ്ടിച്ച വാക്കുകളും പ്രവർത്തനങ്ങളുമാ യിരുന്നു, പി കെ പി യുടേത്. ആ കൊടുങ്കാറ്റിന്റെ ആഘാതങ്ങൾ മന മ്പിള്ളി മനയ്ക്കുള്ളിലേക്കും കടന്നെത്തി. പി കെ പി നമ്പൂതിരിക്കെതി രെയുള്ള ശകാരങ്ങളും ശാപവചനങ്ങളും മനയ്ക്കുള്ളിലുയർന്നു. എല്ലാ കൂരമ്പുകളും ചെന്നുതറച്ചത് തേതിയുടെ ഹൃദയത്തിലായിരുന്നു. പി കെ പി നമ്പൂതിരിക്കെഴുതിയ കത്തുകളിൽ സഹിക്കാനാകാത്ത തന്റെ ജീവിതാവസ്ഥയെ കുറിച്ച് തേതി വിലപിക്കുന്നുണ്ട്.: " എന്റെ ഉള്ളുരു കുകയാണ്. ഒരക്ഷരം വായിക്കാനില്ലാതെ, ഒരാളോടും മിണ്ടാനില്ലാതെ മരിച്ചപോലെയുള്ള ജീവിതം... അദ്ദേഹത്തിന് ഒന്നും മനസ്സിലാകയില്ല. ഓപ്പേ അവിടുന്ന് ദേവനാണ്. മനുഷ്യനല്ല. മനുഷ്യരുടെ കഥപറഞ്ഞു പഠിപ്പിച്ചിട്ട് എന്നെ എന്തിനൊരു ദേവന് വേളികഴിപ്പിച്ചുകൊടുത്തു. ഞങ്ങൾ തമ്മിൽ പൊരുത്തപ്പെടുമോ? ഓപ്പയുടെ പ്രസംഗങ്ങൾ ഞാൻ വായിക്കാറുണ്ട്. ലേഖനങ്ങൾ വായിക്കാറുണ്ട്. തങ്കം കൊണ്ടുവന്നുതരും. അവളില്ലെങ്കിൽ ഞാൻ എന്നേ ആത്മഹത്യ ചെയ്യുമായിരുന്നു." സ്വന്തം ജീവിതത്തിന്റെ പരിതാപകരമായ അവസ്ഥ വിവരിക്കുന്ന ഈ കത്തിൽ തന്റെ ജീവിതത്തിൽ തങ്കത്തിനുള്ള സ്ഥാനം തേതി എടുത്തുപറയുന്നു ണ്ട്. അവളുടെ സഹായമില്ലെങ്കിൽ പിടിച്ചുനില്ക്കാനാവില്ല എന്നു വ്യക്ത മാക്കുന്നുണ്ട്. ഇങ്ങനെ തങ്കം കത്തുകളിലെ കഥാപാത്രമായി മാറുന്നു.

ഒരിക്കൽ പി കെ വി നമ്പൂതിരിക്കുള്ള തേതിയുടെ കത്തിനൊപ്പം തങ്കം ചെറിയൊരു കുറിപ്പെഴുതിവെക്കുന്നു. "ക്ഷമിക്കു തിരുമേനി, തങ്കം എന്നത് ഒരു മേൽവിലാസം മാത്രമാണ്. അവൾ അപ്ഫന്റെ മകളാണ്. വിജാതീയയാണ്. വിജാതീയരെ തള്ളിപ്പറയുക എന്നാണല്ലോ നിങ്ങളുടെ പുതിയ പരിഷ്കാരം. അതുകൊണ്ടു മാപ്പുതരൂ. എന്നെപ്പറ്റി ഓർക്കുമ്പോൾ വെറുപ്പു തോന്നാഞ്ഞാൽ മതി" ഇതായിരുന്നു ആദ്യത്തെ കുറിപ്പ്. *അപ്ഫന്റെ മകൾ* എന്ന നോവലിലെ നായികയുടെ ദുരന്തം ഓർമ്മിപ്പിച്ചുകൊണ്ട് സമുദായത്തിലെ ചില നിസ്സഹായരെയും ബലിയാടുകളെയും സൂചിപ്പിക്കുന്നു. പക്ഷേ, അതുമാത്രമായിരുന്നോ ഈ കുറിപ്പിന്റെ ഉദ്ദേശ്യം? പി കെ പി നമ്പൂതിരിയെ താൻ പ്രേമിച്ചിരുന്നോ എന്നു ചോദിച്ചാൽ തങ്കംനായർക്ക് ഇന്നും മറുപടിയില്ല എന്ന് നോവലിസ്റ്റ് വ്യക്തമാക്കുന്നുണ്ട്. പക്ഷേ, അവൾ അയാളെ അകമഴിഞ്ഞ് ആരാധിച്ചിരുന്നു. വില മതിച്ചിരുന്നു. "അപ്ഫന്റെ മകളെക്കൂടി സ്വീകരിക്കാതെ സമുദായത്തിന് പുനർജ്ജന്മമില്ല എന്നു വിശ്വസിക്കുന്നവനാണു ഞാൻ. അതാണ് ഞാൻ ജാതിനശീകരണവാദിയായത്" എന്ന് പി കെ പി തങ്കത്തിനെഴുതുന്നുണ്ട്. അവളുടെ പരിദേവനങ്ങൾക്കുള്ള ആശ്വാസവചനങ്ങളായിരുന്നു അവ. പുറത്തുപറയാൻ വയ്യാത്ത യാതൊന്നും തങ്ങൾ കൈമാറിയ കത്തുകളിലുണ്ടായിരുന്നില്ല. എന്നിട്ടും ആ കത്തുകൾ വായിച്ചു തങ്കം പുളകംകൊണ്ടു. ആകാശത്തിലെ നക്ഷത്രങ്ങളെയും ഭൂമിയിലെ പൂക്കളെയും സാക്ഷിനിർത്തി അതു വായിച്ചു നിർവൃതികൊണ്ടു. നോവലിസ്റ്റ് എഴുതിവെക്കുന്നു. "മിസ്സിസ് നായർ എന്ന ഈ പ്രായം ചെന്ന കിഴവിക്കറിയാം. മനുഷ്യൻ പ്രേമമെന്നു വിളിക്കുന്ന ഈ ചപലവികാരം വെറും നിർദ്ദോഷകരമായ ഒരു കൗതുകമാണെന്ന്. സ്ത്രീ പുരുഷജീവിതങ്ങളെ ധന്യമാക്കിക്കൊണ്ട് ചില പ്രായങ്ങളിൽ ചില ഹൃദയങ്ങളിൽ— ഈ മൊട്ടു താനേ പൊട്ടിവിടരുന്നു. അവ ഫലത്തെപ്പറ്റി കരുതുന്നില്ല. ജീവിതം മുഴുവൻ നിറഞ്ഞ സുഗന്ധം വീശിക്കൊണ്ട് വാടാമലരായി നിലനില്ക്കുന്നു. കാല്പനിക ഛായയുള്ള ഒരു പ്രണയസങ്കല്പമാണ് ഈ വാക്കുകളിൽ തിരിനീട്ടുന്നത്.

പി കെ പി നമ്പൂതിരിയും തങ്കവും പിന്നെയും നിരവധി കത്തുകൾ കൈമാറുന്നുണ്ട്. തന്റെ സഹോദരിയുടെ സുരക്ഷിതത്വത്തിന്റെ ചുമതല പലപ്പോഴും പി കെ പി തങ്കത്തെ ഏല്പിക്കുന്നുണ്ട്. പി കെ പി തങ്കത്തിനെഴുതുന്ന അവസാനകത്ത് ഇങ്ങനെ: "തങ്കം. നിന്നെ പ്രിയപ്പെട്ടവളെന്നു പോലും ഞാൻ ഒരിക്കലും വിളിച്ചിട്ടില്ല. പക്ഷേ, നീ എനിക്കു പ്രിയപ്പെട്ടവളായിരുന്നു. എന്റെ ഓമനയനുജത്തിയുടെ കൂട്ടുകാരി. നീ ബുദ്ധിമതിയാണ് ഓർക്കേണ്ടവയെ ഓർക്കാനും മറക്കേണ്ടവയെ മറക്കാനും കഴിവുള്ളവളാണ് നീ. നാം തമ്മിൽ കണ്ടിട്ടില്ല. പക്ഷേ, കാണാതെതന്നെ നിന്നെ ഇഷ്ടപ്പെടാൻ എനിക്കു കഴിയുന്നു. പ്രേമം എന്നത് എന്റെ ജാതകത്തിൽ വിധിച്ചിട്ടുള്ളതല്ല. ഈ എഴുത്തുകുത്ത് ഇന്ന് അവസാനിക്കുന്നു. നാളെ ഞാൻ സത്യഗ്രഹത്തിനു പോകുന്നു. തല്ലുകൊണ്ടു

മരിച്ചുവെന്നുവരാം. തടവിൽ കിടക്കാം. തൂക്കിലേറാം. ഏതായാലും ബാഹ്യലോകത്തിനു ഞാൻ നഷ്ടപ്പെടാം. ഇക്കാര്യം ഏടത്തിയോട് പറയണ്ട. അവളെ ഞാൻ നിന്റെ കൈയിൽ ഏല്പിക്കുന്നു. നിന്റെ മാത്രം കൈയിൽ.”

അങ്ങനെ കത്തുകളിൽ മാത്രം ഒതുങ്ങിനിന്ന ഒരു പ്രണയം അവസാനിക്കുന്നു. നിശ്ശബ്ദരായി കാമുകീകാമുകന്മാർ വിടപറയുന്നു. വിപ്ലവകാരിയും കാമുകനും കണക്കുതീർത്തു പിരിയുന്നു. തങ്കം നായരുടെ മനസ്സിൽ പക്ഷേ, വാർദ്ധക്യത്തിന്റെ ക്ഷീണാവസ്ഥയിലും ആ പ്രണയത്തിന്റെ കനലുകൾ എരിയുന്നുണ്ടെന്നുകാണാം. “താൻ ഒരിക്കലും കണ്ടിട്ടില്ലാത്ത വിചിത്രസ്വഭാവിയായ മനുഷ്യൻ എന്ന് തങ്കം നായർ ഒരിടത്ത് പി കെ പി നമ്പൂതിരിയെ വിശേഷിപ്പിക്കുന്നുണ്ട്. എന്നാൽ അതിനുശേഷം ഒരിക്കൽ ഒരിക്കൽ മാത്രം— അയാൾ അവരുടെ മുന്നിൽ പ്രത്യക്ഷപ്പെടുന്നുണ്ട്.”തങ്കം നാട്ടിൽചെന്നപ്പോൾ പി കെ പി അവരെ കാണാനെത്തുന്നു. പത്താം ക്ലാസ് ജയിച്ച മകന് ഒരു ജോലികിട്ടാനുള്ള സഹായമഭ്യർത്ഥിക്കാനാണ് അദ്ദേഹം വരുന്നത്. ഉപജീവനത്തിനായി ഒരമ്പലത്തിൽ ശാന്തിക്കാരനായി അദ്ദേഹം ജോലി നോക്കുന്നുണ്ട്. ജീവിതനൈരാശ്യങ്ങൾ സമ്മാനിച്ച കൂനുമായി കറുത്ത കൃശനായ നരച്ച വൃദ്ധ ബ്രാഹ്മണനായാണ് അദ്ദേഹം പ്രത്യക്ഷനാകുന്നത്. “ പഴയ സ്വാതന്ത്ര്യഭടന്മാർക്കു യാതനാവേതനമായി പെൻഷനും കീർത്തിമുദ്രയും കൊടുക്കുന്നുണ്ട്. ഇവിടുന്നു വളരെ സഹിച്ച ആളാണല്ലോ. ഒന്നപേക്ഷിക്കാമായിരുന്നില്ലേ?” എന്ന് തങ്കം നായർ ചോദിക്കുമ്പോൾ പി കെ പി പൊട്ടിത്തെറിക്കുന്നു.

“ഞാൻ യാചകനായി വന്നതല്ല. നേത്യാരമ്മേ. എനിക്കാരുടെയും ഭിക്ഷ വേണ്ടാ. യാതനയ്ക്കും വേതനം വേണമായിരുന്നെങ്കിൽ എനിക്കന്നു തൂക്കിലേറാമായിരുന്നില്ലേ?—–സേവനത്തിന്റെ യഥാർത്ഥ വേതനം അതാണ്. ഇന്നു ഞാൻ ദരിദ്രനായിരിക്കുന്നു. നാലഞ്ചു കുട്ടികളും കുടുംബവും ഉണ്ട്. എന്നാലും ആകാവുന്ന പണി ചെയ്ത് ജീവിക്കുന്നു. തൊഴിലിൽ മേന്മതാഴ്ചകളില്ല. ആദർശങ്ങളെവിറ്റ് പൈസയാക്കുന്നതിലേ ഉള്ളു കുറച്ചിൽ...... എന്നെ അതിനു കാക്കണ്ട. ഞാൻ ഇറങ്ങുന്നു. നമസ്കാരം.” എന്നുപറഞ്ഞ് അദ്ദേഹം നടന്നുമറഞ്ഞു. “പണ്ടൊരു കാലത്ത് വീരകാമുകനായി ആരാധിച്ചിരുന്ന വിപ്ലവകാരിയെ നോക്കി ഞാൻ നെടുവീർപ്പിട്ടു നിന്നു.” എന്നു തങ്കം നായർ പറയുന്നുണ്ട്. ഇവിടെ പി കെ പിയെ താൻ പ്രേമിച്ചിരുന്നെന്ന് ഒരു സംശയവുമില്ലാതെ തങ്കം വ്യക്തമാക്കുന്നു. ഒരിക്കലും ഒരു പുരുഷനെയും ഇത്ര തീവ്രമായി പ്രേമിച്ചിട്ടില്ലെന്ന് ഈ സന്ദർഭത്തിൽ അവൾക്കു തോന്നുന്നുണ്ട്. അങ്ങനെ രണ്ടു വിശുദ്ധ പ്രണയങ്ങളുടെ ശിഥിലാനുഭവങ്ങൾ *അഗ്നിസാക്ഷി*യിൽ വ്യാപിച്ചുകിടക്കുന്നു എന്നുപറയാം.

പ്രണയത്തെ വിശുദ്ധാദർശവും അനുഭവവുമായും മനസ്സിൽ സൂക്ഷിക്കുന്നവരാണ് *അഗ്നിസാക്ഷി*യിലെ കഥാപാത്രങ്ങൾ. ജീവിതം പല പട

വുകളിലൂടെ കടന്നുപോകുന്നെങ്കിലും ആദ്യാനുരാഗത്തിന്റെ ഊഷ്മള സ്മൃതികളെ വിശുദ്ധിയോടെ അവർ നിലനിർത്തുന്നു. കാല, ദേശങ്ങളുടെ അകലം അവരെ ബാധിക്കുന്നില്ല. വിയോഗമറിയാത്ത പ്രണയത്തെ അവർ അനുഭവിക്കുന്നു.

അഗ്നിസാക്ഷി ഒരു കാലഘട്ടത്തിന്റെ കഥയാണ്. അത് പോരാട്ടങ്ങളുടെ കാലഘട്ടമായിരുന്നു. ആ പോരാട്ടങ്ങളുടെ അരങ്ങിലും അണിയറയിലും പ്രണയത്തിന്റെ ഉൾവിളികൾ മുഴങ്ങിയിരുന്നു. പ്രണയവും പ്രക്ഷോഭവും ഊടും പാവുമായി നെയ്തെടുത്ത ചരിത്രത്തിലെ ഉജ്ജ്വലമായ ഒരു കാലഘട്ടം നോവൽ ശില്പത്തിന്റെ ഉള്ളടക്കമായിത്തീരുന്നു. നവോത്ഥാനമൂല്യങ്ങളുടെ അനിവാര്യത അടിവരയിട്ടു രേഖപ്പെടുത്തുന്ന നോവലാണിത്.

10

നവോത്ഥാനം എന്ന പ്രചോദനം

ശ്രദ്ധേയമായ ചില നവോത്ഥാന നോവലുകളുടെ ഇതിവൃത്താപഗ്രഥനമാണ് മുൻ അദ്ധ്യായങ്ങളിൽ നിർവ്വഹിച്ചത്. കേരളീയ സമൂഹത്തിൽ പരിവർത്തനത്തിന്റെ കൊടുങ്കാറ്റുകൾ ആഞ്ഞുവീശിയ ചരിത്രസന്ദർഭത്തിന്റെ ഉൾച്ചൂടേറ്റുവാങ്ങിയ നോവലുകളാണവ. കാലഘട്ടത്തിന്റെ പൊതുധാരണകളോടും നീതിബോധത്തോടും കലഹിക്കുകയും പരിവർത്തനോന്മുഖമായ ആശയങ്ങളെ പ്രക്ഷേപിക്കുകയും ചെയ്യുന്ന നോവലുകളാണവ. നിലവിലിരിക്കുന്ന സാമൂഹ്യരാഷ്ട്രീയ സംവിധാനങ്ങൾ മാനവികതയ്ക്കു വിരുദ്ധമായ പ്രവണതകളോടു കൂടിയവയാണെന്ന കണ്ടെത്തലിൽ നിന്നാണ് ആ നോവലുകളുടെ പ്രമേയങ്ങൾ കലാപോന്മുഖത കൈവരിക്കുന്നത്. പ്രണയാനുഭവങ്ങളുടെ വൈവിദ്ധ്യസങ്കീർണ്ണതകൾ ഓരോ നോവലിന്റെയും പ്രമേയഘടനയിൽ ഇടം പിടിക്കുന്നുണ്ട്. സമൂഹത്തിന്റെ പ്രക്ഷുബ്ധ ചൈതന്യത്തെ ആവാഹിച്ചെടുത്ത പ്രമേയഘടനയിൽ ഇടകലരുമ്പോൾ പ്രണയവും പ്രക്ഷോഭത്തിന്റെ ലക്ഷ്യമാർഗ്ഗങ്ങൾ സ്വാംശീകരിക്കും. രണ്ടു വ്യക്തികൾക്കിടയിലെ കേവല വൈകാരികാനുഭവം സമൂഹഘടനയുടെ ഗതിവിഗതികൾ നിർണ്ണയിക്കുന്ന മുഖ്യശക്തിയായി പരിണമിക്കുകയാണ്.

നാടുവാഴിത്തത്തിന്റെ ശീലങ്ങളും ആചാരങ്ങളും മനുഷ്യവിരുദ്ധമാണെന്ന് *ഇന്ദുലേഖ*യുടെ ഇതിവൃത്താംശങ്ങൾ വെളിപ്പെടുത്തുന്നു. മരുമക്കത്തായവും കൂട്ടുകുടുംബവും സംബന്ധവും ജീർണ്ണിച്ച പാരമ്പര്യത്തിന്റെ അവശിഷ്ടങ്ങളാണെന്നു തിരിച്ചറിയുന്നു. അവയെ ഇല്ലാതാക്കിക്കൊണ്ടുമാത്രമേ പുതിയൊരു യുഗത്തിനെ വരവേല്ക്കാനാകൂ. നാടുവാഴിത്തത്തിന്റെ ജീർണ്ണാവിശിഷ്ടങ്ങൾക്കെതിരായ ആശയപ്രചാരണത്തിന്റെയും പോരാട്ടത്തിന്റെയും പ്രധാന ഭാഗമായാണ് ഇന്ദുലേഖാ-

മാധവന്മാരുടെ അനുരാഗസാഫല്യത്തെ സങ്കല്പിക്കുന്നത്. പ്രതിസന്ധികളെ അതിജീവിച്ചുകൊണ്ടാണ് ഇന്ദുലേഖയും മാധവനും പ്രണയസാഫല്യം കൈവരിക്കുന്നത്. എങ്കിലും അവരുടെ പ്രണയത്തിന് സമരോത്സുകത കൈവരിക്കാനാകുന്നില്ല. നായികാനായകന്മാരുടെ സമരോത്സുകമായ ചെറുത്തുനില്പ് കഥാസന്ദർഭം ആവശ്യപ്പെടുന്നില്ല. പ്രതിസന്ധികളുടെ ഗൗരവക്കുറവുതന്നെയാണ് കാരണം. ഒരു വ്യക്തിയുടെ ശപഥത്തിനും മറ്റൊരുവ്യക്തിയുടെയും പരിഹാസ്യത മുറ്റിയ കാമാസക്തിക്കും സൃഷ്ടിക്കാനാകുന്ന പ്രതിസന്ധിക്ക് തീർച്ചയായും പരിമിതികളുണ്ടാവും. സാമൂഹ്യശക്തികളുടെ പിൻബലമുള്ള പ്രതിസന്ധികൾക്കേ ദൃഢതയുണ്ടാകൂ. *ഇന്ദുലേഖ*യിലെ പ്രണയവിഘ്നങ്ങൾ താരതമ്യേന ദുർബ്ബലങ്ങളായവയാണ്. അതുകൊണ്ടുതന്നെ ശക്തമായ ചെറുത്തുനില്പുകളോ രൂക്ഷമായ സമരമുഖങ്ങളോ ആവശ്യമായിവരുന്നില്ല. അതേസമയം *ഇന്ദുലേഖ*യുടെ ഇതിവൃത്തം പുതിയൊരു മൂല്യബോധത്തെ ഉദ്ഘോഷിക്കുന്നു എന്നതു മറന്നുകൂടാ. മനുഷ്യബന്ധങ്ങളിൽ കടന്നുകയറിയിട്ടുള്ള ദുഷിച്ച പ്രവണതകളെ നിരാകരിച്ചുകൊണ്ട് ആരോഗ്യകരമായ പ്രണയത്തെയാണ് നോവൽ ഉയർത്തിപ്പിടിക്കുന്നത്. ആരോഗ്യകരവും മാതൃകാപരവും പരിശുദ്ധമായ ദാമ്പത്യജീവിതസങ്കല്പങ്ങളെ ഈ ഇതിവൃത്തം സാക്ഷാല്ക്കരിക്കുകയാണ്. മനുഷ്യത്വബന്ധങ്ങളെയും അതുവഴി സാമൂഹ്യാവസ്ഥയെയും ഗ്രസിച്ചുകൊണ്ടിരുന്ന ജീർണ്ണതയുടെ മാരകാംശങ്ങളെ നിർമ്മാർജ്ജനം ചെയ്യുവാനുള്ള ആഹ്വാനമാണ് കഥാഘടനയിൽ മുഴങ്ങുന്നത്. ചില പരിമിതികൾക്കുള്ളിൽ നിന്നുകൊണ്ടാണെങ്കിലും നവോത്ഥാനമൂല്യങ്ങളിൽ അധിഷ്ഠിതമായ ഒരഴിച്ചുപണിക്ക് മനുഷ്യബന്ധങ്ങൾ വിധേയമാകുന്നതിന്റെ സൂചനകൾ ഇതിവൃത്തഘടനയിൽ പ്രതിഫലിക്കുന്നു. നിശ്ശബ്ദവും സാർത്ഥകവുമായ ഒരു പ്രക്ഷോഭത്തിന്റെ ലക്ഷ്യവും മാർഗ്ഗവുമായി പ്രണയം പരിണമിക്കുന്നു. സവർണ്ണ നവോത്ഥാനാശയങ്ങൾ *ഇന്ദുലേഖ*യുടെ ഇതിവൃത്തഘടനയുടെ ഗതി നിയന്ത്രിക്കുന്നു.

അപ്ഫന്റെ മകളിലെ സുലോചന ത്യാഗത്തിന്റെ പരിവേഷമാർജ്ജിക്കുന്ന കഥാപാത്രമാണ്. സ്വന്തം പ്രണയത്തെ ബലി കൊടുത്തുകൊണ്ട് ഒരാദർശത്തെ സഫലമാക്കുകയാണവൾ. ഒരു കാലഘട്ടത്തിലെ സാമുദായികാവസ്ഥയുടെ അനിവാര്യതയായി പരിണമിക്കുന്ന ആദർശത്തിനു വേണ്ടിയാണ് അവൾ ബലിമൃഗമാകുന്നത്. അപ്ഫന്മാരുടെ സ്വജാതിവിവാഹം നമ്പൂതിരി സമുദായത്തിലെ അനാശാസ്യതകൾ അവസാനിപ്പിക്കാനായി നിർദ്ദേശിക്കപ്പെട്ട പോംവഴിയായിരുന്നു. 'സംബന്ധം' പോലുള്ള ദുരാചാരങ്ങളുടെ പ്രത്യാഘാതങ്ങൾ സമുദായത്തിൽ രൂക്ഷമായ അരക്ഷിതാവസ്ഥയാണ് ഉളവാക്കിയത്. അതിനെ മറികടക്കാനുള്ള ഉപാധിയായി സമുദായപരിഷ്കർത്താക്കൾ കണ്ടെത്തിയ മാർഗ്ഗം നമ്പൂതിരി യുവാക്കളുടെ സ്വജാതിവിവാഹം ആയിരുന്നു. അതിന്റെ മാതൃകയായാണ് നോവലിൽ മധുവും ഇട്ടിച്ചിരിയുമായുള്ള വിവാഹം നിർദ്ദേശിക്കപ്പെടു

ന്നത്. അവരുടെ അനുരാഗം സഫലമാക്കുവാൻ സുലോചനയുടെ പ്രണയം തിരസ്കരിക്കപ്പെട്ടേ മതിയാകൂ. സുലോചനയ്ക്ക് രക്തസാക്ഷി പരിവേഷം ചാർത്തിക്കൊടുക്കുന്ന സാഹചര്യം അതാണ്. ഒരു പ്രണയം സഫലമാവുകയും മറ്റൊന്ന് തകർന്നുപോവുകയും ചെയ്യുന്ന കഥാന്ത്യമാണ് *അപ്ഫന്റെ മകൾ* കാഴ്ചവെക്കുന്നത്. രണ്ടും നോവൽ രചിച്ച കാലഘട്ടത്തിലെ മഹത്തായ ഒരാദർശത്തെയും സാമുദായിക നന്മയെയും സാക്ഷാൽക്കരിക്കുന്നത് സൂചിപ്പിക്കാനാണ്. സമുദായത്തിൽ കുറേക്കാലമായി നിലനിന്നുപോരുന്ന 'സംബന്ധം' അപ്ഫന്മാരുടെ സ്വജാതിവിവാഹനിഷേധം തുടങ്ങിയ ദുഷിച്ച ആചാരങ്ങളെ കടപുഴക്കാനുള്ള മാർഗ്ഗമായാണ് ഇതിവൃത്തഘടനയിൽ പ്രണയത്തെ പ്രയോജനപ്പെടുത്തുന്നത്. മധുവും ഇട്ടിച്ചിരിയുമായുള്ള പ്രണയം ഒരു നിശ്ശബ്ദപ്രക്ഷോഭത്തിന്റെ ദൗത്യം നിർവ്വഹിക്കുന്നു.

കേശവദേവിന്റെ *ഓടയിൽ നിന്ന്, കണ്ണാടി* എന്നീ നോവലുകളിൽ പ്രക്ഷോഭത്തിന്റെ സാന്നിദ്ധ്യം ഇരമ്പുന്നുണ്ട്. പ്രതികൂല വ്യവസ്ഥിതിയിൽ അസഹിഷ്ണുത പേറുന്ന ഒരു പ്രക്ഷോഭകാരിയുടെ ജീവിത സംഘർഷങ്ങളെയാണ് *ഓടയിൽ നിന്ന്* കേന്ദ്രീകരിക്കുന്നത്. ഉയർത്തിയ ശിരസ്സുമായി പ്രതിബന്ധങ്ങളെ തൃണവല്ക്കരിച്ചുകൊണ്ടുള്ള അയാളുടെ സാഹസികയാത്രയ്ക്കിടയിൽ പ്രണയത്തിന്റെ നീരുറവകൾക്കു സാംഗത്യമില്ല. പ്രണയം എന്നു വിളിക്കാനാവുന്നില്ലെങ്കിലും പപ്പുവും കല്യാണിയുമായുള്ള ബന്ധം ഇതിവൃത്തഘടനയിൽ ഇടംപിടിക്കുന്നുണ്ട്. സാഹചര്യങ്ങൾ അനിവാര്യമാക്കുന്ന ബന്ധമാണത്. അതിന്റെ നേർക്കു ചുളിയുന്നപുരികങ്ങളെ പപ്പു അവഗണിക്കുകയും പുച്ഛിക്കുകയുമാണ്. അതേ പപ്പു ലക്ഷ്മിയും ഗോപിയുമായുള്ള പ്രണയത്തെ തന്റെ അഭിമാനബോധത്തിനും വർഗ്ഗബോധത്തിനും നിരക്കാത്ത ഒന്നായി കാണുന്നു. പ്രക്ഷോഭവാസനയുടെയും അഭിമാനബോധത്തിന്റെയും തീവ്രതയും പ്രണയം പകർന്നുനല്കുന്ന സാന്ത്വനവും വിരുദ്ധാനുഭവങ്ങളായി *ഓടയിൽ നിന്നിൽ* പ്രകടമാകുന്നു. വർഗ്ഗബോധത്തിന്റെ പ്രേരണയാൽ ആവേശഭരിതനായ കേശവദേവിന് മറ്റു മാനുഷിക ഭാവങ്ങളെ ഉൾക്കൊള്ളാനാവാതെ പോകുന്നു. 'സ്വാതന്ത്ര്യം' എന്ന സങ്കല്പത്തിന്റെ മൂർത്തരൂപമായി പപ്പുവിനെ അവതരിപ്പിക്കുകയും അയാളെ അമിതമായി ആദർശവല്ക്കരിക്കുകയുമാണ് ദേവ്. അതുകൊണ്ടാകാം സാധാരണ മാനുഷികവികാരങ്ങൾക്ക് അയാൾ വഴങ്ങാത്തത്. എന്നാൽ *കണ്ണാടി*യിൽ പ്രക്ഷോഭവും പ്രണയവും പരസ്പരാശ്രിതത്തോടെ വർത്തിക്കുകയാണ്. പ്രക്ഷോഭത്തിന്റെ നെരിപ്പോടിൽ ആദർശ പരിവേഷത്തോടെ നാമ്പിടുന്ന പ്രണയത്തിന്റ സൂചന മാത്രമാണ് *കണ്ണാടി*യിലുള്ളത്. വിപ്ലവകാരിയുടെ ആദർശോജ്ജ്വല വ്യക്തിത്വമാണ് 'കാറ്റി'നുള്ളത്. തന്റെ കഥാപാത്രത്തിനു സാധാരണ പേരുപോലും നല്കാതെ പ്രകൃതിപ്രതിഭാസമായി അയാളെ ദേവ് അവതരിപ്പിക്കുന്നത് അർത്ഥവത്താണ്. നാട്ടിലാകെ പരിവർത്തനതരംഗം സൃഷ്ടിച്ചുകൊണ്ട് ആഞ്ഞുവീശുന്ന ഈ

കാറ്റിന് മഹത്തായ ഒരു ലക്ഷ്യമുണ്ട്. ആ ലക്ഷ്യത്തിലേക്ക് വീശിയടിക്കുമ്പോൾ സംരക്ഷിക്കേണ്ടവയെ ഒക്കെ സംരക്ഷിക്കുകയും സംഹരിക്കേണ്ടവയെ ഒക്കെ സംഹരിക്കുകയും ചെയ്യുന്നു. പ്രസ്ഥാനത്തിനുവേണ്ടി സമർപ്പിക്കപ്പെട്ട ജീവിതമാണ് അത്. യാതനകളിൽ പിടയുന്നവർക്ക് അയാൾ താങ്ങും തണലുമാകുന്നു. അങ്ങനെയാണ് അന്നയോട് സഹതാപാർഹമായ സ്നേഹം അയാൾക്കുണ്ടാകുന്നത്. അവളുടെ സംരക്ഷണത്തിൽ, എപ്പോഴും ഒളിഞ്ഞും തെളിഞ്ഞും അയാൾ ശ്രദ്ധിക്കുന്നു. അപകടങ്ങളിൽ നിന്ന് അവളെ രക്ഷിക്കുന്നു. ആ ശ്രമത്തിനിടയിൽ അയാൾ പിടഞ്ഞൊടുങ്ങുന്നു. പ്രണയിനിയുടെ രക്ഷാകവചമാകുന്ന പ്രണയത്തെയും അതിന്റെ ആത്മബലിയേയും *കണ്ണാടി*യുടെ ഇതിവൃത്തം പ്രതിനിധാനം ചെയ്യുന്നു. പ്രണയവും പ്രക്ഷോഭവും കൈകോർക്കുന്ന തീവ്രാനുഭവങ്ങളെയാണ് *കണ്ണാടി* കാഴ്ചവെക്കുന്നത്. നവോത്ഥാന മൂല്യങ്ങളുടെ ദീപ്തപ്രഭയിലാണ് ഈ നോവൽ പിറവിയെടുത്തത്.

ആയിരത്തിത്തൊള്ളായിരത്തി നാല്പതുകളിലെ സമരകലുഷമായ കേരളീയാനുഭവങ്ങളാണ് തകഴിയുടെ *തോട്ടിയുടെ മകൻ, തലയോട്, രണ്ടിടങ്ങഴി* എന്നീ നോവലുകൾക്ക് പശ്ചാത്തലമൊരുക്കുന്നത്.ദേശീയ സ്വാതന്ത്ര്യസമരപ്രസ്ഥാനവും കർഷകത്തൊഴിലാളി പ്രസ്ഥാനവും കമ്യൂണിസ്റ്റ് പ്രസ്ഥാനവുമൊക്കെ ഊർജ്ജസ്വലമായി പ്രവർത്തിച്ചിരുന്ന കാലഘട്ടമായിരുന്നു അത്. നവോത്ഥാന സംരംഭങ്ങൾ ഉഴുതുമറിച്ച മണ്ണിൽ ജനകീയമുന്നേറ്റങ്ങൾ സജീവമായിത്തീർന്നു. സമരതീക്ഷ്ണമായ ആ പശ്ചാത്തലം തകഴിയെ ആവേശഭരിതനാക്കിയിരുന്നു. തൊഴിലാളിവർഗ്ഗ പ്രസ്ഥാനത്തിന്റെ ആവിർഭാവ പശ്ചാത്തലത്തിൽ വർഗ്ഗബോധം പ്രചരിപ്പിക്കുന്ന കൃതികളാണ് *തോട്ടിയുടെ മകനും, തലയോടും, രണ്ടിടങ്ങഴിയും.* പ്രണയം ഇതിവൃത്തത്തിന്റെ മുഖ്യാംശമായി കടന്നുവരുന്നത് *രണ്ടിടങ്ങഴി*യിൽ മാത്രമാണ്. കോരനും ചിരുതയുമായുള്ള പ്രണയം ഇരുവരും തമ്മിലുള്ള കേവലാകർഷണത്തിൽ നിന്നാരംഭിക്കുന്നു. താങ്ങാനാവാത്ത പെൺപണം നല്കിയും ഋണഭാരം ശിരസ്സിലേറ്റിയുമാണ് കോരൻ ചിരുതയെ വിവാഹം ചെയ്യുന്നത്. ദാമ്പത്യജീവിതത്തിലുടനീളം പരീക്ഷണങ്ങളും ദുരിതങ്ങളും അവർക്ക് നേരിടേണ്ടിവന്നു. ആ ദുരവസ്ഥയുടെ മൂലകാരണം പറയരുടെയും പുലയരുടെയും അടിമത്തമാണ്. അങ്ങനെ ജന്മിത്തത്തിന്റെയും നാടുവാഴിത്തത്തിന്റെയും ക്രൂരതകൾ ഇതിവൃത്തഘടനയിൽ പ്രസക്തി കൈവരിക്കുന്നു. വ്യവസ്ഥിതിയുടെ ക്രൂരതകൾക്കെതിരെ പ്രതിഷേധവും പോരാട്ടവും സാവധാനം ആരംഭിക്കുകയും ക്രമമായി വികസിക്കുകയും ചെയ്തു. പിന്നീട് അവ രാഷ്ട്രീയമാനം കൈവരിക്കുന്നു. ആയിരത്തിത്തൊള്ളായിരത്തിനാല്പതുകളിൽ തിരുവിതാംകൂറിൽ അരങ്ങേറിയ സാമൂഹ്യ-രാഷ്ട്രീയ പ്രക്ഷോഭങ്ങളുടെ യഥാതഥാവിഷ്കാരം തന്നെ നോവലിൽ തകഴി നിർവ്വഹിക്കുന്നു. അടിച്ചമർത്തലിനെയും പ്രതിസന്ധികളെയും നേരിടുന്ന പ്രക്ഷോഭവും അഗ്നി

പരീക്ഷകൾക്കു വിധേയമാകുന്ന പ്രണയവും സമാന്തരമായി ആവിഷ്കരിക്കുന്നു. പ്രക്ഷോഭം ഒരു നിർണ്ണായക കാലഘട്ടത്തിലെത്തുകയും പ്രണയം പരീക്ഷണങ്ങളെ അതിജീവിച്ച് അഗ്നിശുദ്ധി കൈവരിക്കുകയുമാണ്.

നവോത്ഥാന നോവലിസ്റ്റുകളിൽ ഏറ്റവുമധികം നർമ്മബോധം പുലർത്തിയ എഴുത്തുകാരൻ ബഷീറാണ്. അതേസമയം തന്നെ മനുഷ്യജീവിതത്തിന്റെ ദുരന്താത്മകതയെ അഗാധമായി അദ്ദേഹം ഉൾക്കൊണ്ടിട്ടുമുണ്ട്. ഈ രണ്ടു പ്രേരണകളിലൂടെയും പ്രണയത്തെ അദ്ദേഹം സമീപിക്കുന്നുണ്ട്. *പ്രേമലേഖന*ത്തിൽ നർമ്മം നിറഞ്ഞ സന്ദർഭങ്ങൾ ആവിഷ്കരിച്ചും നർമ്മഭാഷണങ്ങൾ രേഖപ്പെടുത്തിയും ഒരു പ്രണയം സഫലമാകുന്ന ചിത്രം വരയ്ക്കുകയാണ്. *ബാല്യകാലസഖി*യിലെ ആദ്യഭാഗങ്ങളിലെ പ്രണയരംഗങ്ങളിലും നർമ്മം തുളുമ്പി നില്ക്കുന്നു. എന്നാൽ അവസാനഭാഗങ്ങളിൽ നായികാനായകന്മാരുടെ ജീവിതദുരന്തങ്ങൾക്ക് നാം സാക്ഷികളാകുകയാണ്. ഈ രണ്ട് കൃതികളിലെയും പ്രണയാവിഷ്കാരങ്ങൾ സ്ത്രീത്വത്തെ വലയം ചെയ്യുന്ന ദുരവസ്ഥയെ കേന്ദ്രീകരിക്കുന്നു. സ്ത്രീധനം പോലുള്ള ദുരാചാരങ്ങളും സ്ത്രീയുടെ വ്യക്തിത്വവും സ്വാതന്ത്ര്യവും അംഗീകരിക്കപ്പെടാത്ത സാഹചര്യങ്ങളും സ്ത്രൈണാവസ്ഥയുടെ അഭിശപ്തതയ്ക്കു കാരണമാകുന്നു. നവോത്ഥാന മൂല്യങ്ങളും പ്രണയവും കാരുണ്യവും മനുഷ്യമനസ്സുകളെ നവീകരിക്കാനുതകണം എന്നു ബഷീർ വിശ്വസിച്ചു. *ബാല്യകാലസഖി*യിലും *പ്രണയലേഖന*ത്തിലും ഈ വീക്ഷണം ആവിഷ്കൃതമാകുന്നുണ്ട്. കഥാപാത്രങ്ങളുടെ അനുഭവങ്ങളും കാഴ്ചപ്പാടും അവതരിപ്പിക്കുന്നതിലൂടെ ബഷീർ നവോത്ഥാനാശയങ്ങൾ പ്രക്ഷേപിക്കുകയാണെന്നു കാണാം.

മനുഷ്യബന്ധങ്ങളുടെ സങ്കീർണ്ണതകൾ ഇഴപിരിച്ചെടുത്ത് ബന്ധങ്ങളുടെ വിശുദ്ധി സ്ഥാപിക്കുന്ന എഴുത്തുകാരനാണ് ഉറൂബ്. ഇതിവൃത്തത്തിന്റെ കെട്ടുറപ്പും കഥാപാത്രങ്ങളുടെ മാനസികസംഘർഷങ്ങളും ഉറൂബിന്റെ നോവലുകളുടെ മുഖമുദ്രകളാണ്. താൻ ജീവിച്ച കാലഘട്ടത്തിലെ രാഷ്ട്രീയ-സാമൂഹ്യപ്രക്ഷോഭങ്ങളെ കഥകളുടെ പശ്ചാത്തലത്തിൽ നിർത്തുന്നതേയുള്ളൂ അദ്ദേഹം. കഥാപാത്രങ്ങളുടെ ജീവിതത്തിൽ അവ സൃഷ്ടിക്കുന്ന ആഘാതങ്ങളെ രേഖപ്പെടുത്തുന്നു. പ്രണയം ഉറൂബിന്റെ നോവലുകളിലെ പ്രത്യക്ഷയാഥാർത്ഥ്യവും പ്രക്ഷോഭം അവയിലെ പരോക്ഷസാന്നിദ്ധ്യവുമാണ്. അവയെ തമ്മിൽ പ്രകടമായി കൂട്ടിഘടിപ്പിക്കുവാൻ അദ്ദേഹം മുതിരുന്നില്ല. പ്രക്ഷോഭങ്ങളുടെ ആഘാതത്തിൽ ശിഥിലമാകുന്ന പ്രണയബന്ധങ്ങളെ പരാമർശിക്കുന്നുണ്ട്. മതാതീതമായ പ്രണയത്തെ ഉറൂബ് ശ്ലാഘിക്കുന്നുണ്ട്. സാമൂഹ്യപുരോഗതിക്ക് ആ മാതൃകയിലുള്ള പ്രണയം ഉപാധിയാകുമെന്ന് സൂചന നല്കുന്നു. യാഥാസ്ഥിതിക മനോഭാവങ്ങളെ അതിജീവിക്കുന്ന പ്രണയമാണ് *ഉമ്മാച്ചു*വിലേത് അബ്ദുവിന്റെയും ചിന്നമ്മുവിന്റെയും തകർന്നടിഞ്ഞ

പ്രണയത്തിന്റെ ശ്മശാനഭൂമിയിൽനിന്നും തിരിച്ചെത്തുന്ന പ്രണയികൾ ഒരുമിച്ച് പരസ്പരാശ്രിതത്തോടെ പില്ക്കാലജീവിതം നയിക്കുന്നതാണ്. *സുന്ദരിമാരും സുന്ദരന്മാരും* എന്ന നോവലിലെ ലക്ഷ്മി അമ്മയുടെയും ഗോപിക്കുറുപ്പിന്റെയും അനുഭവങ്ങളിലൂടെ ആവിഷ്കരിക്കുന്നത്. മനുഷ്യനിലെ നന്മയെ നിർദ്ധാരണം ചെയ്തെടുക്കാനാണ് ഉറൂബ് ശ്രമിക്കുന്നത്. അദ്ദേഹത്തിന്റെ നോവലുകളിലെ പ്രണയവും പ്രക്ഷോഭവും ലക്ഷ്യമാക്കുന്നതും മനുഷ്യനന്മയുടെ പ്രകീർത്തനത്തെ തന്നെയാണ്.

ആശയപ്രചാരണം സാഹിത്യരചനയുടെ മുഖ്യലക്ഷ്യമായി അംഗീകരിച്ച എഴുത്തുകാരനാണ് ചെറുകാട്. വ്യത്യസ്ത ദൗത്യങ്ങൾ നിർവ്വഹിക്കുന്ന അദ്ദേഹത്തിന്റെ നോവലുകളാണ് *മുത്തശ്ശി*യും *ദേവലോക*വും. പ്രതികൂല സാഹചര്യങ്ങളെ അതിജീവിച്ച് നിരവധി പ്രസ്ഥാനങ്ങൾ ഉയിരെടുക്കുന്നതാണ് *മുത്തശ്ശി*യിൽ ചിത്രീകരിക്കുന്നത്. കർഷകത്തൊഴിലാളിപ്രസ്ഥാനവും അദ്ധ്യാപകപ്രസ്ഥാനവും കമ്യൂണിസ്റ്റ് പ്രസ്ഥാനവും അങ്ങനെ രൂപംകൊണ്ടവയാണ്. അത്തരം പ്രസ്ഥാനങ്ങളുടെ വിജയമാണ് *മുത്തശ്ശി* ഉദ്ഘോഷിക്കുന്നത്. വളർന്നുവരുന്ന പ്രസ്ഥാനങ്ങൾക്ക് പിന്നീട് പുഴുക്കുത്തേല്ക്കുന്നുണ്ട്.. അവയെ ചികിത്സിക്കുകയാണ് ദേവലോകത്തിന്റെ ലക്ഷ്യം. ഇതുപോലെ സാമൂഹ്യപ്രാധാന്യമുള്ള ലക്ഷ്യങ്ങളായിരുന്നു ചെറുകാടിന്റെ മുഖ്യവിവക്ഷകൾ. പ്രണയാവിഷ്കാരം അദ്ദേഹത്തിന്റെ പ്രഖ്യാപിതലക്ഷ്യമല്ല; കൃതികളുടെ സമഗ്രലക്ഷ്യപൂരണത്തിനു സ്വീകരിക്കുന്ന ഉപകരണങ്ങളുടെ പ്രസക്തിയേ അവയ്ക്കുള്ളൂ. പ്രണയതൃഷ്ണകളെ ചെറുകാട് നിരാകരിക്കുന്നില്ല. എന്നാൽ അദ്ദേഹത്തിന്റെ രചനകളുടെ പ്രധാനദൗത്യം പ്രണയചിത്രീകരണമല്ല; പ്രക്ഷോഭപ്രകീർത്തനമാണ്.

സാമുദായിക നവോത്ഥാനസംരംഭങ്ങൾ എഴുത്തുകാരി എന്ന നിലയിൽ ലളിതാംബികാഅന്തർജ്ജനത്തിനെ പ്രചോദിപ്പിച്ച പ്രധാനഘടകമാണ്. നമ്പൂതിരി സമുദായത്തിലെ സ്ത്രീകൾ അനുഭവിച്ചിരുന്ന യാതനകളിൽ നിന്നുള്ള മോചനം അന്തർജ്ജനത്തിന്റെ വലിയ സ്വപ്നമായിരുന്നു. അതേസമയം തന്നെ പ്രണയം, ദാമ്പത്യം, കുടുംബജീവിതസൗഖ്യം എന്നിവയെ അവർ ഹൃദയത്തോടു ചേർത്തുപിടിച്ചിരുന്നു. ഇവയ്ക്കിടയിൽ ഊഞ്ഞാലാടുന്ന പെൺമനസ്സിന്റെ അഗ്നിപരീക്ഷകളാണ് *അഗ്നിസാക്ഷി*യിലെ പ്രതിപാദ്യത്തിന്റെ കാതലായ ഒരുവശം. ഐഹികജീവിത വിരക്തി അസാദ്ധ്യമെന്നു ചിലപ്പോൾ തോന്നാം. ഭർത്തൃപരിഗണന ലഭിക്കുന്നില്ലെന്ന തോന്നൽ ദാമ്പത്യത്തോടു വിടപറയാൻ *അഗ്നിസാക്ഷി*യിലെ നായികയെ പ്രേരിപ്പിച്ച പ്രധാനഘടകമാണ്. എന്നാൽ മനസ്സുകളുടെ ലയനമാണ് സ്നേഹത്തിന്റെ പവിത്രത എന്ന് സന്ന്യാസത്തിന്റെ ചുമരുകൾക്കുള്ളിൽ എത്തിച്ചേരുമ്പോൾ അവർ മനസ്സിലാക്കുന്നു. ഒന്നു നഷ്ടപ്പെടുമ്പോൾ മാത്രമാണ് മറ്റൊന്ന് ലഭിക്കുന്നത്. പ്രക്ഷോഭവഴികളിലൂടെ സാഹസികയാത്ര നടത്തിയ കഥാനായിക, അവസാനം

പ്രണയത്തിന്റെ സാത്വികഭാവം തിരിച്ചറിയുകയാണ് പ്രക്ഷോഭവഴികൾ തിരഞ്ഞെടുത്തവർ തങ്ങളുടെ ത്യാഗവും പ്രവർത്തനങ്ങളും നിഷ്ഫല മായി എന്നു ഖേദിക്കുന്നുണ്ട്. സാമൂഹ്യലക്ഷ്യം കൈവരിക്കാനായെ ങ്കിലും വ്യക്തിജീവിതം അനാഥമായിത്തീരുന്നു.

നവോത്ഥാനം പകർന്നുനല്കിയ പുതിയ സമൂഹസങ്കല്പങ്ങ ളെയും ജീവിതബോധത്തെയും കേരളീയ സമൂഹം വലിയൊരളവിൽ സാർത്ഥകമാക്കുന്നുണ്ട്. ഇരുപതാംനൂറ്റാണ്ടിന്റെ മദ്ധ്യം പിന്നിടുമ്പോൾ ഒരു മാതൃകാസമൂഹമായി കേരളം മാറുന്നു. ഈ മാറ്റത്തിനുപിന്നിലെ മുഖ്യപ്രേരണ നമ്മുടെ സാഹിത്യമായിരുന്നു. വലിയൊരു വായനാസ മൂഹത്തെ സൃഷ്ടിച്ച നോവലുകൾ നവോത്ഥാനാശയങ്ങൾ പ്രചരിപ്പി ക്കുന്ന പ്രധാന മാധ്യമമായിത്തീരുന്നു. പ്രണയവും പ്രക്ഷോഭവും ഈ മാധ്യമത്തിന്റെ പ്രധാന ഘടകങ്ങളായും പരിണമിക്കുന്നു. ഈ പഠന ത്തിൽ നിരീക്ഷണ വിധേയമാക്കിയ നോവലുകളിലൂടെ കടന്നുപോകു മ്പോൾ സാഹിത്യത്തിൽ പ്രണയം പ്രണയത്തിനുവേണ്ടി മാത്രമല്ല. മറ്റു ചില ദൗത്യങ്ങൾ നിർവ്വഹിക്കാൻ കൂടിയാണ് ആവിഷ്കരിക്കപ്പെടുന്ന തെന്ന് ബോദ്ധ്യപ്പെടുന്നു. നവോത്ഥാനകാലത്ത് പ്രക്ഷോഭാശയങ്ങൾ നോവലുകളിലൂടെ പ്രചരിക്കപ്പെട്ടിരുന്നു. പ്രക്ഷോഭാശയങ്ങളുടെ ആവി ഷ്കാരത്തെ പരിപോഷിപ്പിക്കാനും സമഗ്രമാക്കാനും നോവലുകളിലെ പ്രണയാവിഷ്കാരങ്ങൾ കെല്പുനേടുന്നു എന്നു കണ്ടെത്താം. അങ്ങ നെയാണ് നോവലുകളുടെ ഉള്ളടക്കം നവോത്ഥാനമൂല്യങ്ങളെ സാക്ഷാല് ക്കരിക്കുന്നത്.

ഗ്രന്ഥസൂചി

1. അയ്യപ്പപണിക്കർ കെ, *തകഴി ശിവശങ്കരപിള്ള,* 1992, ഡി സി ബുക്സ്, കോട്ടയം.
2. ഉറൂബ്, *ഉമ്മാച്ചു,* 2006 ഡി സി ബുക്സ്, കോട്ടയം.
3. ഉറൂബ്, *സുന്ദരികളും സുന്ദരന്മാരും*, 2001 കറന്റ് ബുക്ക്സ്
.4. കേശവദേവ് പി, *ഓടയിൽനിന്ന്, 1990,* പൂർണ്ണ പബ്ലിക്കേഷൻസ്, കോഴിക്കോട്.
5. കേശവദേവ് പി, *കണ്ണാടി,* 1970, സാഹിത്യപ്രവർത്തക സഹകരണ സംഘം, കോട്ടയം.
6. ഗോവിന്ദപ്പിള്ള പി, *കേരളനവോത്ഥാനം ഒരു മാർക്സിസ്റ്റ് വീക്ഷണം* 2003, ചിന്ത പബ്ലിഷേഴ്സ്, തിരുവനന്തപുരം.
7. ചന്തുമേനോൻ ഒ, *ഇന്ദുലേഖ* 2003, കാലിക്കറ്റ് യൂണിവേഴ്സിറ്റി.
8. ചെറുകാട്, *മുത്തശ്ശി,* കേരള സാഹിത്യഅക്കാദമി.
9. ചെറുകാട്, *ദേവലോകം,* ശക്തിബുക്സ്, പെരിന്തൽമണ്ണ.
10. ബാലകൃഷ്ണപിള്ള, എ കേസരി, *കേസരിയുടെ സാഹിത്യവിമർശ നങ്ങൾ,* 1984, സാഹിത്യപ്രവർത്തക സഹകരണ സംഘം, കോട്ടയം.
11. ബാലകൃഷ്ണൻ പി കെ, *ചന്തുമേനോൻ ഒരു പഠനം*, 1980 സാഹിത്യ പ്രവർത്തക സഹകരണ സംഘം, കോട്ടയം.
12. ഭവത്രാതൻ നമ്പൂതിരിപ്പാട് മുത്തിരിങ്ങോട്ട്, *അപ്ഫന്റെ മകൾ*, 2004, ഡി സി ബുക്സ്, കോട്ടയം.
13. തരകൻ കെ എം, *മലയാളനോവൽസാഹിത്യചരിത്രം*, 1978, കേരള സാഹിത്യ അക്കാദമി. തൃശ്ശൂർ.

14. തരകൻ കെ എം, (എഡിറ്റർ) തൂലിക പടവാളാക്കിയ കേശവദേവ്, 1986, ഡി സി, ബുക്സ്, കോട്ടയം.

15. തോമസ് തുമ്പമൺ, *മലയാള നോവലിന്റെ വേരുകൾ,* 1983, എൻ ബി എസ്, കോട്ടയം.

16. മുഹമ്മദ് ബഷീർ, വൈക്കം, *ബാല്യകാലസഖി,* 2001, കാലിക്കറ്റ് യൂണിവേഴ്സിറ്റി.

17. മുഹമ്മദ് ബഷീർ, വൈക്കം, *പ്രേമലേഖനം*, 1998, ഡി സി ബുക്സ്, കോട്ടയം.

18. രാജഗോപാലൻ ഇ പി (എഡിറ്റർ) *ഇന്ദുലേഖ - വായനയുടെ ദിശകൾ*, 2001, കേരളസാഹിത്യഅക്കാദമി, തൃശൂർ.

19. ലളിതാംബിക അന്തർജ്ജനം, *അഗ്നിസാക്ഷി*, 1999 കറന്റ് ബുക്സ്, തൃശൂർ.

20. ശരത്ചന്ദ്രൻ കെ പി, *ചന്തുമേനോൻ അരങ്ങും അണിയറയും*, 1992 കേരളഭാഷാ ഇൻസ്റ്റിറ്റ്യൂട്ട്, തിരുവനന്തപുരം.

21 ശിവശങ്കരപ്പിള്ള, തകഴി. *രണ്ടിടങ്ങഴി,* 1998 എൻ ബി എസ്, കോട്ടയം.

22. ശിവശങ്കരപ്പിള്ള, തകഴി. *തോട്ടിയുടെ മകൻ,* 2003 ഡി സി ബുക്സ്, മാവേലിക്കര.

23. ശിവശങ്കരപ്പിള്ള, തകഴി. *തലയോട്,* 1993 പ്രതിഭാബുക്സ്, മാവേലിക്കര.

9 789386 364500

Printed by Libri Plureos GmbH in Hamburg,
Germany